अनस्टॉपेबल

निक वुईचिक

वॉव पब्लिशिंग द्वारा वितरीत पुस्तके

१. **आध्यात्मिक विकास साधण्यासाठी या पुस्तकांचा लाभ घ्या**

- शोध स्वतःचा - In Search of Peace
- संपूर्ण जीवन रहस्य - जीवनाची ५ महान रहस्ये
- आत्मनिर्माण - पीस बाय पीस
- कसे प्राप्त कराल - ईश्वराचं मार्गदर्शन
- निःशब्द संवाद का जादू - जीवन जगण्याचे १११ उपाय
- The मन - कसे बनावे मन : नमन, सुमन, अमन आणि अखंड
- ध्यान दीक्षा - ध्यानाचे दान - 'स्व' साक्षीचं ज्ञान
- संपूर्ण ध्यान - २२२ प्रश्न
- कर्म सिद्धांत - कर्म करण्याची कला
- The मीरा - अंतरीचा भाव जैसा, तैसे घडते जीवन
- मोक्ष - अंतिम साफल्याचा राजमार्ग
- शोधयात्रा - ईश्वरप्राप्तीची सात पावलं
- मृत्यू अंत नव्हे वाटचाल... - पारटूचं रहस्य
- कर्मयोग नाइन्टी - प्रत्येकाची गीता वेगळी आहे
- साद मानवतेची - स्वभाव हाच धर्म

२. **या पुस्तकांद्वारे स्वमदत करा**

- संपूर्ण लक्ष्य - संपूर्ण विकास कैसे करें
- विचारनियम - आपल्या यशाचे रहस्य
- नींव नाइन्टी - नैतिक मूल्यांची संपत्ती
- स्वसंवाद एक जादू - आपला रिमोट कंट्रोल कसा प्राप्त करावा
- संपूर्ण सफलतेचं लक्ष्य - अपूर्व यशाची गुरुकिल्ली
- निर्णय आणि जबाबदारी - वचनबद्ध निर्णय आणि जबाबदारी कशी घ्यावी
- नोकरी ईश्वराची - कथा तुमचीच
- जाऊ आनंदाच्या गावा - तोडू तणावाचा पिंजरा
- गजर झाला जागे व्हा - ज्योत जागृतीची
- सूक्ष्म विकारांवर विजय - मन करा रे प्रसन्न
- उत्कर्षाकडे झेप - विकासपथावर मार्गक्रमण
- सूर छेडिता धीराचे - संतुलित जीवन संगीत - Power of Patience
- आळसावर मात
- नम्रतेची शक्ती - अहंकारातून मुक्ती
- ३६५ प्रेरणादायी तेजवाक्ये - आनंदी विचार
- आत्मनिर्भर कसे व्हाल - आजची स्त्री आणि आपण

३. **या पुस्तकांद्वारे प्रत्येक समस्येचं समाधान प्राप्त करा**

- भय, चिंता आणि क्रोध यांपासून - मुक्ती
- आनंदाचे रहस्य - सुखदुःखाच्या पलीकडे

४. **या आध्यात्मिक कादंबरी द्वारे जीवनाचे गूढ रहस्य जाणा**

- पृथ्वी लक्ष्य - मृत्यूचं महासत्य

अनस्टॉपेबल

अखंड विश्वासाचं कृतीमध्ये रूपांतर होताना
प्रवाहित होणारी विलक्षण शक्ती

निक वुईचिक

Marathi translation of the bestseller ***'Unstoppable'***

अनस्टॉपेबल

Unstoppable या मूळ इंग्रजी पुस्तकाचा मराठी अनुवाद

प्रकाशक : वॉव पब्लिशिंग्ज् प्रा.लि., पुणे

मुद्रक : ट्रिनिटी अकादमी, फॉर कॉर्पोरेट ट्रेनिंग लि., पुणे

प्रथम आवृत्ती : जून २०२१

पुनर्मुद्रण : एप्रिल २०२५

ISBN : 978-93-90607-18-1

Unstoppable

by Nick Vujicic

* अर्पण पत्रिका *

माझे प्रिय श्वशुर कियोशी मियाहारा यांना त्यांच्या
पुण्यस्मृतिप्रीत्यर्थ,
ज्यांची माझी भेट स्वर्गात होईल.

*

माझी पत्नी कानाए लोइडा वुईचिक-मियाहाराला,
जी माझ्या जीवनाला मिळालेला अनमोल उपहार व
आनंद आहे.
तिला मी हे पुस्तक समर्पित करतो.
मोक्षप्राप्तीनंतर...

अनुक्रमणिका

परिचय

माझे नाव निक वुईचिक (Nic Vujicic उच्चार Voo-chich) आहे. माझे हे दुसरे पुस्तक आहे. तुम्ही माझे पहिले पुस्तक 'लाइफ विदाऊट लिमिटस्' जरी वाचले नसले तरी युट्युब वेबसाइटवर माझे व्हिडिओज् वगैरे नक्कीच पाहिले असतील. मी इसाई मताचा प्रचारक म्हणून प्रवास करताना कुठेतरी माझ्याविषयी तुमच्या ऐकण्यात आले असेलच.

पुस्तकाच्या मुखपृष्ठावरील माझ्या छायाचित्रावरून, तुमच्या हे लक्षात आलेच असेल, की माझा जन्म 'हातापायाविना' झाला आहे. आणखी एक गोष्ट दिसत नसली तरी तुम्हाला नक्की जाणवेल, मी 'अवयवविहीन' असूनही आयुष्यातील रोमांचकारी अनुभवांचा भरपूर आनंद घेतलेला आहे, अनेक आप्तस्नेही मित्रांचे प्रेम मिळविले आहे. या पुस्तकाच्या माध्यमातून कर्मावरची निष्ठा म्हणजेच पूर्ण निष्ठेने कर्म करणे! कर्मावरच्या निष्ठेच्या जोरावरच (faith in action) मी अपंगत्वावर मात करून सुखी समाधानी जीवन जगत आहे, हे मी तुम्हाला सांगू इच्छितो.

कर्मावर निष्ठा ठेवणे म्हणजे सातत्याने कर्म करून ते साध्य करणे. स्वतःवर, स्वतःच्या प्रतिभेवर (कौशल्यावर), उद्देशांवर आणि सर्वांत महत्त्वाचे म्हणजे ईश्वराच्या प्रेमावर आणि विधिलिखित गोष्टींवर विश्वास ठेवणे होय.

या पुस्तकाच्या मागे जगभरच्या अशा लोकांची प्रेरणा आहे, ज्यांनी त्यांच्या जीवनात आलेल्या दुःखाचा, जटिल समस्यांचा सामना करण्यासाठी माझ्याशी चर्चा

केली. माझे मार्गदर्शन मागितले, माझी भाषणे ऐकून त्यांना हे माहीत झाले होते, की मी स्वतःही तरुणपणी माझ्या मनात आलेले आत्महत्येचे विचार, वाईट लोकांचा अनुभव, स्वतःच्या दयनीय अवस्थेविषयी चिंता, असुरक्षितता, आपणच आपला आधार होण्याविषयी शंका, कुणी एखादी तरुणी माझ्यावर प्रेम करेल का, अशी शंका, मनाला निराश करणाऱ्या असंख्य विचारांवर मात करूनच यशस्वी झालो.

लोकांनी मला विचारलेल्या काही उल्लेखनीय सामान्य समस्या अशा प्रकारे आहेत.

१) निजी संकट

२) आप्त नातेवाईक यासंबंधीचे प्रश्न

३) नोकरी व्यवसायासंबंधीचे प्रश्न

४) आरोग्य आणि अपंगत्वासंबंधीचे प्रश्न

५) आत्मविनाशासंबंधीचे विचार, भावना, व्यसने

६) इतरांवर जोरजबरदस्ती, दबाव, मारहाण, निर्दयता, असहनशीलता, शिवाय असे काही प्रश्न ज्यांचा सामना करणे कुवतीबाहेरचे असते.

७) शरीर, मन, आत्मा, हृदय या सर्वांचे संतुलन.

एक गोष्ट तुम्ही नेहमी लक्षात ठेवा, की अशी अनेक माणसे आहेत ज्यांनी तुमच्याप्रमाणेच खडतर परिस्थितीचा सामना केला आहे. माझी ही कहाणी आणि माझ्यापेक्षाही दुःखी, कष्टी व कठीण परिस्थितीवर मात करून त्यातून यशस्वी होऊन बाहेर आलेल्या इतर लोकांच्या कहाण्या, त्यांचे जीवनानुभव तुम्हालाही जटिल परिस्थितीत सामना करण्याची प्रेरणा देतील, याची मला खात्री आहे. माझ्याजवळ प्रत्येक समस्येचा उपाय किंवा प्रत्येक प्रश्नाचे उत्तर आहेच असे नाही, पण अनेक बुद्धिमान लोकांनी केलेले विचार-विमर्श व त्या सर्वांचे प्रेम आणि माझ्या स्वर्गस्थ पित्याचा आशीर्वाद यांचा मला निश्चित लाभ झालेला आहे.

या पुस्तकातून मिळालेले मार्गदर्शन तुम्हाला प्रेरणादायी ठरेलच पण व्यावहारिकदृष्ट्याही फायद्याचे होईल, असा मला विश्वास आहे.

तुम्ही कधीच एकटे नसता, तुमचे मित्र, नातलग, कुटुंबीय, मदतनीस इतकेच

नाही तर आजूबाजूचे इतर लोकही तुम्हाला मदतीची साथ देतील. तुमचे ओझे तुम्हाला एकट्यालाच वाहून न्यायचे आहे, असा विचार कधीही मनात आणू नका.

जगात तुमच्यापेक्षाही कठीण परिस्थितीचा सामना करत जीवन जगणारे अनेक लोक आहेत. ह्या पुस्तकात अशा लोकांचे अनुभव कथन केले आहेत, ज्यांनी त्यांचे अनुभव मला सांगितले आहेत. गोपनीयतेच्या दृष्टीने मी नावे बदलली आहेत. पण त्या लोकांचे अनुभव, त्यांच्या कहाण्या मात्र प्रामाणिक आणि सत्य आहेत. त्यांनी दाखविलेले साहस, धैर्य, विश्वास, श्रद्धा, निष्ठा, सर्व प्रेरणा देणारे आहेत.

माझ्या बालवयात मी जेव्हा अपंगत्वाशी लढा देत होतो, तेव्हा माझी एक चुकीची समजूत झाली होती. ती म्हणजे मला नेहमी वाटायचे, की माझे दुःख-कष्ट कधीच संपणार नाहीत. कदाचित माझ्या समस्यांना अंतच नसावा. मी अवयवविहीन जन्मावे ह्याचा अर्थ कदाचित मी ईश्वराला प्रिय नव्हतो. माझ्या जीवनाचे, जगण्याचे तसे कोणतेही प्रयोजन नव्हते. आणखी एका गोष्टीचे वाईट वाटायचे ते म्हणजे मी माझे दुःख कोणालाही सांगू शकत नव्हतो. अगदी माझी काळजी घेणाऱ्या जिवलग नातलगांनासुद्धा!

अर्थात मी हा चुकीचाच विचार करत होतो. माझ्यापेक्षाही कितीतरी दुःखी जीव ह्या जगात होते. दुःख झेलणारा मी काही एकटाच नव्हतो. किती तरी लोकांना माझ्यापेक्षा जास्त दुःख, कष्ट व त्रास होते. त्यांच्यापुढे माझा त्रास तसा कमीच होता. ईश्वराला माझ्याबद्दल प्रेम तर होतेच, शिवाय त्याने माझ्यापुढे प्रयोजनही ठेवले होते. पण त्या बालवयात या गोष्टी समजण्यापलीकडे होत्या. त्याने माझ्यासाठी जो मार्ग निवडला होता, तोच आज मला सतत अचंबित करणारा आणि विस्मयपूर्वक ठरला आहे.

एक गोष्ट नेहमी लक्षात ठेवा, ईश्वराने प्रत्येकाला काहीतरी उद्दिष्ट देऊनच पृथ्वीवर पाठविले आहे. प्रभूची तुमच्यावर कृपा आहे. शिवाय तुमच्या अवतीभवती असणारे तुमचे अनेक जिवलग नातेवाईक, तुमचे व्यावसायिक साथीदार, मित्र वगैरे तुमच्या संकटाचा सामना करण्यासाठी तुम्हाला मदतीचा हात देऊ इच्छितात. आज तुम्हाला तुमच्या दुःखाचे, त्रासाचे ओझे खूप जड वाटत असेल. पण ह्या पुस्तकाची पाने जशी तुम्ही वाचत जाल, तसे तुमच्या लक्षात येईल की कर्मावरील निष्ठा आणि विश्वास ह्या किती अद्भुत व अतूट शक्ती आहेत, याचे आश्चर्य वाटल्याशिवाय राहणार नाही. हे सर्व समजून घेताना एक लक्षात ठेवा, की माझ्यासारखा माणूस

हातापायाविना संपूर्ण जगात भ्रमंती करू शकतो, अनेक लोकांपर्यंत जाऊन पोहोचतो. म्हणून माझे जीवनही प्रेममय, सुखमय आहे. सर्वांच्या सदिच्छा माझ्या पाठीशी आहेत. इतरांप्रमाणे मीही परिपूर्ण नाही. माझ्याही आयुष्यात चढउतार, चांगले वाईट दिवस आले, खूपदा संकटे समोर येऊन उभी राहतात, प्रसंगी मन संभ्रमित होते. पण मला माहीत आहे, जेथे मी कमी पडतो, तेथे माझा प्रभू माझी शक्ती बनतो, अशी माझी दृढ श्रद्धा आहे.

आपण श्रद्धेने, विश्वासाने आणि निष्ठेने म्हणजेच मनापासून कर्म करतो. तेव्हा आपल्याला कोणी रोखू शकत नाही. आपला जीवनमार्ग अनिर्बंध बनतो.

निक वुईचिक

1

विश्वासाचं साकार रूप

ही २०११ सालची गोष्ट आहे. मी माझ्या एका व्याख्यानासाठी मेक्सिकोच्या दौऱ्यावर होतो. दौरा संपत आला होता. मला मेक्सिकोच्या यु.एस.दूतावासात एका अधिकाऱ्याचा फोन आला. त्यांनी मला माझा यु.एस. वर्कव्हिसा राष्ट्रीय सुरक्षेच्या कारणामुळे काही काळासाठी स्थगित केल्याचे सांगितले. यु.एस. मध्ये मी त्याच व्हिसावर राहत होतो. कारण मी ऑस्ट्रेलियाचा नागरिक आहे. त्या व्हिसाशिवाय मी कॅलिफोर्नियातील माझ्या घरी जाऊ शकत नव्हतो. शिवाय तेथील लोकांनी यु.एस. मध्ये विविध ठिकाणी माझे भाषणाचे कार्यक्रम नियोजित केले होते. त्यामुळे आता व्हिसा स्थगितीने माझ्यासमोर एक गंभीर प्रश्न उभा राहिला होता.

मी दुसरे दिवशी माझा साहाय्यक रिचीबरोबर यु. एस.च्या दूतावासात गेलो. कारण मला हे जाणून घ्यायचे होते, माझ्या व्हिसाचा व राष्ट्रीय सुरक्षेचा काय संबंध होता? कोणत्या सुरक्षा कारणामुळे माझा व्हिसा स्थगित झाला होता?

आम्ही जेव्हा तेथे पोहोचलो, तेव्हा स्वागतकक्षात बरीच गर्दी होती. प्रत्येकजण आपल्या स्वतःच्या चिंतेत होता. प्रत्येकाला स्वतःची काही समस्या होती. एखाद्या बेकरीमध्ये रांगेत उभे राहावे तसे आम्ही रांगेत उभे होतो. आमचा नंबर यायला एवढा विलंब लागला की मध्येच मी एक छोटीशी डुलकी पण काढली.

मी जेव्हा दडपणाखाली असतो किंवा घाबरलेला असतो, तेव्हा थोडा विनोदाकडे वळतो, थोडे विनोदी बोलण्याचा प्रयत्न करतो. अर्थात त्याचा नेहमीच

फायदा होतो असे नाही.

''माझ्या बोटांच्या ठश्यांसंबंधी तर काही समस्या नाही ना?'' मी थट्टेने विचारले.

त्या दूतावासातील अधिकाऱ्याने माझ्याकडे रोखून पाहिले. त्याने त्याच्या आणखी एका अधिकाऱ्याला बोलावले. (कदाचित माझे विनोदी व्यंगात्मक बोलणे त्या अमेरिकन सुरक्षा व्यवस्थेला धोक्याचे वाटले असावे.)

तो अधिकारीही सुतकी चेहऱ्यानेच तेथे आला. माझ्या डोळ्यासमोर 'जेल'चे चित्र दिसू लागले. समोर आलेला तो अधिकारी यांत्रिकपणे म्हणाला, 'तुमचे नाव चौकशीच्या यादीत आले आहे. त्यामुळे त्यासंबंधीची कार्यवाही पूर्ण झाल्याशिवाय तुम्हाला यु.एस. मध्ये जाता येणार नाही. शिवाय ही कार्यवाही पूर्ण होण्यास एक महिन्याचा अवधी लागेल.'

त्याचे बोलणे ऐकून मी चक्रावून गेलो. रिची तर मटकन् खालीच बसला. त्या शंभर दोनशे लोकांच्या गर्दीत निराशपणे गुडघे टेकून तो असा सुन्नपणे खाली बसला, जणू त्यांची शुद्धच हरपली होती. तो माझी चांगली काळजी घेणारा होता. आता काहीतरी चमत्कार व्हावा व आपण क्षणार्धात घरी पोहोचावे, असे वाटले. या उद्देशाने त्याने हात वर करून देवाला प्रार्थना ही केली. माझ्या आजूबाजूचे लोक थोड्याफार कमी अधिक गतीने इकडे तिकडे फिरत होते. तेवढ्यात त्या अधिकाऱ्याने, तुम्ही सतत जगभरचा प्रवास करत असता, त्यामुळे तुमचे नाव चौकशी यादीत आले आहे, असे सांगून मला अजून एक धक्का दिला. त्यांना मी कोणी आतंकवादी तर वाटलो नाही ना? एक आर्म्स हत्यारांची दलाली करणारा? ज्याला स्वतःलाच दोन्ही बाहू नाहीत? तो काय करू शकणार? मी खरं सांगतो, मी आजपर्यंत कुणावरही हात उगारला नाही! (बघा, मी घाबरलेला असलो की असेच काहीतरी उलटे सुलटे बोलत राहतो... अरे मला थांबवा ना...)

'अरेच्या! तुम्ही हे अजबच बोलत आहात!... ह्यात धोकादायक काय आहे? मी उद्या थ्रीकिंग्ज डे पार्टीसाठी जाणार आहे. मेक्सिकोचे प्रेसिडेंट व त्यांच्या पत्नीची भेट घेणार आहे. त्यांना तर मी कुठेही धोकादायक वाटलो नाही?' मी नम्रपणे त्या दूतावास अधिकाऱ्याला म्हटले.

पण तो मख्खच होता. त्याच्यावर माझ्या सांगण्याचा काहीही परिणाम झाला नाही.

'तुम्ही प्रेसिडेंट ओबामाला जरी भेटणार असाल तरी मला काही फरक पडत नाही. तुमच्या चौकशीची कार्यवाही पूर्ण झाल्याशिवाय तुम्ही यु.एस. मध्ये पाय ठेवू शकत नाही.' तो शांतपणे म्हणाला.

मला यु.एस. मध्ये व्याख्यानं द्यायला जायचं नसतं तर या परिस्थितीला मी नक्कीच थोडे विनोदी वळण दिले असते. पण मला कोणत्याही परिस्थितीत घरी पोहोचणे गरजेचे होते. अमेरिकन्सला माझ्यापासून काही धोका आहे किंवा नाही, हे ते ठरवेपर्यंत वाट पाहणे माझ्यासाठी अवघड होते.

मी त्या अधिकाऱ्याला कळकळीने विनंती केली. माझ्या कामाची जबाबदारी पटवून देण्याचा प्रयत्न केला. अनेक महत्त्वाच्या लोकांची नावे व ओळखी सांगितल्या. माझ्या गावातील माझे सहकारी व अनेक अनाथ लोक माझी वाट बघत आहे हेदेखील सांगितले. त्यानंतर मात्र त्या अधिकाऱ्याचे दुसऱ्या एका अधिकाऱ्याशी फोनवर बोलणे झाले. मग तो म्हणाला, 'ठीक आहे, ही प्रक्रिया लवकरात लवकर पूर्ण करण्याचा मी प्रयत्न करतो, तुमच्यासाठी मी एवढेच करू शकतो. पण त्यासाठी ही पंधरा दिवस लागतीलच.' खरं म्हणजे या पंधरा दिवसात मला अनेक ठिकाणी भाषणे द्यायला जायचे होते. अनेक जणांच्या भेटी घ्यायचे ठरले होते. पण त्या दूतावासाधिकाऱ्याला किंचितही सहानुभूती वाटली नाही. आता माझ्या हातात एकच उरले होते, ते म्हणजे हॉटेलात परत जायचे आणि मी परत हॉटेलमध्ये आलो. तेथे आल्यावर अनेक संबंधित लोकांना फोन केले. कुणी मदत करू शकते का, हेदेखील विचारत होतो. निदान आमच्यासाठी प्रार्थना तरी करा म्हणून विनवीत होतो.

मी आता माझी श्रद्धा, निष्ठा आणि विश्वास ह्याचा उपयोग करायचे ठरवले. खरंतर कोणत्याही गोष्टीवर माझी श्रद्धा आहे, विश्वास आहे असे फक्त म्हणणे उपयोगाचे नसते. जर तुम्हाला जगावर प्रभाव पाडायचा असेल तर श्रद्धा, निष्ठा, विश्वास ह्यांची सांगड घालायला शिकलं पाहिजे. त्याप्रमाणे स्वतः आचरण केले पाहिजे. मी एल.डब्ल्यू.एल. (Life without Limbs)च्या टीमच्या अधिकाऱ्यांना फोन केला. ते लोक कॅलिफोर्नियात होते. त्यांना सांगितले, 'माझ्यासाठी लोकांची प्रार्थनेची साखळीच करा. आम्ही तर येथे प्रयत्न करतच आहोत. पण तुम्ही सर्व जण माझ्यासाठी प्रार्थना करा.' माझ्या या संस्थेनी इमेल, फोन हिट द्वारा सगळ्यांना

संदेश दिला.

एका तासातच दीडशे लोक माझ्या व्हिसाचा प्रश्न लवकर सुटावा, मला व्हिसा लवकर मिळावा म्हणून प्रार्थना करू लागले. मी पण यु. एस. स्टेट विभागातील माझ्या काही मित्रांना मदतगारांना, संबंधितांना, जुन्या ओळखीच्या लोकांनी मला मदत करावी म्हणून फोन करतच होतो.

अचानक तीन तासांनी मेक्सिकोच्या यु.एस. दूतावासातून फोन आला 'चौकशी पूर्ण झाली असून तुमचा व्हिसा तयार आहे. सकाळी येऊन घेऊन जा.'

म्हणूनच म्हणतो, मित्रांनो, विश्वासाची अशी शक्ती आहे, जी पर्वतालाही हलवू शकते आणि निकला पण मेक्सिकोच्या बाहेर पडण्यास मदत करू शकते.

पूर्ण निष्ठेने कर्म करणे

ज्यांना कठीण परिस्थितीत संकटांचा सामना करावा लागला आहे, असे जगातील अनेक लोक माझे मार्गदर्शन मागतात किंवा मी त्यांच्यासाठी प्रार्थना तरी करावी अशी त्यांची इच्छा असते. खरं म्हणजे त्यांना स्वतःला काय करायचे, याची माहिती असते. पण ते कुणाची मदत घेण्यास किंवा ईश्वराजवळ याचना करण्यासही घाबरतात, इतकेच नव्हे तर स्वतःमध्ये कोणताही फेरबदल घडवून आणण्यासही कचरतात.

कदाचित आज तुम्ही संकटांचा, समस्यांचा सामना करत असाल, स्वतःला भयभीत, असहाय, असुरक्षित आणि संकटांचा सामना करण्यास असमर्थ समजत असाल, पण तुमची ही अवस्था मी समजू शकतो. कारण मी हे सर्व सहन केले आहे. या सर्व गोष्टींना सामोरे गेलो आहे. तरुण, म्हातारे लोक जेव्हा मला सांगतात, आजवर त्यांनी खूप अत्याचार सहन केले आहेत. त्यामुळे ते स्वतःला लाचार, एकाकी समजतात. आपली असमर्थता, विकलांगता किंवा आत्मविनाशी विचार यांमुळे ते सतत घाबरलेले असतात. तेव्हा त्यांना माझ्याशी नक्की काय बोलायचे आहे, हे मला समजलेले असते.

माझे शारीरिक व्यंग तर माझ्याकडे पाहताक्षणीच दिसते पण तरीही माझ्याशी अगदी अल्पकाळ बोलल्यावर किंवा माझी भाषणे ऐकल्यावर लोकांच्या लक्षात येते, अपंग असूनही मी किती सुखी आणि समाधानी आहे. त्यामुळे ते मला

विचारतात, की मी एवढा सकारात्मक वृत्तीचा कसा झालो? किंवा मी अपंगत्वावर मात करण्यासाठी एवढे धैर्य कुठून मिळवले? त्यावर माझे एकच उत्तर असते. 'मी ईश्वराकडे मदतीची याचना करतो आणि नेहमी पूर्ण निष्ठेने आपले कर्म करत राहतो. माझ्याजवळ आत्मविश्वास आहे, श्रद्धा आहे. मी ज्या गोष्टीवर विश्वास ठेवतो, त्यांचा पुरावा माझ्याकडे नाही. ना मी पाहू शकतो, ना चव घेऊ शकतो, ना वास घेऊ शकतो आणि ही गोष्ट म्हणजे, माझी ईश्वरावरील असीम निष्ठा! मी ईश्वराला स्पर्श करू शकत नाही ना पाहू शकतो! तरीही मला खात्री आहे, ईश्वराने मला काहीतरी उद्देश ठेवूनच जन्माला घातले आहे. मी जेव्हा पूर्ण निष्ठेने कर्म करतो आणि सर्वस्वाने कार्यरत होतो, तेव्हा आपोआपच परमेश्वराच्या कृपेला पात्र ठरतो.'

माझ्या इच्छेप्रमाणे मला नेहमीच मिळत राहील का? नाही. पण ईश्वराच्या इच्छेने सदैव मिळत राहील. मात्र ही गोष्ट जशी मला लागू आहे, तशी तुम्हाला पण! तुम्ही ख्रिश्चन असा किंवा नसा, ईश्वरावर श्रद्धा ठेवणे एवढाच विचार तुमच्यासाठी पुरेसा नाही. तर तुमचा तुमच्या स्वप्नांवर विश्वास असणे आणि ती पूर्ण होण्यासाठी निष्ठेने कार्यरत होणे गरजेचे असते. तुम्ही तुमच्या प्रतिभेवर व सामर्थ्यावर विश्वास ठेवता पण त्याला विकसित केले नाही व व्यवहारात त्याचा उपयोग केला नाही, तर ते चांगले असूनही काय उपयोग? तुम्ही खूप चांगले आहात, इतरांची पर्वा करता; पण दुसऱ्यांशी तर तुम्ही चांगले वागला नाहीत, त्यांची काळजी घेतली नाही तर मग तुमच्या चांगुलपणाचा काय पुरावा?

विश्वास ठेवावा? किंवा ठेवू नये? ही तुम्हाला निवड करण्याची संधी आहे.

मात्र एकदा तुम्ही विश्वास ठेवायचे ठरवले तर त्याप्रमाणे तुमचे वागणे हवे व त्याप्रमाणेच तुमची कृती हवी. कदाचित तुम्हालाही नोकरी व्यवसायात, नातेसंबंधात, प्रकृतिस्वास्थ्याच्या बाबतीत काही समस्यांना तोंड द्यावे लागले असेल किंवा तुम्हाला वाईट वागणूक मिळाली असेल. लोकांनी तुमचे शोषण केले असेल किंवा तुमच्या बाबतीत भेदभाव झाला असेल व स्वतःला साबित करण्यास तुम्ही असमर्थ ठरला असाल, तर ह्या गोष्टी तुम्हाला व तुमच्या जीवनाला अधोरेखित करतात. अशा वेळेस तुम्ही तुमच्या विश्वासाला मूर्त रूप द्या. कारण तुमच्या प्रतिभेवर तुमचा विश्वास असला पाहिजे. आजारपण किंवा अपंगत्व ह्यातून तुम्ही बाहेर येऊ शकता. पण नुसत्या श्रद्धेवर, विश्वासावर तुमच्या जीवनात सकारात्मक बदल येऊ शकत नाही. त्यासाठी निष्ठेने कर्म केले पाहिजे.

तुम्हाला जर खात्री असेल, की तुम्ही तुमच्या जीवनात चांगले परिवर्तन किंवा सकारात्मक दृष्टिकोन आणू शकता, तर त्यासाठी तुम्हाला संपूर्ण निष्ठेने काम करावे लागेल. व्यवसाय करण्यासाठी तुमच्या मनात भल्या मोठ्या कल्पना असतील तर त्यासाठी तुम्हाला पैसा, वेळ, तुमची प्रतिभा, कौशल्य द्यावे लागेल. नसता नुसत्या कल्पनेने काय होणार? तुम्हाला जर तुमच्यासाठी योग्य व्यक्ती आढळली व तिच्या बरोबर तुम्हाला उर्वरित आयुष्य घालवायची इच्छा असेल, तर त्यासाठी तुम्हाला कार्यरत व्हावे लागेल. त्यामुळे तुमचे काहीही नुकसान होणार नाही, पण निष्ठेने कर्म करणे जरुरी आहे. गमावण्यासारखे काय आहे तुमच्याजवळ?

निष्ठेने कर्म करण्याचे फळ

आपल्या जीवनात निष्ठा, विश्वास व संकल्प याचे अनन्यसाधारण महत्त्व आहे. पण त्यानुसार जर तुमचे कर्म नसेल, तर त्याला काहीच अर्थ उरत नाही. तुम्हाला ज्या गोष्टीवर विश्वास आहे, त्या तुम्ही तुमच्या जीवनाशी निगडित करू शकता. मी पण विश्वास व श्रद्धा या गोष्टी माझ्या आयुष्यात दृढ केल्या आहेत आणि त्याबाबतीत मी ठामही आहे. जी माणसं आपल्या जीवनात कठीण परिस्थितीशी सामना करत आहेत, अशा लोकांच्या मनात मी आशा निर्माण करतो, त्यांना प्रेरणा देतो. माझा हा आत्मविश्वास ईश्वरनिष्ठेचाच अंश आहे. मला विश्वास आहे, की ईश्वराने मला लोकांना प्रेरणा, प्रोत्साहन देण्यासाठीच या धरतीवर पाठविले आहे. याशिवाय जे लोक जीझस क्राइस्टला आपला मुक्तिदाता मानतात, त्यांनाही साहाय्य करण्यास पाठविले आहे. स्वर्गाचा मार्ग मी दाखवू शकत नाही, पण माझ्या निष्ठा आणि श्रद्धेच्या बळावर मी कुकर्म करणाऱ्या लोकांना जिझसच्या माध्यमातून क्षमेची भेट निश्चित मिळवून देऊ शकतो.

मला जन्मतःच हातपाय जरी नसले, तरी हे उमगले आहे, की प्रभूने मला ही शिक्षा दिली नसून उलट अपंगत्वामुळे ईश्वराचा उद्देश पूर्ण करण्यासाठी एक वक्ता व धर्मप्रचारक म्हणून प्रभूनेच माझ्या सामर्थ्यात वाढ केली आहे. मी बढाई मारत आहे, असंच तुम्हाला वाटेल. कारण बऱ्याच जणांना माझे अपंगत्व म्हणजे माझ्यात फार मोठी कमतरता आहे असे वाटते. पण अवयवांचा अभाव, माझी विकलांगता यांमुळेच इतर अपंग लोक माझ्याकडे येतात. किमान त्यांच्यात मी आशा निर्माण करू शकतो. त्यांना प्रेम-निष्ठेच्या संदेशाबरोबरच सुखाने जीवन जगण्यासाठी प्रोत्साहित करू शकतो.

'बायबल'मध्ये जेम्सने म्हटले आहे, आपले कर्मच निष्ठेचा पुरावा आहे, वचन नाही. जेम्सने २:१८ मध्ये लिहिलं आहे, की काही लोकांकडे निष्ठा असते, तर काही जणांकडे सुकर्म! पण माझं मत आहे, जर तुमच्याजवळ सुकर्मच नसेल तर तुम्ही तुमची निष्ठा कशी दाखवू शकाल? मी माझी निष्ठा चांगले कर्म करूनच दाखवू शकतो.

मी असे ऐकले आहे, की कर्म आणि निष्ठा यांचे नाते शरीर आणि आत्मा यांच्याइतकेच दृढ असते. आत्मा शरीरात राहतो आणि शरीर त्याच्या अस्तित्वाचा पुरावा आहे. त्याचप्रमाणे तुमचे कर्म हे तुमची निष्ठा व विश्वासाचे प्रतीक आहे. आपण जसे बोलतो त्याप्रमाणेच व्यवहार केला पाहिजे. तुमचा परिवार, सहकारी, शिक्षक, मालक, ग्राहक सगळ्यांना तुमच्याकडून तशीच अपेक्षा असते. ज्या गोष्टींचा तुम्ही उच्चार करता, त्याला मान्यता देता, त्याचा तुम्ही आदर करायला हवा आणि तसेच आचरणही केले पाहिजे. तुम्ही तसे केले नाही तर लोक तुम्हाला वाईट म्हणतील. आपले सहकारी आपल्या कामावरून (कर्म) आपल्याला ओळखतात. एखाद्या स्त्रीला चांगली पत्नी व माता व्हायचे असेल तर तिला बरेच वेळा स्वतःपेक्षा कुटुंबाच्या हितालाच जास्त महत्त्व द्यावे लागते. स्वतःची रचनात्मक प्रतिभा जगापुढे ठेवायचा जर तुमचा हेतू असेल तर तुम्हाला तुमच्या कार्यावरूनच पारखलं जातं. तुम्ही जे बोलता तसेच तुमचे आचरण पाहिजे. अन्यथा लोकांची तुमच्याविषयीची विश्वसनीयता संपुष्टात येते. एवढेच नाही तर स्वतःवरचा तुमचा विश्वासही नष्ट होतो. तुम्हाला स्वतःलाही तुमची उक्ती आणि कृती समान असावी असे वाटत असते. त्यामुळे तसेच आचरण जर केले नाही तर जीवन सार्थक ठरणार नाही व संतुलितही राहणार नाही.

एक इसाई म्हणून मला असे वाटते, आपण जीवन कसे जगलो, हा ईश्वराचा निर्णय असतो. बायबलची शिकवण अशी आहे, की ईश्वराचा निर्णय आपल्या बोलण्यावरून नव्हे तर आपण केलेल्या कर्मावरून होत असतो. बायबलच्या २०:१२ या प्रगटीकरणात हे लिहिले आहे. मी लहान, थोर माणसांना मृतक अवस्थेत ईश्वरापुढे उभे राहिलेले पाहिले. तेथे खाते उघडले गेले. एक पुस्तक उघडले जात होते, जे जीवनाचे पुस्तक होते. मृतकाविषयीचे निर्णय त्यांच्याविषयी दिलेल्या गोष्टींवरून होत होते. त्यांनी केलेल्या कर्मावरून त्यांचं निदान होत होतं.

मी जगभर भ्रमण करत असतो. लोकांनी एकमेकांशी चांगले वागावे, ईश्वरावर

प्रेम करावे म्हणून त्यांना प्रेरित करत असतो. माझी अशी श्रद्धा आहे या कामामुळे मी सफल, संपन्न झालो आहे. पण मला मनापासून वाटते, माझा जन्म याच कामासाठी झाला आहे. तुम्ही पण याच निष्ठेने कर्म केले तर तुम्हालाही माझ्यासारखाच अनुभव येईल. तुमचा उद्देश लहान असला तरी स्वतःला कधी कमकुवत समजू नका किंवा कमी लेखू नका. मीसुद्धा संघर्ष केला आहे, अजूनही संघर्ष करत आहे. तसंच तुम्हालाही संघर्ष करावा लागेल. मी अनेक वेळा अपयशी झालो आहे. शिवाय मी परिपूर्णही नाही. पण माझा सत्यावर गाढ विश्वास आहे. मी निष्ठेने कर्म करत आहे. आपले ध्येय नव्हे तर सत्याचरण आपल्याला मुक्ती देत असतं. मी नेहमी सत्यासोबत असल्याने माझा उद्देश सफल होतो.

प्रतिकूल परिस्थितीत आपल्या ध्येयाशी एकनिष्ठ राहणे अवघड असते. पण हाच तर खरा प्रवास आहे. याला जीवन प्रवास का म्हणतात बरं? आपल्या अंतिम स्थानी आपण हेलिकॉप्टरने का जात नाही? कारण खडतर अनुभवातूनच आपल्याला शिकायला मिळत असते. आपण विश्वासाने पुढे जात असतो. प्रभूवरील प्रेम, निष्ठा वृद्धिंगत होत जाते. आपण इतरांवरही प्रेम करायला शिकतो. निष्ठेने सुरू केलेला हा प्रवास प्रेमापर्यंत जाऊन पोहोचतो.

अमेरिकन सामाजिक कार्यकर्ता फेडरिक डग्लसच्या मते, संघर्ष नसेल, तर प्रगतीही होणार नाही. तुमचे व्यक्तिमत्त्व तुम्ही केलेल्या संघर्षातून व त्यातून मिळविलेल्या विजयातून बनत असते. तुम्ही जेव्हा भयाचा सामना कराल तेव्हाच तुमचे धैर्य वाढते. अनुभवांच्या कसोटीतून जातांना तुमची निष्ठा अधिक प्रबळ होत जाते.

तुमच्या विश्वासानुसार कर्म करा

मला नेहमी वाटतं, की जेव्हा आपण ईश्वराकडे कृपेची याचना करतो, आपले कर्म करत राहतो तेव्हा ईश्वराची कृपादृष्टी आपल्यावर होतच असते. भयभीत होण्याचे कारण नसते. माझ्या आई वडिलांनीच मला हे शिकवले आहे. ते स्वतःही असेच जीवन जगत होते. मी आजपर्यंत माझ्या वडिलांसारखं इतर कोणीही पाहिलं नाही. जे निष्ठेने कर्म करतात, ते मूर्तिमंत उदाहरण आहेत.

मी या पृथ्वीवर पूर्ण अवयवांसह जन्मलो नव्हतो. आईच्या शब्दात सांगायचे झाले, तर मी तुकड्यांमध्ये जन्माला आलो. पण मी अनेक बाबतीत नशीबवान

होतो. मला प्रेमळ आईवडिलांचे सहकार्य सतत लाभले होते. माझे अति लाड करून त्यांनी मला बिघडवून टाकले नाही. गरजेनुसार त्यांनी मला शिस्तही लावली आणि चुका सुधारण्याची संधी दिली. माझे आईवडील माझ्यासाठी खूप मोठे आदर्श आहेत. मी त्यांचे पहिले अपत्य होतो. त्यांच्यासाठी ही नक्कीच अनमोल भेट होती! गरोदरपणी कराव्या लागणाऱ्या सगळ्या वैद्यकीय चाचण्या केल्यानंतरही डॉक्टरांनी माझ्या आईला असा कोणताही संकेत दिला नव्हता, की मी हातापायाविना जन्मणार आहे. माझी आई स्वतः एक अनुभवी नर्स होती. अनेक स्त्रियांना प्रसूतीसाठी तिने मदत केली होती. तिने स्वतःचीही गर्भारपणात व्यवस्थित काळजी घेतली होती. त्यामुळे हातापायाविना माझा जन्म झालेला पाहून ते दोघेही भयभीत झाले होते. ते कट्टर इसाई होते. माझे वडील पादरी होते. जन्मानंतर मला अनेक वैद्यकीय चाचण्यांमधून जावे लागले होते. तेव्हा प्रत्येक वेळेस ते यातून चांगले काही तरी निष्पन्न व्हावे म्हणून सतत प्रार्थना करत होते. इतर बालकांप्रमाणे मी जन्मलो नव्हतो. माझ्या आईवडिलांनाही कुणाच्या तरी मार्गदर्शनाची नितांत गरज होती. पण हातपाय नसलेल्या कोणत्या मुलांच्या आईवडिलांना ते ओळखत नव्हते. सर्व साधारण आई–वडिलांप्रमाणे तेही प्रथम निराश झाले होते. राग, चीड, लाज, निराशा वगैरे भावनांमधून तेही गेले होते, खूप रडलेही होते. आपल्या बाळाकडे बघून त्यांना खूप वाईट वाटायचे. कारण त्यांच्या स्वप्नांच्या दुनियेत स्वस्थ, सुंदर बाळ होते पण तसे बाळ त्यांना मिळाले नव्हते. मी जसजसा मोठा होत जाईल तसतशी माझी स्थिती जास्तच कष्टप्रद, दयनीय होईल म्हणून त्यांना अतिशय दुःख व्हायचे. अशा बाळाला जन्म देण्याचे प्रयोजन काय असावे? हे त्यांच्या विचारशक्तीच्या पलीकडे होते. पण ह्या धक्क्यातून त्यांनी स्वतःला सावरले. ईश्वरावर नितांत श्रद्धा व भरवसा ठेवून त्यांनी पुढे काहीतरी करण्याचा निर्णय घेतला. देवाने आम्हालाच असे मूल का दिले? असा विचार करणेही त्यांनी सोडून दिले. 'आलीया भोगासी असावे सादर' या वाक्यानुसार ते ईश्वरीय इच्छेला शरण गेले. अत्यंत प्रेमाने माझे पालनपोषण करू लागले. मला प्रेम, जिव्हाळा देण्यात त्यांनी कोणतीही कमतरता ठेवली नाही.

काही खास उद्देशांसाठी

माझ्या आईवडिलांनी ऑस्ट्रेलियात माझ्या चिकित्सेचे सगळे प्रयत्न करून झाल्यावर कॅनडा, युएस व जगातील आणखी काही ठिकाणी चिकित्सेसाठी प्रयत्न सुरू केले. त्यांना माहितीही मिळत होती व मनात माझ्यासाठी एक आशेचा किरणही

जागृत होत होता! अनेक उपाय, चिकित्सा केल्या गेल्या पण माझ्या अवस्थेविषयी पूर्ण निदान कधीच झाले नाही. काही वर्षांनी माझा भाऊ ॲरॉन व बहीण मिशेलचा जन्म झाला. मात्र ते स्वस्थ व हातापायांसह जन्मले. त्यामुळे आनुवंशिकतेचा प्रश्नही आपोआपच मिटला.

काही काळानंतर माझ्या आईवडिलांना मी का जन्मलो, हा प्रश्नही महत्त्वपूर्ण वाटेनासा झाला. उलट आता ते मी जिवंत राहावे, म्हणून सजग झाले. बिनपायाचा मी चालणार कसा? शाळेत कसा जाईन? स्वतःची काळजी कशी घेईन? किशोरवयात स्वतःला कसा सांभाळेन? असे प्रश्न त्यांना बेचैन करत होते. पण मी तर बाळ होतो आणि मला त्या गोष्टींशी काहीही देणं-घेणं नव्हतं. माझे शरीर इतरांसारखे नाही हे पण मला कळत नव्हते. सगळे माझ्याकडे रोखून पाहायचे पण मला वाटायचे, की मी गोंडस आहे म्हणूनच माझ्याकडे सर्वजण पाहतात. पुढे मला खात्री होत गेली, कोणीही मला मारणार नाही किंवा माझ्या मार्गात अडथळाही आणणार नाही. मी कित्येकदा एखाद्या बीनबॅगसारखा स्वतःला घरंगळत खाली आणत असे. कधी कारच्या सीटवरून धपकन खाली पडत असे. व्हरांड्यात जर स्वतःला कोलांटी उडीसारखे फिरवायला लागलो, तर माझ्या आईवडिलांचा जीव वरखाली होत असे. त्यांना दडपण येत असे. एकदा स्केट बोर्डवरून वरच्या टोकापासून खाली लुढकत मी जोरात येत होतो. तेव्हा माझ्या आईवडिलांना किती भीती वाटली असेल ह्याची तुम्ही कल्पना करू शकता का? ओ!... मम्मा बघ मला हातच नाही... माझ्या आईवडिलांनी मला पाय असलेली खुर्ची किंवा तत्सम इतर साधने पुरविण्यात कोणतीही उणीव ठेवली नाही. ते जरी एवढे प्रयत्न करत होते, तरी मीही माझ्याकडून जलद हालचालींसाठी काही ना काही उपाय शोधतच होतो. माझ्या कपाळाची कातडी पायाच्या तळव्यासारखी निबरट व टणक झाली होती. कारण माझा आग्रह असायचा, की मला आडवे पडलेल्या स्थितीत कोणी उचलू नये. मी एखाद्या भिंतीचा, फर्निचरचा किंवा कोणत्याही स्थिर वस्तूचा आधार घेऊन लडखडत का होईना, पण स्वतःच उठायचा प्रयत्न करत असे.

सगळी मुले विस्फारीत डोळ्यांनी माझ्याकडे बघत असायची. अगदी नावालाच असणाऱ्या त्या पायासारख्या दिसणाऱ्या छोट्या अवयवांच्या मदतीने मी पोहू शकत होतो. अगदी मजेतच मी पोहण्याच्या तलावातही घुसत होतो. माझ्या शरीराचा तो पायासारखा दिसणारा अवयव मला खूपच मदतनीस ठरला. पुढे एका छोट्या ऑपरेशनने त्याचे दोन भाग केले. त्यामुळे माझी पोहण्याची गती वाढली. फोन,

कॉम्प्युटर, पेन यांसारख्या गोष्टी मी त्या पायाच्या मदतीने वापरू लागलो. संदेश पाठवू लागलो. शिवाय मला ते एक प्रकारचे वरदानच ठरले.

हळूहळू मी माझं लक्ष समस्यांवरून काढलं आणि समाधान शोधण्यावर केंद्रित केलं. तेव्हा माझ्या एक गोष्ट लक्षात आली, ती म्हणजे, मी जर बसल्याजागी लुढकलो तर त्याचा प्रभाव एखाद्या स्नोबॉलसारखा होत होता. अशा प्रकारे माझी समस्या सुटत चालली होती किंवा समस्या सोडविण्याची माझी समर्थता वाढली होती. म्हणतात ना, तुम्ही प्रयत्न केला की ईश्वर तुम्हाला वरदान देतो. माझ्या बाबतीत ते तंतोतंत खरे ठरले होते. ईश्वर दररोज माझ्यासमोर नवीन नवीन योजना आणून ठेवत होता. पण तुम्ही जर ईश्वराला शरण गेलात व त्याच्या इच्छेनुसार निष्ठेने कर्म करत राहिलात तर तुमचे भय, संदेह चुटकीसरशी नाहीसे होतात. समाधानी वृत्ती ठेवली तर ईश्वर तुम्हाला मार्ग दाखवतो, यावर माझा पूर्ण विश्वास बसला. अर्थात संकटाचा सामना करावाच लागतो. कारण संघर्ष जीवनाचे अविभाज्य अंग आहे. पण आत्मविश्वासाने, निष्ठेने जर तुम्ही तुमचे कर्म करीत राहिलात तर तुम्हाला कोणीही रोखू शकत नाही. उलट त्या संघर्षातूनही तुम्हाला काहीतरी शिकायला मिळू शकते व तुमची पुढे जाण्याची ऊर्मी अधिक प्रबळ होते. मी अगदी प्रामाणिकपणे सांगतो, की प्रत्येक वेळेसच मी संकटाचा सामना केला असे नाही. उलट मी प्रभूला विचारीत असे, की अजून माझ्या समस्या, माझे कष्ट किती उरले आहेत? पण जसजसा काळ जात होता, तसतसे मी धीराने सहन करायला शिकलो होतो. माझ्या अनुभवांतून जे शिकत होतो, त्याचा उपयोग मी प्रत्यक्ष जीवनातही करू लागलो. मला शिकण्याची, ज्ञान मिळविण्याची भरपूर संधी मिळाली होती. हिशोबच केला तर अगदी ब्रह्मांडाचा स्वामीच व्हावे! तुम्ही कल्पना करा, माझा सर्वांत संघर्षाचा काळ माझ्या किशोरवयात सुरू झाला होता. ज्या वयात आपण कोण आहोत? या जगात राहण्यास आपण पात्र आहोत का? वगैरे जाणून घेण्याचा प्रयत्न आपण करत असतो. मला मित्रही भरपूर होते. शाळेतही मी लोकप्रिय होतो. पण काही दुष्ट मुले मला त्रास द्यायची, माझ्यावर व्यंगात्मक शेरेबाजी करायची. मात्र तसा मी आशावादी होतो. साध्या सरळ स्वभावाचा असूनही आता मी इतरांसारखा कधीच दिसणार नाही, याची मला जाणीव होती. लोकांसारखे सामान्य व्यवहार मला कधीच करता येणार नाहीत, या गोष्टी हळूहळू मला जाणवू लागल्या होत्या. मी जरी माझ्या अवयवहीन देहावर उपहासाने, विनोदाने बोलत होतो, तरी हळूहळू माझ्या मनात एक विचार प्रबळ होत गेला, माझ्याच जिवलग व्यक्तींवर मी ओझे बनून राहणार आहे

का? कारण मी स्वतः माझा आधार होऊ शकत नव्हतो. शिवाय मी कधीच लग्न करू शकणार नव्हतो, ही भीतीदेखील मला होती. त्यामुळे माझा परिवार असण्याचा प्रश्नच उद्‌भवणार नव्हता. माझ्या हाताने मी बायकोला जवळही घेऊ शकणार नव्हतो, ना मुलांना संरक्षण देऊ शकणार होतो. मग असा नवरा कोणत्या स्त्रीला आवडेल? असे विचार मी माझ्या किशोरवयात जास्तच करू लागलो. त्यामुळे हळूहळू माझे विचार नकारात्मकतेकडे झुकू लागले. ईश्वराने मलाच हे अपंगत्व का दिले? हे एकाकीपण का दिले? ईश्वराने मला जणू ही शिक्षाच दिली आहे. त्याचे माझ्याकडे लक्षच नाही. सगळ्या मुलांवर प्रेम करणारा प्रभू माझ्या बाबतीत एवढा निर्दयी का बनला? असे विचार माझ्या मनात येऊ लागले.

वयाच्या आठ ते दहा वर्षाच्या काळापासून अशा प्रकारच्या नकारात्मक विचारांबरोबर मनाला एक प्रकारची मरगळ, निराशा व उदासीनता आली होती. त्याने माझ्या मनात आत्महत्येच्या विचाराला जन्म दिला. मी कल्पनेतच असा विचार करायचो, की खूप उंचावरून उडी मारत आहे किंवा स्वतःला बाथटबमध्ये बुडवून घेत आहे. तशी ही माझ्या आई-वडिलांना मी पाण्याच्या आसपास गेलो तरी कधीच भीती वाटायची नाही. कारण मला पोहता येते हे त्यांना माहीत होते.

मी दहा वर्षांचा होतो, तेव्हा स्वतःला बाथटबमध्ये बुडवून मारण्याचा प्रयत्न केला होता. तेव्हा मी दोन उलट सुलट उड्या मारल्या आणि माझे तोंड पाण्यातच बुडवून ठेवावे असे मला वाटले! पण मी तसे करू शकलो नाही. मला वाटले, मी जर आत्महत्या केली तर माझ्या आई-वडिलांची नाचक्की होईल. त्यांना खूप दुःख होईल, म्हणून मी अशी कृती करू शकत नव्हतो.

नकारात्मक विचारांमुळे मी हे विसरून गेलो होतो, की माझ्या जीवनाचंही काहीतरी लक्ष्य असावं. मला वाटायचं, मी स्वतःची काळजी घेऊ शकत नाही. कुठल्याही मुलीचे प्रेम मिळवू शकत नाही. मग माझा उपयोग काय? मला एका गोष्टीचे खूप भय वाटायचे ते म्हणजे, मी आयुष्यभर एकाकीच राहणार! माझ्या कुटुंबासाठी केवळ ओझे बनून राहणार! माझा न स्वतःवर विश्वास उरला होता न माझ्या प्रयोजनावर! ज्या ईश्वराने मला जन्माला घातले, त्याच्यावरही मला भरवसा राहिला नव्हता. मला कुठलाही मार्ग दिसत नव्हता. आपलेही जीवन सार्थक होऊ शकते, ह्याविषयी मला खात्री राहिली नव्हती. ईश्वराने मला हातपाय द्यावे म्हणून मी त्याला प्रार्थना करत होतो. पण त्याने तसा चमत्कार केला नाही. त्यामुळे माझी

ईश्वरावरची श्रद्धाही ढळली होती.

तुम्हालाही असेच अनुभव येत असतील किंवा तुम्हीही अशाच समस्यांचा सामना करत असाल तर एक गोष्ट नीट लक्षात घ्या, मी तेव्हा खूप चुकीचा विचार करत होतो. माझी दृष्टी संकुचित बनली होती. मी श्रद्धाहीन झालो होतो, ईश्वर कधीही चूक करत नाही, याचं विस्मरण मला घडलं होतं. तो नेहमी सर्वांसाठी काही ना काही योजना आखतच असतो.

पुढे काही वर्षांतच ईश्वराची माझ्यासाठी असणारी योजना हळूहळू माझ्या दृष्टिपथात आली आणि माझ्या जीवनाला कलाटणी मिळाली. मी ज्याचा स्वप्नातही विचार केला नव्हता. माझ्या आई-वडिलांनी मला माझ्या सहपाठी मित्रांमध्ये मिसळण्यास सांगितले, इतकेच नाही तर ते मला त्यांच्यात सामावून घेतील असा विश्वासही ठेवायला सांगितले. मी त्यांनी सांगितल्याप्रमाणे केले. तेव्हा माझ्या लक्षात आले, की खरंच सर्वजण माझी पर्वा करत होते. मी माझ्या अपंगत्वाशी झुंज, लढा देत असलेला पाहून त्यांना प्रेरणा मिळत होती. जरी काही जणांना माझे स्वरूप चमत्कारिक वाटत होते, तरी त्या सर्वांच्या स्वीकृतीमुळे मला विद्यार्थ्यांच्या संघटनातून, चर्चग्रुपमधून भाषणे करण्याची उमेद मिळाली. माझ्या भाषणांबद्दल लोकांची अनुकूल प्रतिक्रिया बघून माझे डोळे उघडले. त्यानंतर मला हळूहळू हे समजत गेले, की माझ्या जीवनातील महत्त्वाचे प्रयोजन म्हणजे मी लोकांना संकटातून, दुःखातून बाहेर पडण्यास मदत करावी. इतकेच नव्हे तर त्यांची इच्छा असेल तर त्यांना ईश्वराच्या निकट जाण्यासही मदत करावी. आता मला माझी किंमत समजली. माझी ईश्वराविषयीची निष्ठा अधिक गाढ झाली. माझ्या जीवनातही सहजता आली. माझा आत्मविश्वास अधिक दृढ झाला आणि माझ्या मनात आंतरराष्ट्रीय स्तरावर एक वक्ता व धर्मप्रचारक म्हणून कार्य करण्यासंबंधीचा विचार प्रबळ झाला. माझे हे काम मला अनमोल असे वरदानच ठरले. त्यामुळे माझे जीवन आनंदी व सुखमय झाले. जगातील लाखो लोकांपर्यंत व तुमच्यापर्यंतही पोहोचण्यासाठी मला एक संधी मिळाली, माध्यम मिळाले.

पुराव्याची आवश्यकता नाही

आपल्या भविष्यात ईश्वराने काय लिहून ठेवले आहे हे मी किंवा तुम्ही कोणीच जाणू शकत नाही. त्यामुळे आपल्या नशिबात फक्त भयच असतं. एकदा जर का आपण घसरून पडलो तर परत कधीच उठू शकणार नाही, असे कधीही समजू नये.

तुम्ही नेहमी स्वतःवर, तुमच्या उद्देशांवर व ईश्वराने तुमच्यासाठी योजलेल्या प्रयोजनांवर विश्वास ठेवला पाहिजे. म्हणून नेहमी भयमुक्त राहा. स्वतःला कधीही असुरक्षित समजू नका. कारण त्या बळावरच तुम्हाला तुमचा मार्ग सापडू शकतो. भविष्यात आपल्यासाठी काय वाढून ठेवले आहे ह्याचे अनुमान आपण लावू शकत नाही. पण जीवनाला वश होण्यापेक्षा त्यावर मात करणे कधीही श्रेयस्कर. तुमच्याजवळ श्रद्धा असेल तर तुम्हाला पुराव्यांची गरज नसते. श्रद्धायुक्त भावनेने जीवन जगावे. तुम्हाला योग्य उत्तरांची नाही तर योग्य प्रश्नांची गरज आहे. भविष्यात काय घडणार आहे, हे कुणालाच माहीत नसते. बरेच वेळा ईश्वराची योजना आपल्या कल्पनेच्या व विचारांपलीकडे असते. वयाच्या दहाव्या वर्षी मला कधीही असे वाटले नव्हते, की पुढील दहा वर्षांत प्रभू मला जगप्रवासाची संधी देईल व मी लाखो लोकांना प्रेरणा देऊ शकेन. जीझसच्या निकट जाण्याचा मार्ग मी त्यांना दाखवू शकेन. मला हे पण वाटले नव्हते, की माझ्या कुटुंबाइतकेच कुणी समंजस आध्यात्मिक वृत्तीची सुंदर नीडर तरुणी माझ्यावर सर्वाधिक प्रेम करेल. मी तिला आवडू लागेल, जी आज माझी पत्नी आहे.

जो मुलगा आपल्या भविष्याविषयी नेहमी उदासीन व चिंतीत होता, तो आज सुखाचे, आनंदाचे जीवन व्यतीत करत आहे. 'मी कोण आहे' हे मला माहीत आहे. ईश्वर नित्य माझ्या समीप आहे. माझे आयुष्य आता प्रेमाने व अनेक उद्देशांनी परिपूर्ण आहे.

मात्र मी खरोखरच चिंतामुक्त आहे का? प्रत्येक उगवत्या दिवसाला सूर्यकिरणांचे व फुलांचे वरदान मिळतेच का? नाही. कारण आपल्याला माहीत आहे, की जीवन नेहमी सुरळीतच चालू असते असे नाही. पण मी ईश्वराचा सदैव ऋणी आहे. त्याने माझ्यासाठी निवडलेल्या मार्गावरूनच मी चालत आहे. ही पण ईश्वराचीच कृपा आहे. तुम्ही आणि मी काही उद्देश घेऊनच या जगात जन्माला आलो आहोत. मला माझे प्रयोजन मिळाले आहे. तुम्ही निश्चितच माझ्या जीवनकहाणीवरून प्रेरणा घेऊ शकता. तुमचा मार्गही तुमच्या प्रतीक्षेत आहे.

विश्वास ठेवा व साध्य करा

तुम्ही एकदा विश्वास व निष्ठा आत्मसात केली तर मग तुमचा उद्देश नक्कीच साध्य करू शकता. पुढे प्रत्येक पावलागणिक तुम्हाला समजत जाईल, की ईश्वराने तुमच्यासाठी असा मार्ग योजला आहे, ज्याची तुम्ही कधी कल्पनाही केली नव्हती.

उदाहरणार्थ, माझ्या जीवनात माझ्या अवयवविहीन शरीरावर हातपाय येण्याचा चमत्कार कधीच घडला नाही पण दुसऱ्यांसाठी मी नक्कीच चमत्कार बनू शकतो. माझ्या जीवनातील नैराश्य, आत्महत्येसारखी घटना किंवा इतर अनेक पीडादायक अनुभवामुळे मी इतरांच्या जीवनांतील दुःखाची तीव्रता समजू शकतो. मी असा चमत्कार करू शकतो, ज्यामुळे तुमचे डोळे उघडतील, तुमच्या अंतःकरणात चेतना जागृत होईल. शिवाय तुम्हाला दिलासा मिळेल की तुम्हीही इतरांच्या प्रेमास पात्र आहात व ध्येयाच्या समीप जात आहात!

प्रेम व निष्ठा – अतूट संबंध

निष्ठेने काम करणे हे केवळ प्रेमापोटीच शक्य आहे. मी तुमच्यावर प्रेम करतो, मला तुमची पर्वा आहे, तुम्हाला मदत करतो, तुमची हिंमत आणि उमेद वाढवू इच्छितो. मी हे सर्व प्रेमापोटी करतो. आपल्याजवळ प्रेम करण्याची अमर्याद शक्ती आहे. ह्या प्रेमभावनेला सक्रिय केले पाहिजे आणि तेही केवळ आपल्या ध्येयपूर्तीसाठी नव्हे तर संपूर्ण विश्वात शांती आणि समाधान आणणाऱ्या मोहिमेत आपण योगदान द्यायला हवे. जर तुमच्या जीवनाचा आरंभ व शेवट प्रेममय असेल तर ईश्वरीय कृपा, प्रेम तुमच्यापर्यंत पोहोचविण्याचे माध्यम मी बनू इच्छितो. ज्यामुळे तुमची उमेदही वाढेल. ईश्वराचे दूत पॉल हे म्हणतात, 'मी माणसाची किंवा संताची वाणी बोलतो पण जर माझ्या मनात प्रेमभावनाच नसेल तर ते एखाद्या मोठ्या घंटेच्या पोकळ आवाजासारखे आहे. माझ्या जवळ पर्वताला हलवण्याइतकी विश्वासाची प्रचंड ताकद आहे. पण मनात जर प्रेमच नसेल तर ते सारे व्यर्थ आहे.'

खूपदा आपण पाहतो, जग खूप स्वार्थी व कठोर बनत चाललंय. इतकेच नाही तर आपण परमेश्वराच्या प्रेमाकडेही दुर्लक्ष करतो. त्याने त्यांच्या पुत्राला आपल्यासाठी स्वतःचे बलिदान करायला लावून आपण पापमुक्त व्हावे म्हणून पाठविले आहे, जो नित्य आपल्या समीप आहे. जेव्हा तुम्ही परमेश्वराचे सामर्थ्य, स्वरूप ओळखता, तेव्हा त्याने निर्माण केलेल्या प्राणिमात्रांवर प्रेम करू लागता. पण कधी कधी तुम्हाला या गोष्टींचा विसर पडतो. मीसुद्धा विसरलो होतो. पण माझ्या एक लक्षात आले, की जेव्हा ईश्वराने माझ्यासाठी रचलेल्या योजनेविषयी किंवा त्याने माझ्या पुढे ठेवलेले ध्येय पूर्ण करण्यासाठी मी काय करावे? यासंबंधी मी संभ्रमित झालो, द्विधावस्थेत अडकलो, तेव्हा ईश्वराने प्रत्येक वेळेस माझ्यासमोर अशी परिस्थिती निर्माण केली, ज्यातून मला माझा उद्देश स्पष्ट दिसावा. शिवाय मी बोलल्याप्रमाणे आचरण

करतो किंवा नाही, याची कसोटीही त्या वेळी लागत असे. फेलिप कॅमिरिआशा याच्याबरोबरचा माझा अनुभव म्हणजे त्याचे अगदी ताजे उदाहरण आहे.

फेलिप हा चिलीतील टेलिव्हिजनवरील एका कार्यक्रमाचा संचालक होता. त्याचा कार्यक्रम यु.एस.च्या ऑपेरा बिनफ्रेच्या कार्यक्रमाइतकाच लोकप्रिय होता. कॅरोलिना डी मोराय बरोबर तो बुनोस डिआझ ए टोड्स नावाचा कार्यक्रम करत असे. त्याचा इंग्रजीत अर्थ आहे, 'गुड मॉर्निंग एव्हरीवन्!' हा कार्यक्रम चिलीच्या स्टेट टिव्ही नेटवर्क वरील सर्वाधिक लोकप्रिय कार्यक्रम म्हणून प्रसिद्ध होता. २०११ सप्टेंबर मध्ये चिलीच्या दुसऱ्या दौऱ्याच्या वेळेस ह्या कार्यक्रमात भाग घेण्यासाठी मला आमंत्रित केले गेले. २० मिनिटांची ही मुलाखत होती. साधारणपणे वीस मिनिटांचाच वेळ पाहुण्यांना मिळत असे. अशा कार्यक्रमात दुभाषिकाची सोयही असतेच. पण या कार्यक्रमात फेलिप आणि कॅरोलिना बरोबर माझे संभाषण चाळीस मिनिटे झाले. ही गोष्ट त्या कार्यक्रमांसाठी अनोखीच ठरली. मात्र माझ्यासाठी ही गोष्ट महत्त्वाची ठरली. कारण त्यांनी ईश्वरावरील निष्ठा आणि त्याबद्दल मला काय वाटते? एक वक्ता आणि धर्मप्रचारक म्हणून जगभर प्रवास करून मी माझा उद्देश कशा प्रकारे यशस्वी करतो, याविषयी बोलण्यासाठी मला भरपूर वेळ दिला होता. फेलिप माझे संभाषण लक्ष देऊन ऐकत होता याचे मला आश्चर्य वाटले. मी त्याला फारसा ओळखतही नव्हतो. तो चिलीतील प्रसिद्ध कीर्तिमान अविवाहित तरुणांपैकी एक होता. सर्वांचे त्याच्याकडे लक्ष असायचे. कारण त्याचे वैयक्तिक जीवन, प्रेम संबंध, वगैरे गोष्टीविषयी लोकांमध्ये कुतूहल असायचे. लोक त्याला प्रसिद्ध व्यक्ती म्हणून मानत होते. पण माझ्याशी त्याने गंभीरपणे आध्यात्मिक विषयावर चर्चा केली. त्याने मला विचारले, 'तुम्ही ईश्वराला कसे जाणले'?

मी म्हणालो, 'त्यासाठी आस्था, निष्ठा व विश्वास असायला पाहिजे म्हणजे तुम्ही अशा गोष्टीवर भरवसा ठेवता, ज्याचा काही भौतिक पुरावा नाही.'

मी माझ्या आस्था, निष्ठा, विश्वासविषयी बोलताना म्हणालो, 'जिझसच केवळ स्वर्गाकडे व शाश्वत जीवनाकडे जाण्याचा मार्ग आहे.' फेलिप, कॅरोलिना व टि. व्ही.चे दर्शक ह्या सर्वांसमोर मी लोभी माणूस आहे, ही गोष्ट स्वीकार केली. या पृथ्वीवर ९० वर्षांचे आयुष्य जरी मिळाले तरी माझ्या कामासाठी कमीच आहे. अर्थात मी नेहमीच स्वर्गात राहू इच्छितो. त्यातल्या त्यात चांगली गोष्ट म्हणजे किमान एका मनुष्याला तरी माझ्याबरोबर स्वर्गात येण्यासाठी मी प्रेरणा देऊ इच्छितो.

केवळ या एका कारणामुळेच मी स्वतःला शक्तिशाली समजतो. माझ्या कपाटामध्ये मी पायातील चपलांची जोडी ठेवतो. कारण मी चमत्कारांवर विश्वास ठेवतो. पण एखाद्याला ईश्वरासमीप जाताना पाहण्यासारखा दुसरा चमत्कार माझ्यासाठी नाही. म्हणून ईश्वरावरील निष्ठा, आस्था व विश्वास ह्यासाठी प्रार्थना करा. मला विश्वास आहे, ईश्वर एक दिवस नक्कीच तुम्हालाही मदत करेल.

बोलता बोलता मी भावविभोर झालो. मी ईश्वराचा अत्यंत ऋणी आहे, की त्याने फेलिपच्या कार्यक्रमात माझे मनोगत व्यक्त करण्याची संधी मला दिली, म्हणून मी ईश्वराला मनापासून धन्यवाद देतो. माझे विचार लोकांपर्यंत पोहोचविण्याची मिळालेली ही संधी माझ्यासाठी खूप महत्त्वाची होती. फेलिपवर माझ्या बोलण्याचा प्रभाव पडला होता, हेही माझ्या लक्षात आले. कॅरोलिनाही माझे बोलणे लक्षपूर्वक ऐकत होती. मी एक धर्मप्रचारक आहे. त्यांना वाटणारी उत्सुकता, कुतूहल हे जणू माझ्यासाठी बोलण्याचा परवानाच आहे, असे मानून मी बोलतच राहिलो. त्यांनी विचारले, 'माझ्या निष्ठेच्या काही मर्यादा आहेत का? किंवा माझी निष्ठा कुठपर्यंत सीमित आहे?'

मी म्हणालो, 'मी हे निश्चितपणे सांगू शकत नाही. कारण माझ्या अंतःकरणातील आनंदाला व परमसुखाला कोणतीही मर्यादा नाही. मग मला काहीही होवो! मी लोकांना सांगू इच्छितो, की ईश्वरावर निष्ठा ठेवल्यास जीवनात सगळे भले होते. मात्र हे वास्तव आहे, की लोक अजूनही दुःख, कष्ट व समस्यांचा सामना करत आहेत. आरोग्य, आर्थिक विवंचना, नात्यांमधील दुरावा, प्रिय व्यक्तींचा विरह, त्रास, दुःख वगैरे त्यांना सहन करावे लागते. प्रत्येकाच्या आयुष्यात वाईट काळ येतच असतो, पण मला वाटतं, हे वाईट दिवस आपल्याला बरंच काही शिकवून जातात. जेव्हा दुःखी-कष्टी लोक माझ्या आनंदी व सुखी जीवनाकडे पाहतील, तेव्हा त्यांना हे निश्चितपणे वाटेल, की निक्‌ला हातपाय नसूनही तो ईश्वराचा ऋणी कसा असतो? मग आम्हीही ईश्वराला धन्यवाद द्यायला नको का? आपल्या कर्माप्रति नेहमी प्रयत्नशील राहायला नको का? मी कॅरोलिना व फेलिपला सांगितले, की काही महिन्यांपूर्वी मी अतिशय त्रासात होतो, कठीण परिस्थितीतून जात होतो. (त्याविषयी मी पुढे सविस्तर लिहिणारच आहे) मला सदैव ईश्वराच्या अस्तित्वाचे भान असते. कधी कधी मीही संभ्रमित होतो. जेव्हा आयुष्यात आपण वाईट काळातून जात असतो, तेव्हा हे सगळे समजून घेणे अवघड असते. पण एक लक्षात घ्या, मी हे सर्व प्रतिकूल परिस्थितीमुळेच शिकलो. सहज सरळ जीवनातून

मला काही शिकता आले नसते. आज जे काही मी बनलो आहे, ती केवळ माझ्या कष्टमय जीवनातून मिळालेली अमूल्य भेट आहे.

परमेश्वराने तुमच्या पुढ्यात आणून ठेवलेल्या परिस्थितीमुळे तुमच्याही मनात संभ्रम निर्माण झाला असेल. हे त्रास आपल्याच नशिबात का आहेत, ह्याविषयी पण कधी कधी आपण संभ्रमित होतो. त्या दिवशी टि.व्ही.च्या दर्शकांसमोर मी सांगितले होते, 'तुमच्यात निष्ठा, आस्था, विश्वास असेल तर तुम्ही अंधारातही पाऊल टाकू शकता. प्रत्येक श्वासागणिक तुम्ही याची जाणीव ठेवायला हवी. हे आयुष्य म्हणजे परमेश्वराने आपल्याला दिलेली एक अनमोल भेट आहे. त्यासाठी ईश्वराचे आपण ऋणी राहायला हवं, हे नेहमी लक्षात ठेवा. तुमच्यासाठी सर्वांत धोक्याची गोष्ट तीच असेल, जेव्हा तुम्हाला वाटेल की ईश्वराची तुम्हाला गरजच नाही.'

अशा प्रकारे मी बराच वेळ बोलत होतो. पण मला कोणीच थांबवले कसे नाही, याचे मला आश्चर्य वाटले. तेवढ्यात फे लिप एक सॉकर बॉल घेऊन आला व मला म्हणाला, 'सॉकर बॉलचे माझे कौशल्य दर्शकांना दाखवावे.' आता तुमच्या लक्षात आलेच असेल माझे शॉटस् जास्त डोक्यानेच होते. त्या छोट्या पायांनी फारसे नाही!

त्या शोमध्ये माझा नुकताच प्रदर्शित झालेला म्युझिक व्हिडिओ ही दाखविण्यात आला होता, हे खरंतर खूप आश्चर्य होते. शो संपल्यानंतर मी जरा भावुक झालो होतो. ज्यांनी माझे भाषण ऐकण्यासाठी वेळ दिला होता, त्या फेलिप, कॅरोलिना व दर्शकांना मी धन्यवाद दिले. नंतर मी प्रार्थना केली, की त्या पवित्र आत्म्याने खाली येऊन सर्वांच्या अंतःकरणाला स्पर्श करावा. सर्वांना शांती, शक्ती, धैर्य यांबरोबरच ईश्वराचे सर्वांवरच प्रेम आहे, याविषयी लोकांना आश्वस्त करावे. ईश्वराजवळ सर्वांसाठीच योजना असते. तो नित्य प्रत्येकाच्या समीप असतो. मी जिझसला प्रार्थना केली, की तुझ्यावर निष्ठा, आस्था, विश्वास ठेवण्याची शक्ती दे.

मला वाटलं, आता कुणीतरी स्टेजवर येईल आणि मला ढकलत खाली आणतील. पण तसे काही घडले नाही. खरोखरच त्या दिवशी माझ्या कार्यक्रमासाठी एवढा वेळ दिला गेला, की मला राहून राहून त्याचे आश्चर्य वाटत होते. जणू माझ्या आई-वडील, भावंडांनी व माझ्या समर्थकांनी त्या टि.व्ही. स्टुडिओचा ताबा घेऊन डायरेक्टर, निर्देशन, कॅमेरा नियंत्रण सगळं आपल्या हातातच घेतलं होतं की काय! पण नंतर मला कळलं, शो चा डायरेक्टर इसाई होता व माझा प्रशसंक होता. त्याने

त्याच्या टीमला तो कार्यक्रम चालू ठेवण्याबद्दल सूचना दिली होती. नंतर त्याने जेव्हा नम्रपणे माझे आभार मानले, तेव्हा त्याच्या डोळ्यात अश्रू आले होते. तो म्हणाला, 'ह्यापूर्वी कधीही एवढ्या मोठ्या प्रमाणात सकारात्मक प्रतिसाद मिळाला नव्हता. अगदी तत्क्षणी माझी कहाणी लोकांपर्यंत पोहोचविल्याबद्दल लोक टि.व्ही.ला फोन करून धन्यवाद देत होते.

विश्वासाची साथ

सकाळच्या त्या कार्यक्रमात फेलिप आणि कॅरोलिना त्याच्यासोबतचा माझा अनुभव खूपच चांगला व मनाला समाधान देणारा होता. दुपारपर्यंत मी त्याच प्रभावाखाली होतो. थोडा आराम करण्यासाठी आम्ही हॉटेलला परतलो. मी संगीत ऐकतच नेटसर्फिंग करत होतो. तेवढ्यात हॉटेलमधील फोन वाजला. सकाळच्या कार्यक्रमातील दुभाषीचा तो फोन होता. ती म्हणाली, 'दुर्घटना झाली आहे.' त्या वेळी तिने मला टि.व्ही. लावण्याची सूचना दिली. टि.व्ही. वर एक बातमी चालू होती. त्यात फेलिपचा फोटो दाखवत होते. त्याचे विमान दुर्घटनाग्रस्त झाल्याची बातमी दिसली. मला थोडेफार स्पॅनिश येत होते. त्यावरून समजले, की एका द्वीपावर विमान अपघात झाला होता. विमानात एकवीस प्रवासी होते, त्यात फेलिपही एक होता व विमानातील इतर कर्मचारी होते.

बचाव व शोधकार्य पथक तिकडे गेले होते. ही घटना जुआन फर्नांडीस बेटावर झाली, जे चिलीपासून हजार मैल दूर होते. त्यामुळे सविस्तर वृत्त मिळत नव्हते. कोणी जिवंत आहे किंवा नाही, हे पण कळत नव्हते. २०१० मध्ये एका बेटावर भूकंप व त्सुनामीमुळे झालेल्या विनाशानंतर तेथे जे पुनर्वसनाचे काम सुरू होते, त्याचा तपशील घेण्यासाठी पाच जण चालले होते. ते त्या विमानातच होते, त्या पाचांपैकी फेलिप हादेखील एक होता. ते सर्व त्या चिलीच्या वायुदलाच्या विमानातून जात होते. वाईट हवामानामुळे अपघातापूर्वी दोन वेळेस विमान उतरविण्याचा प्रयत्न केला होता, पण तो असफल झाला होता. धावपट्टीजवळ असणाऱ्या समुद्रात विमानाचे अवशेष व सामान इतस्ततः पडलेले दिसत होते.

विमान दुर्घटना बचावकार्य, शोधकार्य, विमानाचे अवशेष वगैरे टि.व्ही. वरची दृश्ये पाहून माझे मन सुन्न झाले. तसं पाहिलं तर, फेलिपचा व माझा काही तासांचाच परिचय होता. पण त्याने माझ्याबरोबर केलेल्या निष्ठा, विश्वास याविषयीच्या चर्चेचा निश्चितपणे त्याच्यावर खोलवर परिणाम झाला होता, हे माझ्या लक्षात आलं होतं.

मला आठवतं, मी जेव्हा म्हणालो होतो, 'या मला पृथ्वीवर दीर्घ आयुष्य जगायचं आहे. पण त्यापेक्षाही परमेश्वराच्या निकट अनंत काळ राहण्याची जास्त तीव्र इच्छा आहे, तेव्हा तोही भावुक झाला होता. त्याने विचारलेल्या प्रश्नांचे स्वरूप, त्याचे चेहऱ्यावरचे भाव आणि त्याच्या भावनात्मक प्रतिक्रिया यावरून मी असे अनुमान लावले होते. तो कदाचित आध्यात्मिक जीवनात प्रवेश करण्यासाठी मार्ग शोधत असावा. माझं मन फेलिप व त्याच्या सहप्रवाशांविषयी दुःखाने भरून आलं. मी त्या सर्वांसाठी सारखा प्रार्थना करू लागलो. माझ्या डोक्यात दुसरे काहीही विचार येत नव्हते. खरं म्हणजे मला दुसऱ्या दिवशी रात्री एका ठिकाणी भाषणास जायचे होते. त्याची तयारी करायची होती. पण इतर कशावर लक्ष केंद्रित करणे माझ्यासाठी अवघड बनले होते.

माझ्याबरोबर त्याचा शेवटचा कार्यक्रम होता, हे टि.व्ही.वर वारंवार दाखवत होते. बचावकार्य, शोधकार्याच्या बातम्यांमध्ये अधूनमधून माझ्याबरोबर फेलिपच्या झालेल्या कार्यक्रमाची फिल्म दाखवत होते. अनेक तास उलटले. पण कोणी जिवंत असल्याची बातमी आली नाही. नंतर मात्र विमानाचे अवशेष व एकामागून एक शव मिळत गेले. पण ते सर्व ओळखण्याच्या पलीकडे होते.

त्याच दिवशी टि.व्ही. एन. च्या एका अधिकाऱ्याने माझ्याशी संपर्क करून मला विनंती केली, की मी टि.व्ही.वर दुर्घटनाग्रस्त लोकांच्या परिवारांसाठी, मित्रांसाठी, सहकर्मी लोकांसाठी प्रार्थना करावी व त्यांना दिलासा द्यावा. मी हो तर म्हणालो, पण सांत्वन कसे करावे हे मला कळेना. कोणी जिवंत आहे किंवा नाही अजून समजले नव्हते. पण तरीही टि.व्ही. वरील प्रार्थना प्रसरणात मी म्हणालो, 'मी जेव्हा टि.व्ही. वर प्रथम ही बातमी पाहिली, तेव्हा देवाचे आभार मानले की स्वर्ग आहे!' या दुर्घटनेत मेलेल्या लोकांविषयी मला सहानुभूती, दुःख तर आहेच पण एक दिलासाही आहे. किमान पुढच्या जन्मात त्यांना ईश्वराचे प्रेम व शांती तरी लाभेल. त्याचबरोबर स्वर्गाचं व ईश्वराचंही अस्तित्व आहे. म्हणून आपल्याला असा प्रयत्न करायला हवा, की कमीत कमी आपण त्याच्यासोबत चालू तरी शकावं.' आपण या दुःखातून, समस्यातून नक्कीच बाहेर येऊ. माझ्या आईवडिलांनी जसे मला जगणे शिकवले तसे तुम्हीदेखील जगाल आणि एक वेळ अशी येईल, जेव्हा जिझस आपल्या निकट असेल.

आणि योजना प्रगट झाली

मी कॅमेऱ्यासमोरील माझे प्रसारण पूर्ण केले आणि टी.व्ही. एन.च्या अधिकाऱ्यांनी मला त्यांच्या तीनशे कर्मचाऱ्यांना मार्गदर्शन करण्याचा आग्रह केला. मला माझी सर्व संकल्पशक्ती त्या लोकांच्या सांत्वनासाठी वापरायची होती. त्या विमान अपघातात मृत्यू पावलेल्या त्यांच्या सहकाऱ्यांच्या जाण्याने ते सर्व दुःखी झाले होते. ती दुभाषी महिला माझ्या खांद्यावर डोके ठेवून रडू लागली, तेव्हा मला स्वतःला सांभाळणेही मुश्कील झाले. फेलिप तिच्यासाठी आदर्श होता आणि ती त्यांची प्रशंसिका होती. म्हणून त्या बातमीने ती व्याकूळ झाली होती. मी तिला दिलासा दिला. तिच्याबरोबर प्रार्थना केली. नंतर टि.व्ही.एस.च्या डायरेक्टरने मला एका बाजूला नेले व म्हणाले, 'कालच्या फेलिपबरोबरच्या कार्यक्रमानंतर काय घडले हे तुला सांगायचे आहे. त्या गंभीर प्रसंगी त्याचे काहीतरी कुतूहलजनक बोलणे ऐकून मला आश्चर्य वाटले. पण त्याने जे सांगितले ते ऐकून त्याच्या कुतूहलाची कल्पना आली.'

हे डायरेक्टर महाशय म्हणजे तेच सज्जन गृहस्थ होते, ज्यांनी त्या त्या दिवशी कार्यक्रमाची वेळ वीस मिनिटांवरून चाळीस मिनिटांपर्यंत वाढवली होती. त्याने जे सांगितले त्यावरून फेलिपविषयी मी जो तर्क करत होतो, तो चुकीचा नव्हता. टि.व्ही. वरच्या लोकप्रिय प्रसिद्ध व्यक्तीमध्ये त्याची गणना होत होती. पण खूप दिवसांपासून तो अध्यात्माचा अभ्यास करत होता. ईश्वरापर्यंत जाण्याचा मार्ग शोधत होता. डायरेक्टर सांगायचा, तो फेलिपशी ह्या विषयांवर दीर्घ चर्चा करायचा. ईश्वराच्या निकट जाण्यासाठी फेलिप जिझसला अंतःकरणात स्थान देण्याच्या तयारीत होता. पण अजूनही धर्मप्रचारक होण्याची त्याच्या मनाची तयारी व्हायची होती. त्या दिवशी मी कार्यक्रमात आल्यानंतर तो म्हणाला, 'आता मी समजू शकतो, की नोकरी बदलण्याचा माझा विचार किती महत्त्वपूर्ण आहे! विमान दुर्घटनेच्या काही वेळेपूर्वी फेलिपला तुम्ही ईश्वराच्या निकट जाण्याची मदत केली आहे.' ते ऐकून मी परत ईश्वराचे आभार मानले. ईश्वराचा हेतू माझ्या दृष्टीसमोर साकार झाला. याचाच अर्थ, मी पण ईश्वराचे माध्यम बनून इतरांना लाभ करून देऊ शकतो. या विचाराने मी नतमस्तक झालो.

संधीचा लाभ

त्याच रात्री मी सँटियागो मूवीस्टार एरिनामध्ये पाच हजार लोकांसमोर माझ्या

भाषणाची सुरुवात करण्याच्या तयारीत होतो. तेवढ्यात अचानक एक तरुणी स्टेजवर आली आणि माझ्या कानाशी कुजबुजली, आताच सरकारने फे लिपच्या विमानातील सगळे प्रवासी मृत झाल्याचे घोषित केले आहे. खरं म्हणजे अशा प्रकारच्या घटना आपल्या विश्वासाला, श्रद्धेला तडा देणाऱ्या असतात. जेव्हा तुम्ही तुमच्या प्रिय मित्राचा, व्यक्तीचा मृत्यू, एखाद्या भयानक रोगाची लागण, नात्यांमधील दुरावा, बिकट समस्या किंवा आर्थिक संकट वगैरे गोष्टींचे मनावर दडपण घेऊन वावरत असता, तेव्हा ह्या गोष्टींसाठी ईश्वराला दोष देऊ नये. उलट अशा वेळेस ईश्वरावर श्रद्धा व निष्ठा ठेवली पाहिजे हे समजून घ्या. ईश्वरच अशा दुःखद गोष्टींवर सुखाचे, शांतीचे, शक्ती, सामर्थ्याचे व प्रेमाचे मलम लावू शकतो.

मी मृतकांना श्रद्धांजली वाहिली. कुटुंबांसाठी खेद व्यक्त केला. त्या दिवशी फे लिप आणि माझ्यामध्ये प्रश्नोत्तरांच्या रूपात काही संभाषण झाले. तेव्हा माझ्याकडून त्याला मिळालेल्या उत्तरांनी कदाचित त्याला अनंतमुक्तीच्या मार्गाकडे जाण्यास मदत झाली असावी. ही शक्यता गृहीत धरून मी ईश्वराचेही मनःपूर्वक आभार मानले.

त्या विमानातील एकही प्रवासी वाचला नाही हे ऐकल्यावर मी क्षणभर दिग्मूढ, हतबल झालो होतो. नंतर प्रेक्षकांनाही ती बातमी सांगण्यात आली. तेव्हा स्त्री पुरुष एकमेकांना दिलासा देऊ लागले. अनेकजण एकमेकांच्या खांद्यावर डोके ठेवून हुंदके देत रडत होते. मी त्या सर्वांना म्हणाला, आपण सगळे मिळून त्या दुर्घटनाग्रस्त लोकांसाठी आणि त्यांच्या परिवारांसाठी, त्यांच्या सहकर्मींसाठी प्रार्थना करू या. इतकेच नव्हे तर इतर विमान अपघातातील, भूकंप किंवा खाणीसारख्या आपत्तीमध्ये मृत्युमुखी पडलेल्या चिलीवासीयांसाठीही प्रार्थना करू या. मी गेल्यावर्षी चिलीमध्ये आलो होतो. तेव्हादेखील खाणीमध्ये तेहतीस कर्मचारी मृत झाले होते. त्यानंतर मी श्रोत्यांना एक दिवस आधीच फे लिप आणि कॅरोलिनाशी झालेल्या अनोख्या मुलाखतीची आठवण करून दिली. त्यांना हे पण सांगितले, की वीस मिनिटांचा अवधी चाळीस मिनिटे करून वाढवला होता. मी त्यांना म्हणालो, 'मला कधीही वाटलं नव्हतं, फे लिपची व माझी ती पहिली आणि शेवटची भेट ठरेल!'

हा खरोखरच एक विचित्र विचार होता, की मी फे लिपला परत भेटावे. कधीतरी त्याच्याशी निष्ठापूर्वक विश्वास याविषयी सविस्तर चर्चा करावी. पण आता ते अशक्य होते. त्यातल्या त्यात एक चांगली गोष्ट म्हणजे फे लिपशी मी निदान

बोलतो तरी होतो, भेटलो होतो. मी निष्ठेवर विश्वास ठेवतो. मी त्याप्रमाणेच वागलो होतो. फेलिपने विचारलेल्या प्रश्नांना माझ्या पद्धतीने उत्तरे दिली होती. मी कुठेही अडखळलो नाही की घाबरलो नाही. मी यथाशक्ती माझ्याकडून आत्म्याला, परमात्म्यापर्यंत घेऊन जाण्याचा प्रयत्न करतो, याची मला खात्री आहे. शिवाय तोच माझा जीवनहेतू आहे. माझे ध्यान सदैव त्यावरच केंद्रित असते. मला खूप वाटते, की फेलिप आणि त्याचे सहप्रवासी आज आपल्यात नाहीत. मात्र त्याच्याबरोबर झालेल्या मुलाखतीविषयी माझ्या मनात कोणताही संदेह नाही. उलट मी स्वतःला भाग्यशाली समजतो, की ईश्वराने माझी निष्ठा, आणि विश्वास यांविषयी विचारांचे त्याच्याशी आदान प्रदान करण्याची संधी मला दिली.

तुम्हीसुद्धा तुमची निष्ठा, विश्वास दुसऱ्यापर्यंत पोहोचविण्याची एकही संधी गमावता कामा नये. एखाद्या व्यक्तीला साहस, धैर्य देणारी कदाचित तुम्ही शेवटची व्यक्ती असू शकता. मृत्यूनंतर दुसरे जीवन आहे किंवा नाही? हे आपल्यापैकी कोणाला माहीतही नाही. त्यामुळे आपल्यासाठी जीवनाचे प्रयोजन असणे आवश्यक आहे. निष्ठापूर्वक व सत्याला अनुसरूनच निर्णय घ्यायला हवेत. आपल्या उद्देशांशी प्रामाणिक राहून नेहमी कार्यरत राहावे म्हणजे तुम्हाला तुमच्या कर्माविषयी कधीही पश्चात्ताप करण्याची वेळ येणार नाही.

मी त्या दिवशी फेलिप, कॅरोलिना आणि इतर दर्शकांसमोर माझी निष्ठा, विश्वास याविषयीचे सर्वांगीण विचार प्रगट केले. मला काय वाटतं आणि का वाटतं, याविषयीचे नेमके विचार मी त्यांच्यासमोर प्रकट केले. मी नेहमीच कणखर असतो असे नाही. माझाही विश्वास कधीतरी डळमळतोच. मीही संभ्रमित होतो. पण माझी निष्ठा मात्र अढळ आहे, हेदेखील कबूल केले. कधी कधी परमेश्वराने आपल्यासाठी आधीच सर्व काही चांगली प्रयोजने मांडून ठेवलेली असतात, मात्र हे आपल्या लक्षात येत नाही. पण मी सर्वांना सांगत असतो, की ज्या परिस्थितीतून तुम्ही जात आहात, त्याचा पूर्णपणे स्वीकार करा. शिवाय नेहमी लक्षात ठेवा, या प्रवासात तुम्ही कधीही एकटे नसता. मला निष्ठा, विश्वास या विषयांवर मत मांडण्याचा कधीही पश्चात्ताप होत नाही. तुम्ही ज्या उद्दिष्टांसाठी कर्म करत असता, ते तसेच करत राहावे. कारण तुम्हाला तेच करायचे आहे. निष्ठापूर्वक श्रद्धेने तुम्ही कर्म करत राहिलात, तर तुमच्या जीवनाचे सार्थक होईल, ज्या कर्मांसाठीच तर तुम्ही येथे आला आहात!

2

पतन - पुनरुत्थान

माझे वय तिशीच्या आत आहे पण मी सफल व संपन्न जीवन जगण्यात यशस्वी झालो आहे. माझी अलाभकारी ख्रिश्चन धर्मप्रचारक संस्था (Life without Limbs) माझी भाषणे व प्रेरक डी.व्ही.डी. व्यवसाय (ॲटिट्यूड इज अल्टिट्यूड) त्यामुळे मला जगाच्या वेगवेगळ्या भागात जायची संधी मिळाली. तेथे मी इतरांनाही मदत करू शकलो. गेल्या सात वर्षांत मी माझ्या ह्या प्रवासात चार मिलियन्सपेक्षा जास्त लोकांना संबोधित केले आहे. जगभरच्या ह्या प्रवासात मी बेचाळीस देशांना भेटी दिल्या. एका वर्षात जवळ जवळ दोनशे सत्तर वेळा व्याख्यान सत्राचे आयोजन केले आहे. पण २०१० साल माझ्यासाठी खूप वाईट ठरले.

खूपदा आपण पाहतो, आपल्या जीवनाची गाडी वेगाने चाललेली असते. आपल्या जीवनालाही वेग आलेला असतो, पण अचानक रस्त्यात अडथळा आणणारा भला मोठा खड्डा दिसतो व गाडीचा वेग मंदावतो, कदाचित आयुष्य थांबतंही! अशा वेळेस आपण आजूबाजूला नजर टाकली तर आपले कुटुंबीय, आपले मित्र आपल्या मदतीसाठी तेथे उभे असलेले दिसतात. ते प्रेमाने आपल्याजवळ येऊन डोक्यावरून हात फिरवून पाठीवर आश्वासक थाप देऊन म्हणतात,

'काळजी करू नकोस, सगळं काही ठीक होईल.'

तुमच्या बाबतीत असं कधी घडलंय का? कदाचित तुम्ही पण त्याच परिस्थितीतून जात असाल व जमिनीवर पडल्या पडल्या तुम्हीही तोच विचार करत असाल, जो

एका जुन्या गाण्यात सांगितला आहे. "Been down so long it looks like upto me" मी या भावनेला चांगलाच जाणतो. खरंतर मी नेहमी माझ्या भाषणांतून लोकांची उमेद वाढविण्याचा प्रयत्न करत असतो. मी ज्याप्रमाणे हातापायाविना संकटाचा सामना केला व विजयी झालो, त्याप्रमाणे तुम्ही पण तुमच्या संकंटांचा सामना करून यशस्वी व्हायला हवं.

मी आधी पोटाच्या आधाराने आडवा होतो आणि नंतर खडबडीत झालेल्या कपाळाच्या साहाय्याने रांगत रांगत उभा राहतो. मग मी श्रोत्यांना सांगतो, जरी तुम्हाला पूर्ण रस्ता दिसत नसला तरी तेथे कोणता ना कोणता मार्ग उपलब्ध असतोच. मी अशा प्रकारची ऊठ–बस करतो, ज्यामुळे माझी मान, माझे खांदे, माझ्या छातीची हाडे व मांसपेशी मजबूत आणि बळकट झाल्या आहेत. कारण हा पडण्या–उठण्याचा सराव मी सतत करत आलो आहे.

अनेक वेळा माझ्याही आयुष्यात असा बिकट काळ आला होता. त्यातून बाहेर पडण्यासाठी मला बराच संघर्ष करावा लागला. एखादी आर्थिक समस्या, नोकरी जाणे, नात्यांत दुरावा किंवा प्रिय व्यक्तीचा वियोग, अशा प्रकारच्या समस्या आपल्याला कोणालाही येऊ शकतात. त्यावर मात करणे आपल्याला अत्यंत कठीण जाते. त्यात आपण आधीच गलितगात्र असलो तर छोटी समस्याही पहाडासारखी भासू लागते. तुम्हीही अशा समस्यांनी त्रस्त असाल तर मी तुम्हाला एक सल्ला देऊ इच्छितो, की आधी तुम्ही स्वतःला सावरण्यासाठी इतरांची म्हणजे तुमची पर्वा करणाऱ्या लोकांची मदत घ्या. भावनांना आवर घाला, परिस्थिती समजून घ्या. कर्मावर विश्वास ठेवा आणि कार्य कितीही कठीण वाटले तरी हळूहळू एकेक पावलागणिक पुढे चालत राहा. शिवाय हेही लक्षात ठेवा, तुमची मूल्यं, तुमचा उद्देश, तुमचे नशीब ह्यांवर त्या घडलेल्या घटनांचा अजिबात परिणाम होणार नाही, याची दक्षता घ्या. उलट त्या घटनेला तुम्ही कसा प्रतिसाद दिला ह्यावर पुढचे सर्वकाही ठरणार असते.

तुमचे सामर्थ्य वापरा

अतिशय कठीण परिस्थितीत, त्रास्त अवस्थेत मी विश्वासाने, निष्ठेने काम करण्यासाठी तीन प्रकारे विचार करतो. पहिला म्हणजे भावनेच्या आहारी न जाता भावनांवर नियंत्रण ठेवायचे. त्यामुळे आपोआपच तुम्ही जीवनावरही ताबा ठेवू शकाल आणि विचारपूर्वक एकेक पाऊल पुढे टाकाल. दुसरे म्हणजे तुम्ही भूतकाळात

कष्टमय जीवनातून संघर्ष करून त्यातून बाहेर कसे आलेले असता. त्यामुळेच तुम्ही सामर्थ्यवान व अनुभवसंपन्न झालेले असतात याची जाणीव स्वतःला सतत करून दिली पाहिजे. तिसरे म्हणजे विश्वासाने काम करण्यासाठी इतरांचीही मदत व प्रेरणा घ्यावी. शिवाय तुम्हीही त्यांना मदत व प्रोत्साहन द्यायला हवे. या आदान प्रदान प्रक्रियेतच कित्येक घाव बरे करण्याचे सामर्थ्य आहे.

नुकतेच माझ्या बाबतीत जे काही घडले, त्याचा प्रभाव माझ्यावर दीर्घकाळ राहिला. त्या अनुभवातूनच मी हे शिकलो, की नुसता विश्वास किंवा आस्था असणे पुरेसे नाही. तर त्यानुसार जीवनात कर्म करणे अत्यंत महत्त्वाचे व गरजेचे आहे.

मी माझे संपूर्ण जीवन खुल्या पुस्तकाप्रमाणे तुमच्या समोर ठेवत आहे. माझ्या कठीण परिस्थितीविषयीची, माझी सुरुवातीची प्रतिक्रिया म्हणजे एका चांगल्या गोष्टीविषयीचे वाईट उदाहरण आहे. मी तुम्हाला माझे दुःख, माझी पीडा सांगत आहे. कारण तुम्हाला तशा परिस्थितीचा सामना करावा लागू नये ही मनापासून इच्छा आहे! तुम्ही मला हे वचन द्या, की माझे अनुभव तुम्हीसुद्धा लक्षात ठेवाल. हे सर्व लिहिणं खरंतर सोपं नाही मित्रांनो! खरं आहे ना? मला नेहमी वाटतं, कुणाच्याही आयुष्यात वाईट काळ येऊ नये. पण जीवनात वाईट काळ येणं अटळ आहे, तरीही मी खात्रीपूर्वक सांगू इच्छितो, की आयुष्यातील ह्या संघर्षमय काळाने मला खूप काही शिकवलं. ह्या काळाने मला जे दिले, ते म्हणजे सामर्थ्य आणि आत्मविश्वास व त्यावरील माझा दृढविश्वास!

तुमच्याही आयुष्यात असे अनेक चढउतार आले असतील, ज्यातून तुम्ही बरंच काही शिकला असाल. अगदी आपल्या स्वतःविषयी, नोकरी व्यवसायाविषयी किंवा एखाद्या आर्थिक संकटाविषयी. तसं पाहिलं तर ह्या समस्या साधारण व सर्वसामान्य आहेत. पण भावनिकदृष्ट्या त्यातून बाहेर येणे अवघड जाते. तरीही ह्या संकटांतून, संघर्षातून आपल्याला काहीतरी शिकायला मिळत आहे असा दृष्टिकोन जर ठेवला तर त्यातून कणखरपणे आणि पूर्ण सामर्थ्यानिशी बाहेर पडता येणं शक्य आहे. पण तुमचे नैराश्य जर संपतच नसेल किंवा तुमची उदासीनता अधिक काळ तशीच राहत असेल, तर कृपा करून तुम्ही मदतनीसाचे सहाय्य घ्यावे. भावनात्मकदृष्ट्या तुम्ही अधिक काळ निराश असाल तर अनुभवी लोकांची मदत घेणे आवश्यक आहे. एखाद्या अनुभवी तज्ज्ञाची मदत घेण्यात लाज कसली?

लाखो लोकांनी अशा पद्धतीनेच घोर नैराश्यातून आपली सुटका करून घेतली

आहे. सततच्या प्रतिकूल परिस्थितीमुळे माणूस अचेतन होऊन निराशा, दुःख व उदासीनतेच्या गर्तेत अडकतो. अचानक आलेल्या संकटांनी किंवा तणावग्रस्त परिस्थितीमुळे जास्तच भावनिक होतो. मानसिक त्रासात राहतो. मनातून कोसळलेला व गोंधळलेला असतो. अशा वेळेस तुम्ही एकटे, एकाकी किंवा एकांतात राहू नये, हे महत्त्वाचे आहे. तुमच्या कुटुंबीयांची, मित्रांची तुमच्या सांत्वनासाठी, तुम्हाला समजविण्यासाठी मदत घ्यावी. त्यांच्याशी संयमाने व धीराने वागावे. स्वतःवरही संयम ठेवावा. सर्व सुरळीत होण्यास थोडा वेळ लागतो. बरेचदा काही लोक झटक्यात त्यातून बाहेर येतात. मात्र तुमच्या बाबतीतही तसेच घडेल अशी आशा बाळगू नका. तुम्हाला तुमचे मानसिक संतुलन प्राप्त करण्यासाठी प्रयत्न करावे लागतील. ही काही निष्क्रिय प्रक्रिया नाही. स्वतःच्या आत्मशक्तीसह तुम्हाला स्वतःलाच त्यासाठी प्रयत्न करावा लागेल. तुमची संकल्पशक्ती, निष्ठा, विश्वास हे तुम्ही अंगी बाणले पाहिजे.

जुने घाव भरा

तुम्ही जेव्हा अतिशय तणावग्रस्त असता, किंवा काही विशिष्ट घटनेमुळे मानसिक तणावाखाली असता, काहीही करण्यास असमर्थ असता, अशा वेळी तुमच्या मनात त्या घटनेविषयीचा चालू असलेला भावनिक कल्लोळ थांबवा. त्यातून सर्वप्रथम स्वतःला मुक्त करा. खरं म्हणजे आपण आपल्या पूर्वीच्या पीडादायक अनुभवांना विसरलेलो नसतोच. पूर्वीचे घाव अजूनही भरलेले नसतात. तोच आणखी एक नवीन संकट येऊन कोसळते. मग जुने घावही उफाळून वर येतात आणि तुम्ही ज्या पीडेतून जात असता, त्या दुःखाची तीव्रता वाढते. दुःख अधिक गहिरे होते. पण जर तुमच्या लक्षात आले, की ह्या दुःखदायक परिस्थितीवर तुम्ही जास्तच लक्ष केंद्रित करत आहात. तुमच्या या भावना नियंत्रणाबाहेर जात आहेत. तेव्हा तुम्ही स्वतःलाच प्रश्न विचारायला हवा, माझ्यावर अशी वाईट वेळ का आली? किंवा माझ्या बाबतीतच हे का घडले? आणि माझी त्याबद्दलची प्रतिक्रिया त्या विषयासंबंधित आहे की आधीच्या घावांमुळे आहे?

मला २०१० च्या शेवटच्या काळात एका गोष्टीची जाणीव झाली, ती म्हणजे आपल्या भावनांचे विश्लेषण करणे किती महत्त्वाचे आहे. त्याचा माझ्या कामावर काय परिणाम होऊ शकतो? आज मी मागे वळून पाहतो, तेव्हा माझ्या लक्षात येते, की माझ्या आयुष्यात जो वाईट काळ आला होता तो मोठे संकट नव्हते.

तेव्हा माझी मनःस्थिती तशी व्हायचे कारण मी सतत काम करत होतो. प्रवास करत होतो. त्यामुळे मी भावनिक, मानसिक व आध्यात्मिकदृष्ट्या थकलेलो होतो. त्या वेळेस प्रथमच मला माझ्यावरील आर्थिक संकटाचा सामना करावा लागला. ते संकट म्हणजे माझ्या ॲटिट्युड इज अल्टिट्यूड या नुकसानी संदर्भात होते. ही कंपनी माझी भाषणे, व्हिडीओज्, डी.व्ही.डी.चे काम करत होती. ही कंपनी मंदीच्या काळातही योग्यप्रकारे सुरू होती. त्यामुळे मी जास्तच लोकांना कामावर ठेवले होते. कामाचे स्वरूप अधिक वाढवले होते. मला वाटत होते, कंपनीचे काम जोरात चालले आहे. पण जेव्हा मला कंपनीच्या लोकांनी सांगितले, की कंपनीची बिलं व लोकांचे पगार देणंही सध्या अशक्य आहे, तेव्हा मी आश्चर्यचकित झालो. तशी आर्थिक मंदीची लाट सर्वत्रच होती. सर्व अर्थव्यवस्थाच ढासळलेली होती. त्यातही माझ्या कंपनीचे लोक काम करतच होते. अचानक माझ्या मोठ्या ग्राहकांनी, जे कंपनीला डी.व्ही. डी. व्याख्यानाचे पैसे देत होते, त्यांच्याकडून पैसे येणे कमी झाले. अनेक लोकांनी उधारीचे पैसेही चुकते केले नाही. ज्या पैशांच्या आशेवर आम्ही बसलो होतो, ते पण आले नाहीत आणि हीच आर्थिक समस्येची मूळ कारणं होती.

आणखी एक कारण म्हणजे हा माथेफिरू निक वुईचीक! माझ्या कंपनीत खूप दिवसांपासून मी एक प्रेरक म्युझिक व्हिडीओ करू इच्छित होतो. माझे पुस्तक जेव्हा अधिक विक्रीच्या यादीत आले, तेव्हा मी भविष्याविषयी उत्साही व आशावादी बनलो. कंपनीचे आर्थिक उत्पादन पाहून व्हिडीओ तयार करायचा असे मी ठरवले. पण प्रत्यक्षात म्युझिक व्हिडिओवर माझ्या अपेक्षापेक्षा जास्त खर्च होऊन पन्नास हजार डॉलर्सचे कर्जच झाले. आपण १५० कि.मी. ने जात असताना अचानक ब्रेक लागावा असे काहीतरी घडले. मी हे अतिशयोक्तीने सांगत नाही. त्या वेळी आमच्या जवळ जवळ सतरा योजना अर्धवट अवस्थेत होत्या. त्या मी जवळजवळ रद्द केल्या, काही पुढे ढकलल्या. यातून आपण बाहेर निघण्याचा प्रयत्न करू असे मी कर्मचाऱ्यांना सांगितले. जेव्हा सगळी अर्थव्यवस्थाच मंदीकडे चाललेली असते, तेव्हा प्रगतिपथावर असणाऱ्या कंपनींच्या बाबतीत असे घडू शकते. तरीही मला या ओढवलेल्या परिस्थितीचे आश्चर्य वाटत होतेच. शिवाय दुसरीकडे माझ्या मनात अपराधी भावना वाढू लागली होती. माझ्यात जगभर धर्मप्रसाराचे कार्य व संदेश प्रसारित करण्याचा एवढा प्रचंड उत्साह होता, की त्या नादात मी थोडी जास्तच घाई केली होती. माझ्याजवळ चांगल्या योजना, चांगले विचार होते. पण ह्याचा अर्थ हा नाही, की मी ते लागलीच अमलात आणायला पाहिजे होते. प्रत्येक गोष्टीसाठी

परमेश्वराने निश्चित अशी वेळ ठरवलेली असते. पण मी मात्र माझ्या वेळेनुसार सर्व करत होतो. पण जेव्हा माझ्या लक्षात आले, की आपली कंपनी तोट्यात चालली आहे, तेव्हा जे लोक माझ्यासाठी काम करत होते, ज्यांचा माझ्यावर भरोसा होता त्या सर्वांना मी मान खाली घालायला लावली होती. माझ्या अज्ञानामुळे मी एका छोट्या समस्येला बघता बघता भयंकर स्वरूप दिले होते. आता माझ्यासाठी कोणतेही काम करणे कठीण झाले होते. पण ही काही एक दोन दिवसांची गोष्ट नव्हती.

माझी ही उदासीनता आणि निराशाजनक अवस्था जवळ जवळ एक महिना तरी तशीच होती, पण त्यातून बाहेर यायला मला जवळजवळ दोन महिने तरी लागले. माझा आता स्वतःवर विश्वासच राहिला नाही आणि मी पूर्णपणे ढासळत गेलो. ह्या घटनेने माझ्या विश्वासाची जागा नैराश्याने घेतली. मी परत एकदा लहानपणी जसा होतो तसा असुरक्षित मुलासारखा झालो. नकारात्मक विचारांपासून स्वतःला दूर करण्यात मी असमर्थ ठरलो होतो. ईश्वराने माझ्यासाठी योजलेल्या प्रयोजनांपासून मी दूर दूर तर गेलो नव्हतो ना? सर्व जगाला प्रेरणा- प्रोत्साहन मार्गदर्शन देणारा तो मीच आहे का, असा प्रश्न मला पडत होता. जर मी वक्ता-धर्मप्रचारक नव्हतो, तर मग मी कोण होतो? माझी काय किंमत आहे येथे? मी परत एकदा लहानपणीच्या त्या नकारात्मक असुरक्षित वाटणाऱ्या विचारांकडे झुकू लागलो. काही काळासाठी आलेले ते आर्थिक संकट परत माझ्यामध्ये लहानपणीचे भय निर्माण करण्यात सफल झाले होते. त्या भयामुळे व न्यूनगंडामुळे मला वाटायचे, मी माझ्या आई-वडिलांसाठी, बहीण-भावांसाठी एक ओझे तर होऊन बसणार नाही ना?

आता तुम्ही अंदाज करू शकता, वयाच्या चोविसाव्या वर्षी मी एकटा यु.एस. येथे आलो. तेव्हा माझ्या आईवडील, बहीण-भावाला किती काळजी, चिंता, वाटली असेल बरं? पण मला स्वावलंबी व्हायचं होतं. आंतरराष्ट्रीय वक्ता व धर्मप्रचारक होण्याचे माझे जे स्वप्न होते, ते पूर्ण करण्याच्या दिशेने मी प्रयत्नपूर्वक चाललो होतो. शिवाय मला माझे स्वावलंबनही सिद्ध करायचे होते. माझे आई-वडील यु.एस. ला येऊ इच्छित होते. माझे वडील अकाउंटंट (हिशोबनीस) होते. त्यामुळे माझ्या कंपनीचा हिशोब सांभाळावा हा त्यांचा हेतू होता. खरं म्हणजे कंपनी तोट्यात चालली होती. त्यामुळे त्या आर्थिक समस्येविषयी वडिलांना फोन करून सांगणे, ही खरंतर अवघड बाब वाटत होती. कारण ते माझ्या कंपनीत कामासाठी येणार होते आणि कंपनी तर कर्जात बुडाली होती. कंपनीत काय झाले आहे, याची माहिती

मिळण्यापूर्वीच त्यांनी यु.एस.ला येण्याचा निर्णय घेतला होता. येथे येऊन त्यांना कशाला तोंड द्यावे लागेल, हे कळण्यापूर्वीच त्यांनी येथे यायचे ठरवले होते. मी मनातल्या मनात शरमिंदा झालो. कारण मला वाटत होते, मी वडिलांना अवमानित केले आहे, निराश केले आहे. मी नेहमी स्वप्नात जगणारा माणूस होतो आणि माझे वडील कल्पनेपेक्षा तर्कशुद्ध बुद्धीने जगणारे होते. माझ्या वडिलांच्या तुलनेत मी खूपच अधीर स्वभावाचा होतो. मी यु.एस.ला येतानाच मला पैशाच्या बाबतीत सावध राहण्याविषयीची सूचना त्यांनी दिली होती. आता तर साक्षात ते माझ्याकडे राहायलाच येणार होते तेव्हा नेमकी गडबड झाली होती. मला आणखी एक भीती याची वाटत होती, की ते माझी मदत करण्यासाठीच यु.एस.ला येत आहे, असा लोकांचा गैरसमज होऊ शकतो. आपल्या अशा मुलाला, ज्याला हातपाय नाही आणि जो सगळे पैसे गमावून बसला होता, त्याला साहाय्य करण्यासाठी ते येणार होते. आणखी एका गोष्टीची मी त्यात भर टाकली होती. ती म्हणजे माझ्या नात्यातील एका भावाला मी कंपनीत नोकरीसाठी बोलावले होते. त्याबद्दल थोडा घाबरलोही होतो. कंपनीच्या नुकसानीबद्दल व माझ्या अपयशाबद्दल त्यालाही आता कळणार होते. अशा प्रकारच्या विचारांच्या वादळातून बाहेर येणे मला अत्यंत अवघड झाले होते. एखाद्या चवताळलेल्या मधमाश्यांनी एकदम हल्ला करावा त्याप्रमाणे असुरक्षा व भयाने मला सगळीकडून घेरले होते. माझ्या पहिल्या पुस्तकाच्या प्रकाशनाच्या यशानंतर मी जितकी मेहनत केली, ज्यायोगे मला अंधाऱ्या गुहेच्या दुसऱ्या टोकाला उजेड दिसू लागला होता, पण अचानक तो प्रकाश अदृश्यही झाला होता.

सर्वत्र अंधकार

माझ्या मनात नैराश्य दाटून आले. मला अंथरुणातून उठावे असेही वाटेना. मला वाटत होतं, आता कुणालाही प्रोत्साहन, प्रेरणा देण्याच्या मनःस्थितीत मी राहिलो नाही. खरं म्हणजे मला अनेक ठिकाणी व्याख्यानासाठी जायचे होते. पण मी माझे ते भाषण कधीच विसरणार नाही, जे मी परमेश्वराच्या कृपेने, त्याच्या अनुग्रहामुळेच पूर्ण केले होते. एका प्रेरक सेमिनारच्या वेळेस भाषणाच्या दोन तास आधी मी खूप रडलो होतो. माझा एक मित्र माझ्यासोबत होता. नंतर तोही भाषण ऐकायला आला होता. तो म्हणाला, 'हे तुझे सर्वांत चांगले भाषण होते. नंतर मी जेव्हा भाषणाचे रेकॉर्डिंग ऐकले, तेव्हा माझ्या कानावर माझा विश्वासच बसला नाही. कारण मी ते माझ्या बळावर बोलत नव्हतो. तर ती सारी ईश्वराची किमया होती.

खरंतर त्या दिवशी मी चांगलेच भाषण केले पण परत निराशेच्या गर्तेत बुडालो, त्यानंतर मी काहीही खात नव्हतो, पीत नव्हतो, मला झोप येत नव्हती. दिवसरात्र मी नुसती चिंता करत होतो. मी वेड्यासारखा भ्रमित झालो होतो. काहीतरी विचित्र घडत होते. मी लहान होतो तेव्हा जसा घाबरलो की ओठ चावायचो. तसंच आताही करत होतो. रात्रभर कूस बदलत होतो. तळमळत होतो. सकाळी उठलो तर ओठ सुजलेले व छाती भरून आलेली! आणि नवल म्हणजे गेल्या चार-पाच दिवसात मी प्रार्थनाही केली नव्हती. तसा मी रोजच प्रार्थना करणाऱ्यांपैकी होतो. प्रार्थना न करण्याच्या या मनःस्थितीमुळे मी घाबरून गेलो होतो. बरेच दिवसापासून प्रार्थनेचा एकही शब्द न उच्चारल्याने मला माझ्या आत्म्याबरोबर माझ्या चेतनाशक्तीबद्दलही चिंता वाटू लागली. मी विक्षिप्त तर होत नव्हतो ना? माझ्या ह्या मानसिक दुर्बलतेमुळे छोटे छोटे निर्णय घेणेही मला कठीण झाले होते. आधी मी माझ्या दैनंदिन व्यवहारासंबंधीच्या माझ्या योजना, माझा व्यवसाय या सर्वांसंबंधीचे निर्णय पटकन घेत असे. पण ह्या विचित्र परिस्थितीत मला अंथरुणावरून उठावे असेही वाटत नव्हते. काही खाण्याचा प्रयत्न करावा की नाही, हेही कळत नव्हते. माझ्या आळशीपणाला सीमाच राहिली नव्हती. मी कुणी वेगळाच माणूस झालो होतो. एके दिवशी कंपनीचे कर्मचारी, मॅनेजर सगळे घरी आले. मी त्यांना माझ्या जीवनात आलेल्या बदलांविषयी सांगण्याचा प्रयत्न केला.

'मोठी मोठी स्वप्नं पाहणारा, भले मोठे यश संपादन करणारा निक, ज्याला तुम्ही सगळे ओळखता तो आता पूर्वीसारखा राहिला नाही.' माझ्या डोळ्यांतून अश्रू ओघळत होते. माझी अवस्था अत्यंत दयनीय झाली होती. मी जवळजवळ संपलोच होतो. मी म्हणालो, 'मला माफ करा, मी तुम्हाला खाली मान घालायला लावली.'

माझे आई वडील, बहीण भाऊ, मित्र, सहकारी सर्वांनीच मला आपापल्या परीने समजावण्याचा प्रयत्न केला. पण तरीही माझी निराशा, उदासीनता कमी झाली नाही. त्यांनी मला नैराश्यातून बाहेर काढण्याचा चंगच बांधला. मला आधार दिला, जवळ घेतले, थोपटले. सगळे ठीक होईल म्हणून दिलासा दिला. माझ्या मिनिस्ट्री स्टाफमधील सर्व सदस्यांनी मला उदारपणे भरपूर वेळ दिला. मला विनोदी चुटकुले सांगून मनोरंजन करण्याचा प्रयत्न केला. आपल्या पोटाशी धरून माझी उमेद वाढविण्याचाही प्रयास केला. त्यानंतर त्यांनी माझीच वाक्यं मला ऐकविण्यास सुरुवात केली. 'निक, तू नेहमी सांगतोस ना, की जोपर्यंत आपण वर पाहतो तोपर्यंत उठू शकतो. तू तुझेच व्हिडीओज बघ, डी.व्ही.डी. बघ. स्वतःला, त्या गोष्टींचा

दिलासा दे, ज्या तुला आधीपासूनच माहिती आहेत. त्यातून तुला बोध मिळेल आणि त्यातून ते बाहेर येशील. इतकंच काय पण अधिक सामर्थ्यानिशी पुढे जाशील. ईश्वराजवळ प्रत्येक समस्येसाठी काही ना काही उपाय हा असतोच.'

खरंच किती आश्चर्याची बाब होती ती! माझ्याच शब्दांनी माझे सांत्वन केले जात होते. खरं म्हणजे ते चुकीचे काही सांगत नव्हते. उलट त्याच गोष्टींची मला आठवण करून देत होते, ज्या मी दुसऱ्यांना सांगत होतो. ज्यांचा कर्मावरचा विश्वास उडाला होता. अशांसाठी मी पोस्टर बाळ होतो. माझ्या व्यवसायातील आर्थिक विवंचनेने मला अपराधी व लाजीरवाणं केलं. माझा उद्देश, माझा मार्ग, माझी मूल्ये ह्यांबद्दल एक प्रश्नचिन्ह निर्माण केलं. ईश्वराच्या पूर्णत्वाविषयी मला जराही शंका नव्हती. पण माझ्यामधील नैराश्याने मी माझ्या त्या विश्वासापर्यंत पोहोचू शकत नव्हतो. नैराश्यामुळे मी आत्मविश्वासही गमावून बसलो होतो.

अशा स्थितीत डॅलसमधील माझे मित्र रेमंड किंग यांनी मला खूप मदत केली. ते वकीलही होते व डॉक्टर पण होते. एका मेडिकल सेमिनारमध्ये त्यांनी माझे व्याख्यान ठेवले होते. पण मी त्यांना निराश करू शकत नव्हतो. जेव्हा मी त्यांच्याकडे गेलो, तेव्हा माझी शारीरिक व मानसिक अवस्था पाहून माझी प्रकृती किती खालावलेली आहे, हे त्यांना समजलं. ते मला म्हणाले, 'सर्वप्रथम तुम्ही तुमची काळजी घेतली पाहिजे. प्रकृतिस्वास्थ्य जर चांगले नसेल तर सगळ्या मेहनतीवर पाणी पडते.' त्यांनी मला एका बाजूला नेले व अतिशय प्रेमाने आपल्या प्राथमिक गरजांकडे लक्ष देणे किती आवश्यक आहे याविषयी समजावले. प्रार्थना झाल्यावर तर प्रेमाने त्यांनी मला मिठीच मारली. माझ्यासाठी सर्वच खूप संघर्षमय झाले होते. पण डॉ. किंगच्या सांत्वनपर शब्दांनी कमालच केली. माझ्यासाठी त्यांचे भाषण सर्वांत उत्कृष्ट असे प्रेरणादायी ठरले. त्यांचे शब्द माझ्या अंतःकरणाला भिडले, हृदयाला स्पर्श करून गेले. जणू त्यांचे बोलणे माझ्यासाठी खऱ्या अर्थाने हितकारक ठरले.

त्यांचे बोलणे ऐकून मला माझे लहानपण आठवले. मी जेव्हा पाच-सहा वर्षांचा होतो, तेव्हा माझे आईवडील मला असेच समजून सांगायचे. लहानपणी मी थोडा बिनधास्त स्वभावाचा होतो. मी स्वतःला कुठूनही ढकलताना मागेपुढे पाहत नसे, मी कशाचीही पर्वा करत नसे. एकदा माझ्या मित्रांनी मला केळे खाण्यासाठी प्रेरित केले. मी त्या वेळी खुर्चीवर बसलो होतो. आणि जोरात उडी मारली. मी खुर्चीसकट खाली पडलो. काही वेळेसाठी बेशुद्धही झालो होतो. माझ्या आई-

वडिलांची काळजी हृद्य होती. ते मला म्हणाले, 'बेटा, तुला दुसरे केळे मिळाले असते. पण आम्हाला दुसरा निक मिळणार नाही. तू स्वतःची काळजी घेत जा.' डॉ. किंगनी पण मला माझ्या वडिलांप्रमाणेच समजावलं. आपल्या कृतींचा आपल्या जीवनावर काय परिणाम होतो, याविषयी नेहमी दक्ष राहायला हवे. माझ्या सफलतेचे श्रेय मी स्वतःलाच देत होतो. पण ईश्वरावर निष्ठा, विश्वास, श्रद्धा ठेवणंही गरजेचं आहे. ईश्वराचे सामर्थ्य, त्याची शक्ती, त्याची इच्छा, त्याने नियोजित केलेला समय ह्यावर विश्वास ठेवायलाच हवा.

माणुसकी, आस्था ह्यांच्या अभावाने मी दुर्दशेच्या गर्तेत ढकलला गेलो आणि माझा आनंद संपुष्टात आला. मी माझ्या व्याख्यानाच्या हेतूंकडे दुर्लक्ष केले व कर्तव्यभावनेने त्याकडे पाहू लागलो. तेव्हा मला भय वाटत होते, की मी त्या विद्यार्थ्यांनाही काही देण्यास असमर्थ ठरत चाललो होतो. एका शाळेत जे दुःखी लोक होते, त्यांच्यासमोरही भाषण देण्यास मी नकार दिला होता. त्या शाळेत एका विद्यार्थ्याने आत्महत्या केली होती. नकार दिल्यानंतर मी अक्षरशः रडलो होतो. कारण प्रेरणादायी भाषणं देणं हे माझे मुख्य काम व महत्त्वपूर्ण उद्देश होता. इतरांना मदत करणे हाच खरंतर माझ्या जीवनाचा आनंद होता.

बोध समोर आले

एके दिवशी मी सकाळी अंथरुणातून उठून बाहेर आलो, तेव्हा माझे मन शांत झाले होते. माझा उत्साह व उमेद वाढली होती. आता मी पुनश्च काम करायला तयार आहे. मी परतलो आहे... खरंच असं जर मी तुम्हाला सांगू शकलो असतो तर किती बरं झालं असतं! पण माफ करा असं काहीच माझ्या बाबतीत घडलं नाही. तुमच्याही बाबतीत असं घडणार नाही, जर तुम्हीही अशाच परिस्थितीतून जात असाल तर! पण एक लक्षात ठेवा, वाईट काळ नक्कीच संपणार असतो व चांगला काळ जीवनात येणार असतो.

माझेही मानसिक संतुलन दरमहा, प्रतिदिन हळूहळू पूर्वपदावर व योग्य मार्गावर येत होते. आशा करतो तुमच्या बाबतीतही असंच घडावं. हळूहळू योग्य मार्गावर येणेही तसे फायद्याचे असते. माझी उदासीनता हळूहळू कमी होत गेली. प्रतिदिन येणाऱ्या आशेच्या किरणांविषयी मी कृतज्ञ होतो. माझ्या डोक्यांतील शंका-कुशंकांचं वादळ विरून गेलं होतं. मी काळाला धन्यवाद देतो. कारण निराशेच्या गर्तेतून बाहेर येण्यास त्याने मला वेळ दिला होता. चिंतन-मनन करण्यासही वेळ मिळाला होता.

येथे हे सांगणे आवश्यक आहे, की कर्मावर विश्वास ठेवणे हा निष्क्रिय व्यायाम नाही. त्यासाठी ईश्वराने तुमच्यासाठी आधीच नियोजित केलेला मार्ग तुम्हाला शोधावा लागेल. सक्रिय होऊन पाऊल उचलावे लागते. मात्र जर तुम्ही तुमच्या त्या मार्गावरून भरकटलात, जसा काही काळ मीही भरकटलो होतो. त्या क्षणी तुम्ही स्वतःला विचारा, असे का घडले? विश्वासाने चाललेला माझ्या आयुष्याचा प्रवास पूर्वपदावर आणण्यासाठी मी काय करावे? तुमच्या विश्वासाची, निष्ठेची परीक्षा घेणारा वाइटातील वाईट काळ तुमच्यासाठी चांगलाही ठरू शकतो. ज्यामुळे तुम्ही तुमच्या विश्वासाला नव्या उमेदीने कार्यान्वित करू शकता.

एक कुशल सॉकर प्रशिक्षक एकदा मला म्हणाला, 'मी खेळात यशाइतकेच पराभवालाही तितकेच महत्त्व देतो. कारण पराभवामुळे आपल्याला आपल्या खेळातील उणिवा, कमतरता, अपयश या गोष्टीची जाणीव होते. त्या आपल्यात असूनही आपल्याला दिसत नाहीत. सफलता प्राप्त करण्यासाठी कोणत्याही टीमला या उणिवा दूर करणे आवश्यक असते. हरणाऱ्या खेळाडूंना या उणिवा प्रेरित करत असतात. त्यांनी आपल्या कौशल्यावर जास्त भर दिला पाहिजे. कारण जिंकण्यासाठी तेच गरजेचं असतं.

जीवन अगदी सुरळीतपणे चालू असते, तेव्हा आपण थोडे थांबून गत काळाचे मूल्यमापन करत नाही. आपल्यातील अनेक जण आपल्या नोकरी, व्यवसायात किंवा नातेसंबंधांवर तेव्हाच लक्ष केंद्रित करतात, जेव्हा तेथून फायदा होण्याचे बंद झालेले असते. पण अपयशात किंवा पराजयातून आपल्याला अमूल्य शिकवण मिळत असते. तुम्ही जर त्या शिकवणीचे अनुसरण केले तर ते तुमच्यासाठी वरदानच ठरते. माझी कंपनी बुडत होती तेव्हा त्यातून काहीतरी शिकावे या मनःस्थितीत मी नव्हतो. पण त्यातून मला मिळणारा धडा, बोध लवकरच माझ्यासमोर प्रकटला. त्यातून दिसणाऱ्या वरदानाचे अस्तित्व लपून राहिले नाही. खरं म्हणजे माझ्या आयुष्यातील वाईट काळ मी पुनः पुनः आठवू इच्छित नाही. तरीही तो काळ परत आठविण्यासाठी मी स्वतःला तयार करत असतो. कारण प्रत्येक वेळेस मला त्यातून नवीन धडा शिकायला मिळतो. म्हणूनच तुम्हाला सांगतो, की तुमच्या समस्यांमधून तुम्हाला मिळणारे धडे जाणून त्यातून काहीतरी शिका. वाईट आठवणींना उजाळा देऊ नये, असे आपल्याला मनातून नेहमी वाटत असते. जसं, आपण सतत रडत होतो, निराश होत होतो, हे विसरणं सोपं नाही. अशा आठवणी कोणीही मनात साठवून ठेवू

इच्छित नाही. त्या वेळेस आपण कसा प्रतिसाद दिला होता, हे पण आठवत नाही. पण त्या वेळी आपण एक करू शकतो, या पीडादायक आठवणींविषयी कृतज्ञ राहू शकतो.

बायबलमध्ये सांगितले आहे, की जे लोक ईश्वरावर प्रेम करतात, त्यांच्या बाबतीत जे काही घडत असतं त्यात त्यांची भलाईच असते. ते लोक ईश्वराच्या मर्जीमध्ये राहणे पसंत करतात. माझे काका बाता वुईचिक यांनी त्यांच्या रियल इस्टेट व्यवसायात अनेक समस्यांचा सामना केला आहे. त्यांनी अतिशय सहृदयतेने स्वतः अंगीकारलेला विश्वास व निष्ठा यांविषयी पुनः सांगून मला समजावण्याचा प्रयत्न केला. या सर्व गोष्टी सकारात्मकतेकडे नेणाऱ्या आहेत. माझ्या नात्यातील एका भावानेही मला समजावून सांगितले होते, 'जगात जे घडते ते चांगल्यासाठीच घडत असते.'

अनुभूती विरुद्ध सत्य

मी ज्या मानसिक ताणांमधून जात होतो, तसा अनुभव आयुष्यात तुम्हालाही आलाच असेल. या ताणतणावांनी माझ्या जुन्या जखमा, माझी असुरक्षितपणाची भावना वगैरे गोष्टी परत उफाळून वर आल्या. जे काही घडत होतं ते मला वास्तवापेक्षाही भयंकर वाटत होतं. जणू संपूर्ण जगातच प्रलय आला आहे. अशा वेळेस लोक थोडं जास्तच वाढवून बोलत असतात. जसं,

हे संकट आता माझा प्राणच घेणार आहे.

यातून मी कधीही बाहेर येऊ शकणार नाही.

माझ्या आयुष्यात यापूर्वी एवढी वाईट घटना घडली नाही.

देवाला माझ्याबद्दल एवढी घृणा का आहे?

माझं आयुष्य आता पूर्णपणे विस्कळीत झालं होतं. वरील वाक्यं तर अनेक जण म्हणत असतात. खरं म्हणजे यातील एकही वाक्य मी कधी बोललो नाही. मात्र तुम्ही या गोष्टीशी नक्कीच सहमत व्हाल की अशी वाक्ये किंवा यापेक्षाही निराशाजनक वाक्ये लोक बोलत असतात. मला केवळ ही गोष्ट एक चांगले उदाहरण म्हणून तुम्हाला सांगण्याची येथे संधी मिळत आहे.

वरील प्रकारची निरर्थक वाक्ये एक प्रकारे मला अशा दृष्टीने सावध करत होती,

की मी जास्तच निराश होत आहे. माझी उदासीनता मर्यादेच्या पलीकडे वाढत आहे.

माझ्या बाबतीत जे घडलं होतं, त्यातून माझी जी समजूत झाली होती ती अशी, की मी एक पराजित माणूस आहे. माझं लवकरच दिवाळं निघणार आहे. मी ज्या ज्या गोष्टींना भीत होतो, त्या सर्व सत्यात उतरणार आहेत. मी कधीच माझा स्वतःचा आधार होऊ शकणार नाही. माझ्या आई-वडिलांसाठी मी कायमचे ओझे होऊन राहणार आहे. मी कुणाच्याही प्रेमास पात्र नाही.

खरं म्हणजे माझ्या व्यवसायामध्ये त्या वेळेस आर्थिक त्रुटी आली होती, ती खरंतर आर्थिक मंदीमुळे आली होती. पन्नास हजार डॉलर्सच्या कर्जाखाली मी बुडालो होतो, ही काही चांगली गोष्ट नव्हती. तरीही माझ्या उत्पादनाला पूर्ण विश्वातून मागणी होती. त्यामुळे तसे ते फार मोठे नुकसानही म्हणता येत नव्हते. मी कॉलेजमध्ये अकांउंटिंग शिकलो होतो. आर्थिक नियोजनाचा अभ्यासही केला होता. माझ्या शिक्षणात अर्थशास्त्राचाही भाग होता. मागणी व पुरवठा वगैरेंचे गणित मी चांगले प्रकारे समजत होतो. पण नैराश्याच्या ढगांनी एवढे झाकळून टाकले होते, की माझे ज्ञान धूसर होऊन गेले होते.

तुम्हालाही माझ्यासारखं सगळं उद्‌ध्वस्त झाल्यासारखे वाटत असेल तर वास्तवात एवढे नुकसान किंवा फार मोठी वाईट गोष्ट झालेलीच नसते. कित्येक वेळा आपल्या तीव्र भावना आपल्या दृष्टीला धूसर करतात, त्या वेळी आलेल्या नैराश्यामुळे कोणत्याही गोष्टींची सत्यता पडताळून पाहणे शक्य होत नाही.

कायमस्वरूपी दृष्टिकोन

मी एक गोष्ट शिकलो आहे, ती म्हणजे जेव्हा आपण संकटात असतो तेव्हा आपला दृष्टिकोन हा स्वच्छ व कायमस्वरूपी असला पाहिजे. भयाने भय उत्पन्न होते व चिंतेने चिंता! कठीण परिस्थितीत तुम्ही दुःख, पश्चात्ताप, अपराध, क्रोध आणि भय ह्या भावनांपासून अलिप्त राहू शकत नाही. पण त्या वेळी तुम्ही विशुद्ध भावनात्मक प्रतिक्रियेच्या रूपात पाहू शकता. त्या बरोबरच त्या भावनांचे संतुलन अशा प्रकारे करू शकता, की त्याचा परिणाम तुमच्या कामावर होणार नाही.

तुम्हाला जर तुमचा दृष्टिकोन एकच ठेवायचा असेल तर त्यासाठी तुम्ही परिपक्व असायला हवे आणि ही परिपक्वता अनुभवांतूनच येते. मी अशा परिस्थितीतून कधीच गेलो नव्हतो पण सततच्या प्रवासामुळे शारीरिक दृष्ट्याही थकलो होतो. त्यामुळे अशा

स्थितीवर नियंत्रण ठेवण्यासाठी लागणारी मनाची परिपक्वता माझ्याजवळ नव्हती. म्हणून मी त्यावर नियंत्रण ठेवू शकलो नाही.

माझे वडील, त्यांचे समवयस्क मित्र आणि कुटुंबातील इतर अनुभवी ज्येष्ठ व्यक्तींनी मला मदत करण्याच्या दृष्टीने मला सांगितले, 'त्यांनाही अशा दोन चार घटनांनी उद्ध्वस्त केले होते पण त्यातून बाहेर येण्यास त्यांना फार वेळ लागला नाही.' जसे मी तुम्हाला सांगितले होते, की माझे काका रियल इस्टेटचे काम करत होते. शिवाय कॅलिफोर्नियातील आपल्या प्रॉपर्टीची पण व्यवस्था बघत होते. त्यांच्यासाठी ५० हजार डॉलर्सचे कर्ज तसे पाहिले तर काहीच नव्हते. त्यांनीही मला समजावून सांगितले, की हे खूप छोटे कर्ज आहे. त्यातून तुला सहज कर्जमुक्त होता येईल.

खरं म्हणजे दुसऱ्यांच्या चुकांमधून किंवा त्यांच्याबरोबर केलेल्या सल्ला- मसलतीमधून काहीतरी बोध घेणे किंवा धडा शिकणे मी पसंत करतो पण अनेक दिवसांपासून माझा विवेक, माझं शहाणपण परत मिळविण्याच्या नादात मी अनेक चुका करत होतो. म्हणून आता मीच संकल्प केला, की चांगला विद्यार्थी होईन. म्हणून प्रत्येक परिचिताकडून आपण एखाद्या चांगला बोध घेतला तर निश्चितच चांगले होऊ शकतो ना! अशा प्रकारे वेळ, प्रयत्न आणि पैसा वाचवण्याची शक्यता अधिक वृद्धिंगत होते.

जेव्हा आपले प्रियजन आपल्याला चांगला सल्ला देतात, तेव्हा आपण त्यांचं का ऐकत नाही? त्याप्रमाणे योग्य ती तडजोड का करत नाही? त्यावर अंमल का करत नाही? जर तुम्ही सगळ्या समस्या एकाच वेळी सुटाव्या म्हणून हटवादी असाल तर तुम्ही तुमच्यासाठी जास्त त्रास किंवा ताण निर्माण करून घेत असता! काही समस्या अशा असतात, ज्यात तुम्हाला तत्काळ क्रियाशील होण्याची गरज असते, तरीही तुम्ही समस्यांचे निराकरण करण्यासाठी दररोज एकेक पाऊल टाकण्याची प्रक्रिया सुरू करणे आवश्यक असते. एकदा माझ्या एका सल्लागार मित्राने या बाबतीत मला म्हटले होते. 'निक, तुला माहीत आहे, पूर्ण हत्ती खायचा असेल तर काय करावे?'

'एका वेळेस एकच घास!'

विनम्रतेचा संदेश

माझ्या अकाउंटंट वडिलांनी मला नेहमी आर्थिक गोष्टींसंबंधी सावधानता

बाळगण्याविषयी सांगितले होते. त्यांची इच्छा असे, की मी भरपूर बचत करावी आणि जेव्हा केव्हा एखादी योजना कार्यान्वित करायची असेल तर आधी डोक्यात त्या योजनेचे बजेट तयार असावे. पण मी त्यांच्या बोलण्याकडे दुर्लक्ष करत असे. मी नेहमीच धोके पत्करणारा होतो. मात्र त्याचे विचार जास्तच कट्टर होते. आमची दोघांची व्यक्तिमत्त्वे वेगवेगळी होती. माझ्या मते पैसे जमविण्याची ही वेळ नसून तर पैसा गुंतवण्याचा, बाजारात भांडवल घालण्याचा हा काळ आहे. विनम्रता हा असा विलक्षण गुण आहे, जो तुमच्याजवळ नसला तरी उशिरा का होईना, तुमच्याकडे येतोच.

आता तुम्ही कल्पना करू शकता, की मी किती विनम्रतेने माझ्या वडिलांच्या त्या प्रस्तावाचा स्वीकार केला होता. जेव्हा त्यांनी माझी कंपनी वाचविण्यासाठी पन्नास हजार डॉलर्स मला उधार देण्याची कल्पना मांडली. माझ्या मनाला खूप खेद झाला पण ही कुऱ्हाड मीच माझ्या पायावर मारून घेतली होती.

बायबल नीतिवचन १६:१८ आपल्याला सांगते, की विनाशापूर्वी गर्व व ठेच लागण्यापूर्वी घमंड येतो. हे नीतिवचन असणारे पान तुम्ही उघडले तर त्याठिकाणी तुम्ही मला पाहाल, हे मी तुम्हाला खात्रीपूर्वक सांगू इच्छितो.

माझ्यावर आलेल्या या परिस्थितीचा जेव्हा मी विचार करतो, तेव्हा माझ्या लक्षात येतं, माझ्या जीवनात ठिकठिकाणी विनम्रतेचा अभाव आहे. जेव्हा एखादा वाईट परिस्थितीतून जात असतो तेव्हा तेथे विनम्रता असणे किती गरजेचे असते? सर्वप्रथम तुमची ही परिस्थिती जर तुमच्या चुकीमुळे किंवा तुमच्या असफल होण्याने झाली असेल तर तुम्हाला त्या गोष्टींची लाज वाटते. वेगळ्या शब्दात सांगायचे झाले तर तुम्हाला नम्रपणे ह्या गोष्टीची आठवण ठेवावी लागेल. नाराज होऊन, रडून, ओरडून किंवा त्रास करून घेऊन त्यात काहीही बदल होणार नाही. कोणतीही गोष्ट निष्पन्न होणार नाही. सतत नकारात्मक विचारातच राहिलात तर तुमची परिस्थिती आणखी बिकट होईल. तुमचेच जवळचे लोक तुमच्यापासून दूर जातील. म्हणून माझी तुम्हाला नम्र विनंती आहे, की विनम्रतेचा स्वीकार करा. ती तुमच्यातच आहे. उदाहरणार्थ, काही बल्लेबाज खेळाडू पराजित झाल्यावर क्रोधित होतात. आपला राग दाखविण्यासाठी आपल्याच पायावर बॅट मारतात, बॅट तोडतात. पाणी आणणाऱ्या मुलाला आपले हेल्मेट फेकून मारतात. जमिनीवर बॅटने खड्डे करतात वगैरे, पण खेळाडू हार सहज स्वीकारतात. कारण हारणे हा खेळाचाच एक भाग आहे व त्या

पीच वर परत ती चूक करायची नाही हे त्यांना माहीत असते. तुम्हालाही तुमच्या अनुभवांतून शिकायचे असेल तर विनम्रतेला वाईट समजू नका. ज्ञानाकडे जाणारा, खरा मार्ग विनम्रतेतून जातो.

मी जेव्हा लहान होतो, तेव्हा दुसऱ्यांना मदत मागण्याविषयी माझ्या मनात घृणा होती. खरं म्हणजे ही अगदी साधी गोष्ट होती, की आजूबाजूच्या लोकांपैकी कुणाला तरी, खाऊपिऊ घालण्यासाठी, उचलून खुर्चीवर बसवण्यासाठी किंवा शौचालयापर्यंत घेऊन जाण्यासाठी मदत मागावी पण मला हे आवडत नव्हते. जेव्हा माझी कामे मीच निरनिराळ्या क्लृप्त्या काढून करत असे, तेव्हा स्वावलंबनाशिवाय मला इतरही अनेक लाभ झालेले आहेत. अर्थात मी जसा वागत होतो तेच बरोबर होते असे मला म्हणायचे नाही. कित्येकदा ह्या स्वावलंबनाच्या चक्करमध्ये मी इतरांना माझ्या तालावर नाचवत होतो. लोकांना मला मदत करायला भाग पाडत होतो. मी त्यांना नम्रतेने मदत मागण्याऐवजी थोडं घमेंडीनेच मागत होतो. माझ्या लाडक्या भावाला, अरॉनला तर भाऊ मानण्याऐवजी माझी देखभाल करणारा एक मदतनीसच समजत होतो. मला माफ कर अरॉन!

ईश्वर परत परत माझ्यासमोर 'विनम्रतेची' संधी आणत होता. पण माझ्या हे लक्षात येत नव्हते, की बरेच वेळा मी स्वार्थी, उतावळा आणि गर्विष्ठ होत होतो. कित्येक वेळा मला वाटायचे, माझी विशेष देखरेख करावी, तो माझा अधिकारच आहे. मी अरॉनची तर माफी मागितली आहे. तसं आम्ही एकमेकांपासून दूर राहतो. त्यामुळे वारंवार भेटू शकत नाही. तो माझा लाडका मित्र पण आहे. म्हणून मी त्याचे जास्त कौतुक व प्रशंसा करतो. पण अरॉन एवढा समर्थ होता, की मला उचलून कपाटात बंद करू शकला असता. पण त्याने तसे कधीच का केले नाही, याचे मला आज आश्चर्य वाटते. कित्येकदा माझे वागणे खरंच किती त्रासदायक होते, मला शिक्षा व्हायलाच हवी होती!

या वाईट काळाकडे मी अशा दृष्टीने पाहिले, की काही नम्र आठवणींनी मला चांगल्या मार्गावर येण्यासाठी मदत केली. मी असा वागत होतो जणू मी एकटाच आहे. माझ्या कार्याचे ओझे मला एकट्याला खांद्यावर घेऊन न्यायचे आहे. हा माझा अहंकारही होता. त्यावरून लक्षात येतं, की मला ईश्वरावर किंवा भोवतीच्या लोकांवर मनातून विश्वास वाटत नव्हता.

महान पैगंबर नेता मूसा या धरतीवर सर्वांत विनम्र स्वभावाची व्यक्ती म्हणून

प्रसिद्ध होती. ते जाणत होते, जोपर्यंत तुमच्या मागून चालण्याची कुणाची इच्छा नसते, तुमच्याबरोबर काम करण्याची इच्छा नसते, तोपर्यंत तुम्ही त्यांचे मार्गदर्शक होऊ शकत नाही. गर्विष्ठ माणूस कधी कुणाची मदत मागत नाही. त्यामुळे तो प्रसंगी असहाय राहतो. गर्विष्ठ माणूस नेहमी स्वतः ज्ञानी असल्याचा दावा करतो पण त्याला ज्ञान नसते. विनम्र व्यक्ती मात्र त्यांच्या अध्यापकांना किंवा इतर मदतगारांना आपल्याकडे आकर्षित करून घेतात.

एका पित्याने आपल्या नुकत्याच कॉलेजमधून ग्रॅज्युएट होऊन नोकरीला जाणाऱ्या मुलाला पहिल्याच दिवशी त्याचे वागणे योग्य व चांगले असावे हे सांगितले. त्याचबरोबर, तू तेथे तुझे ज्ञान दाखविण्याचा प्रयत्न करू नकोस तर की तुला अजून खूप शिकायचे आहे, ज्ञान मिळवायचे आहे, असे दाखव.

तुम्ही जर संकटात असाल, समस्यांनी घेरलेले असाल, तर दुसऱ्याची मदत मागणे केव्हाही श्रेयस्कर! त्यात वाईट असे काहीही नाही. स्वतःला आत्मनिर्भर आणि सर्वश्रेष्ठ समजणं, ही गोष्ट आपल्याला अधिक महत्त्वाची वाटते का? पाठिंबा देणाऱ्या लोकांमध्येच आपली स्वप्नं साकार करण्यास अधिक भर देणं चांगलं.

विनम्रतेमुळेच प्रशंसा व कृतज्ञता हे भाव तुमच्या ठायी उत्पन्न होतात. आपल्या स्वास्थ्यासाठी आणि प्रसन्न राहण्यासाठी प्रेरणादायी आहेत. कोणीही व्यक्ती परस्परांच्या तुलनेत अनमोल, श्रेष्ठ नसते. मी कुठेतरी खऱ्या वस्तुस्थितीला विसरलो होतो. माझ्या स्खलनाचे मुख्य कारण असणाऱ्या माझ्या गर्विष्ठ वृत्तीने माझी स्मृती व माझ्या दृष्टीला धूसर करून टाकले होते. ही गोष्टी मी स्वतःच समजून घेणे आवश्यक होते. मी व्यवसायात खूप यशस्वी झालो आहे किंवा खूप पैसा कमवत आहे, संपूर्ण जगाचा प्रवास करून दोनशे सत्तर वेळा व्याख्यान संगांचे आयोजन केले आहे. म्हणून ईश्वर माझ्यावर प्रेम करत नाही तर त्याने मला जन्म दिला आहे म्हणून तो माझ्यावर प्रेम करतो. कारण तो माझ्यावर माझ्यासाठीच प्रेम करतो व तुमच्यावरही तुमच्यासाठी प्रेम करत असतो.

मला आजही असे वाटते, की माझ्या त्या प्रतिकूल परिस्थितीमुळे माझ्या काही योजना, माझी काही स्वप्नं अर्धवट सोडावी लागली. मला विश्वास आहे, की परमेश्वराने मला स्पष्ट दृष्टी दिली आहे. त्यामुळे मी खरंतर त्या योजनांचे व्यवस्थित नियोजन करण्याची आवश्यकता होती. शिवाय परमेश्वराची अधिक प्रार्थना करायला पाहिजे होती. परमेश्वराच्या मर्जीनुसार जाण्याऐवजी मी माझ्या तंत्राने जात होतो. झाड

कोणी लावले, पाणी कोणी घातले, हे महत्त्वाचे नाही, तर ईश्वर बी अंकुरित करत असतो, हे महत्त्वपूर्ण आहे.

आपण ईश्वराप्रति जरी कृतज्ञ नसलो तरी तो मात्र नेहमीच आपल्या प्रति कृतज्ञ असतो, असंही असू शकतं. मी जाणून-बुजून दैनंदिन जीवनात सजग भावनेने आपल्या निष्ठेला साकार रूप देत नव्हतो. म्हणून मी हादेखील संकल्प केला, की आता पूर्ण धैर्यासह, विनम्रतेसह, साहस आणि आत्मविश्वासासह मी दररोज पुढे जात राहीन. जेथे मी कमकुवत होईन तेथे शक्तिशाली ईश्वर माझा हात पकडेल. माझ्या आयुष्यात जी काही उणीव आहे, तीदेखील तो भरून काढेल.

विश्वास झळकू द्या

विश्वास! मग तो तुमचा स्वतःवर, तुमच्या उद्देशांवर किंवा तुमच्या ईश्वरावर असला तरी तो एखाद्या शक्तिशाली स्तंभाप्रमाणे दृढ असावा. त्याला प्रकाशित होण्याची संधी द्यावी. तुमच्या दुर्लक्षामुळे, उपेक्षेमुळे तो कमी होता कामा नये. पुष्कळदा तुम्हाला वाटते, की तुमच्यात विश्वास आहे. पण आशेचा किरण दिसत नाही. पण मी मात्र माझ्या विश्वासाला उजळून टाकले आहे. एका वेगळ्या दृष्टिकोनातून पाहिले तर माझ्यातील विश्वास व आस्थेची अवस्था न्युट्रल गियरमध्ये असणाऱ्या गाडीसारखी झाली आहे. दोन्हीही उपलब्ध आहे पण माझ्या जीवनात सामील नाहीत. आपल्या स्वतःवर आणि योग्यतेवर भरवसा ठेवणे महत्त्वाचे असते. पण तुमच्यामध्ये सहनशीलता, नम्रतेबरोबरच ही समज असायला पाहिजे, की दुसऱ्यांच्या मदतीशिवाय तुम्ही एकटे काही करू शकत नाही. शेवटी सर्व श्रेय ईश्वराकडेच जाते. तुम्ही जर काही उद्देशांशिवाय जगत असाल किंवा आपल्या ध्येयापासून विचलित होऊन इकडे तिकडे भरकटत असाल तर ती हीच गोष्ट आहे, जी तुम्हाला झपाट्याने अधोगतीला नेते. तुमचे ध्येयच तुम्हाला आनंदासह जीवनाची सार्थकता मिळवून देणार असते. ज्याद्वारे मी लोकांना प्रेरित करत होतो, प्रोत्साहित करत होतो, ती माझ्या प्रयोजनांची वाटच विसरलो होतो! आस्था आणि विश्वासाचा संदेश लोकांमध्ये प्रसारित करत होतो. मी माझा व्यवसाय व माझ्या कल्याणकारी संस्था या सर्वांसाठी भरपूर काम करत होतो. मी जेव्हा माझ्या या चांगल्या उद्देशपूर्ण कामापासून भरकटलो, तेव्हा मला वाटले, माझ्याशी जोडलेली ती शक्तिशाली तार प्लगमधून कोणीतरी काढून टाकली आहे. तुम्हाला जर वाटत असेल, तुम्ही नैराश्याकडे, उदासीनतेकडे चालले आहात, तुमच्यामध्ये उत्साह, विश्वास याचा अभाव आहे, तर अशा वेळी स्वतः

ला विचारा, असे का होत आहे? मला आनंद कसा मिळेल? मला आनंद कसा मिळेल? मला माझ्या आयुष्याचा अर्थ कुठे गवसेल?

तुम्हाला आणि मला या धरतीवर आपल्या स्वार्थी गोष्टींची पूर्तता करण्याऐवजी खूप महान कार्य करण्यासाठी पाठविले आहे. जेव्हा आपले लक्ष ईश्वरावर केंद्रित होण्याऐवजी आपल्या स्वार्थावर केंद्रित होते, तेव्हा आपण सामर्थ्यापासून वंचित राहतो. ईश्वराने आपल्याला प्रतिभेची भेट ह्यासाठी दिली आहे, की इतरांची मदत करता यावी! जेव्हा आपण आपली शक्ती त्या महान प्रयोजनाच्या पूर्तीसाठी वापरतो, तेव्हा ईश्वराच्या प्रयोजनांनाच साकार करत असतो. आपण जगात सर्वांचे भले करतो आणि याचा उपयोग त्या दुसऱ्या जगात जाण्यासाठी होऊ शकतो.

अंथरुणावर खिळूनही – उद्देशांसाठीच....

मी तुम्हाला यापूर्वीही सांगितले आहे, की माझ्या आयुष्यातील तो वाईट काळ म्हणजे एक चांगले उदाहरण म्हणून माझ्यासमोर आला. आता तुम्ही म्हणू शकता, आपण विश्वासाकडे जेव्हा दुर्लक्ष करतो, तेव्हा त्याचा काय परिणाम होऊ शकतो. मी तुम्हाला आता एका व्यक्तीचं चांगलं उदाहरण सांगतो, कर्मावरील विश्वासाचे! माझ्याजवळ असणाऱ्या उदाहरणामधील हे सर्वांत चांगले उदाहरण आहे. माझे पहिले पुस्तक मी त्यांनाच समर्पित केले आहे. पण त्यांची ही कहाणी मात्र या पुस्तकासाठी राखून ठेवली होती.

आम्ही जेव्हा ऑस्ट्रेलियात राहत होतो, तेव्हा माझ्या आईकडून फिल टोथ ऑफला जोला यांच्याविषयी समजले. माझ्या आईने चर्चमध्ये फिल आणि त्याच्या वेबसाइटसंबंधी ऐकले होते. तिने मला फिलची वेबसाइट दाखविली आणि विश्वासाला साकार रूप देणारी ती कहाणी माझ्या हृदयाला भिडली.

फिल जेव्हा बावीस वर्षांचा होता, तेव्हा एकेदिवशी सकाळी उठल्याबरोबर फिलला बोलण्याचा त्रास होऊ लागला. प्रथम त्याच्या कुटुंबीयांना वाटलं, तो गंमत म्हणून हे करत आहे. कारण अनेक वेळा तो अशी नक्कल करायचा पण नंतर त्याला चक्कर यायला सुरुवात झाली व थकवाही वाटू लागला. तेव्हा मात्र त्यांच्या कुटुंबीयांना आश्चर्यच वाटलं. पुढे जवळजवळ दोन वर्षे डॉक्टरांनाच समजले नाही, की फिलला काय झाले असावे. शेवटी कळले, की तो (amyotrophic lateral sclerosis) ए.एल.ए. रोगाचा शिकार झाला आहे. ज्याला आपण 'लो गेरीग' रोग

म्हणतो. या रोगात ब्रेन आणि स्पाईन मधील मोटर स्नायुपेशी नष्ट होतात. त्यामुळे मांसपेशी काम करू शकत नाहीत. फिलचा रोग झपाट्याने वाढत आहे, असं फिलच्या डॉक्टरांना वाटलं. ह्या रोगात रोगी दोन ते पाच वर्षापेक्षा अधिक जगू शकत नाही. त्यामुळे तोदेखील तीन महिन्यांपेक्षा अधिक जगू शकणार नाही. पण डॉक्टरांनी असे सांगितल्यावरही तो पाच वर्षे जगला आणि त्याचे मुख्य कारण म्हणजे त्याने आपले लक्ष आजारावर केंद्रित न करता ईश्वरावर व प्रार्थनेवर ठेवले. इतरांनाही तो प्रेरित करत होता. त्याने त्या असाध्य रोगाचा सामना करण्यासाठी जीवनाचा उत्सवच करण्यास सुरुवात केली. तसंच तो दुसऱ्यांनाही मदत करत होता. खरं म्हणजे पुढे त्याला अंथरुणावर हातपायही हलवणे अवघड झाले होते. ए.एल.ए. हा असाध्य व कष्टदायक रोग आहे. काही दिवसातच फिल अंथरुणावर नेहमीसाठी खिळून राहिला. आता तो स्वतःचे काहीही करण्याच्या अवस्थेत राहिला नाही. त्याला त्याच्या कुटुंबीयांकडून, मित्रांकडून भरपूर मदत मिळली. त्याच्या आवाजावरही परिणाम झाला होता. त्यामुळे लोकांना त्याचे बोलणे समजणे कठीण झाले होते.

स्वतःच्या या कष्टमय पीडादायक अवस्थेतही फिलची इसाईनिष्ठा कमी झाली नाही, उलट तो कृतज्ञच होता. त्यापुढेही जाऊन जे लोक भयंकर असाध्य रोगांनी ग्रस्त होते, त्यांना तो प्रेरित करायचा, प्रोत्साहन द्यायचा. असाध्य रोगाने त्रस्त असूनही त्याने ईश्वरी कृपेने एक वेबसाईट तयार केली. ज्याची माहिती माझ्या आईला चर्चमध्ये मिळाली होती. येथे मी परमेश्वराच्या प्रार्थनेतील त्याचा एक भाग देत आहे. त्यावरून त्याच्या कर्मावरील विश्वासावर प्रकाश पडलेला दिसून येतो.

मी ईश्वराला धन्यवाद देतो, की ईश्वर मला
येथे घेऊन आला आहे. यामुळे मी ईश्वराच्या
अधिक जवळ आलो आहे. ईश्वराने जे काही केलं ते
माझ्यासाठी खूप आहे. ईश्वराने मला नव्याने
जीवनाला समजून घेण्याची आणि
हे पाहण्याची संधी दिली. कुठे माझा
विश्वास तर कमी होत नाही ना?
यामुळेच मी दूर असणाऱ्या बंधुभगिनींच्या

ईसाप्रति असणाऱ्या प्रेमाचा अनुभव घेऊ शकलो.

मी ईश्वराच्या इच्छेनुसार कसे जगावे, हेदेखील शिकलो.

ईश्वराच्या संदेशाविषयी अधिक ज्ञान मिळविले

माझा विश्वास पहिल्यापेक्षा ही अधिक दृढ झाला. माझे कुटुंबीय, माझे मित्र पहिल्यापेक्षाही अधिक निकट आले आहेत. याशिवाय मी स्वास्थ्यपोषणाच्याविषयी अधिक जागरूकतेने माहिती घेऊन स्वतःची देखभाल करत आहे. माझी जी अवस्था आहे त्यामुळे मला अनेक लाभ झाले आहेत.

मी माझ्या आईच्या आग्रहामुळे २००२ मध्ये यु.एस.च्या दौऱ्याच्या वेळी फिलला भेटण्यासाठी त्याच्या घरी गेलो होतो. माझ्या नात्यातील एक व्यक्तीही या रोगाने आजारी होती, त्यापेक्षाही भयंकर अवस्थेत फिल होता. जेव्हा मी फिलच्या खोलीत गेलो, तेव्हा फिलने माझे एवढे प्रसन्नतापूर्वक हसून स्वागत केले, की त्या हसण्याने पुढे माझे जीवनच बदलून गेले. ही गोष्ट मी कधीही विसरणार नाही. कष्टमय व पीडादायक अवस्थेत असूनही फिल स्वतःच्या अवस्थेवर क्रोधित नव्हता, न नाराज! त्याचे धैर्य व सहनशक्ती पाहून मी गलबलून गेलो, भावविभोर झालो. त्याच्यासारखे होण्याची प्रेरणाही मला तेथे मिळाली.

फिल व त्याच्या कुटुंबीयांनी मात्र त्याच्या बाबतीत चमत्कार होण्याची आस जराही सोडली नाही. ते सर्वच ईश्वराच्या सान्निध्यात, स्वर्गात राहण्यास तयार होते. मी जेव्हा फिलला भेटलो, तेव्हा त्या रोगाने त्याची बोलण्याची शक्ती पूर्णपणे संपुष्टात आली होती. तो आपलं म्हणणं सांगण्यासाठी डोळ्यांच्या पापण्यांनी अक्षरांच्या खुणा करत होता. अतिशय उत्साहाने व धीराने तो ते सर्व करत होता. त्याने एक असं लेजर टेक्निकल आत्मसात केले होते, की त्याच्या साहाय्याने तो कंप्युटरवर टाइप करत असे. त्याने एक इसाई न्युज लेटर पण काढले होते. जवळ जवळ तीनशे लोक ह्या न्युज लेटरचे वाचक होते.

तो जरी अंथरुणातून उठू शकत नव्हता, बोलू शकत नव्हता, तरीही आपल्या विश्वासाला साकाररूप देण्याचा त्याचा संकल्प दृढ होता. त्याच्याकडून प्रेरणा घेऊन मी परत माझ्या कामाचा शुभारंभ केला. त्यानंतर जेव्हा जेव्हा मी अनुत्साहित किंवा निराश होत असे, तेव्हा-तेव्हा मला फिल आठवतो. जर तो त्या अवस्थेतही लोकांना प्रेरणा देऊन त्यांच्या आयुष्यात काही फेरबदल घडवून आणत होता, तर

मग मी का नाही? माझी अवस्था त्याच्यासारखी नव्हती. त्यानंतर एक वर्षाने फिलने या जगातून दुसऱ्या जगात प्रवेश केला, तेव्हा त्याच्या निकट असण्याचे भाग्य मला लाभले होते. खरं म्हणजे त्याच्या जाण्याने मला अतिशय दुःख झाले होते. पण मी लीनतेने ईश्वराच्या सेनेतील एका सेनापतीला तिकडे परत जाताना पाहत होतो. त्या दृश्याचा मी साक्षीदार होतो. मला खात्री आहे, की मी आणि तुम्ही दोघेही आपला विश्वास दृढ करून त्यानुसार कार्य करण्याचा संकल्प करू या. जेणेकरून धैर्य व उत्साहाचे प्रदर्शन करून आपणही इतरांच्या जीवनासाठी वरदान ठरू या.

3

अंतरीचे बोल

मी माझ्या प्रेयसीला सर्व प्रथम एड्रीयाटिकच्या बेलटॉवर या इमारतीमध्ये खचाखच भरलेल्या गर्दीमध्ये पाहिले. तशी ही वस्तू युरोपियन गावांमध्ये असणाऱ्या प्राचीन वास्तूसारखीच दिसते. पण प्रत्यक्षात दगडाने बांधलेली मिनारसदृश अशी अनोखी इमारत डॉलर्सच्या सबर्न भाग असलेल्या मॅक्नी टेक्सॉसमध्ये आहे. त्या इमारतीतच ऑफीस आहे. २०१० साली मी एका व्याख्यान सत्रासाठी तेथे गेलो होतो. त्याच दिवशी जगातील सर्वांत सुंदर, तेजस्वी आणि समंजस वाटणाऱ्या दोन डोळ्यांशी माझे डोळे भिडले. मात्र त्यानंतर मला बोलणेही अवघड झाले. कारण माझे सर्व लक्ष त्या डोळ्यांवरच केंद्रित झाले होते. मी माझ्या आतापर्यंतच्या आयुष्यात असे डोळे पाहिले नव्हते.

तुम्ही याला 'लव्ह अॅट फर्स्ट साइट' असेही म्हणू शकता. अर्थात आता हा वाक्प्रचार व्यवहारात फारसा उरला नाही. पण त्या वचनाप्रमाणे जर खरंच घडत असेल तर त्या वाक्प्रचाराशी मी प्रामाणिक राहू इच्छितो. मी इसाई आहे त्यामुळे बायबलच्या शिकवणीवर अंमल करतो. हे 'साँग्ज ऑफ साँग्ज' मधून घेतले आहे. ''हे प्रिय वधू! तू माझे हृदय चोरले आहेस. तू तुझ्या एका कटाक्षाने त्याला गुलाम बनविले आहेस.''

तुम्ही जर माझी वेबसाइट, ब्लॉग, ट्वीट वगैरे पाहत असाल तर तुम्हाला कळेल, त्या दिवशी माझे हृदय कानाए मियाहाराने चोरले होते.

जुलै २०१० साली आमचा साखरपुडा झाला व फेब्रुवारी २०११ साली म्हणजे ह्या पुस्तकाचे लेखन पूर्ण होण्यापूर्वीच आमचा विवाह झाला होता. आमच्या लग्नाची कहाणी मी तुम्हाला सांगू इच्छितो. माझी व कानाए मियाहाराची प्रथम भेट कधी झाली? आमच्यामध्ये प्रेमसंबंध कसे जमले? हे सर्व सांगू इच्छितो.

अर्थात ही सांगण्याची अनेक कारणे आहे पण सर्वांत मुख्य कारण म्हणजे माझ्याकडे लहान मुले, किशोरवयाचे, कॉलेज विद्यार्थी तरुण, वयस्कर प्रौढ विवाहित, अविवाहित असे अनेक लोक येतात. ते आपल्या विवाहसंबंधाविषयी, प्रेमसंबंधाबाबत अनेक प्रश्न, अनेक कहाण्या घेऊन माझ्याकडे येतात. त्या सर्वांच्या कहाण्या जरी वेगवेगळ्या असल्या तरी सर्वांचा मूळ प्रश्न एकच असतो. प्रत्येकाला वाटत असते, की प्रेमाच्या बदल्यात प्रेम मिळावे.

निक, मला ह्या गोष्टीची भीती वाटते, की माझ्यावर कधीच कुणी प्रेम करणार नाही.

हीच व्यक्ती माझ्यासाठी योग्य साथीदार आहे हे मी कसे ओळखावे?

माझे संबंध अधिक काळापर्यंत का टिकत नाहीत?

मी या तरुणीवर विश्वास ठेवू शकतो का?

प्रेमात पडल्यावर काय वाटते?

मी प्रेमात एवढ्या वेळा ठेचकाळलो आहे, की आता प्रेम करायचीही भीती वाटते.

खरं म्हणजे मी एकटाच राहतो आणि ते मला आवडतेही, पण हे योग्य आहे का?

जेव्हापासून इव्ह अॅडमला इडनच्या बागेतून हद्दपार केले, तेव्हापासून स्त्री-पुरुषांसाठी हृदयाच्या बाबतीत समाधानाबरोबरच निराशा, गुंतागुंत ह्या महत्त्वाच्या बाबी ठरल्या आहेत. अंतरीची आस ही मानवी गरजांमधील सर्वांत महत्त्वाची गरज आहे. जेव्हा आपण प्रेमाच्या शोधात असतो, तेव्हा दुसऱ्यांचे प्रेम मिळविण्यासाठी स्वतःला त्यात झोकून देतो. पण त्यामुळे इतरांना आपल्याला दुखवणे सोपे जाते. त्यामुळे आपण एक निर्णय घेतला पाहिजे. एक तर प्रेम प्राप्त करण्याचा सतत प्रयत्न करत राहणे किंवा मग त्या बाबतीत अनभिज्ञ राहणे. पण तुम्ही जर अनभिज्ञ राहिलात

तर तुम्हाला प्रेम कधीच मिळणार नाही व चांगले जीवनही नीरस वाटू शकेल.

मी पण ह्या वाटेवर अनेकदा पाऊल ठेवले आहे व हृदय जखमी करून घेतले आहे आणि जेव्हा जेव्हा माझ्या हृदयाला ठेच लागली, तेव्हा मी लज्जित झालो, क्रोधित झालो. कित्येकदा तर मी स्वतःला महामूर्खही म्हणालो आहे. पण लवकरच मी त्यातून सावरलो आणि शेवटी ठरवले, की आपल्याला जे मिळवायचे आहे त्यासाठी विश्वासाने कर्म करत राहिले पाहिजे, प्रयत्न केले पाहिजे.

आपल्यामध्ये असे फार कमी लोक आहेत, जे स्वतःला ह्यातून वाचवतात पण ते असफल होतात. तुमचाही हृदयभंग झाला असेल, त्यांच्यासाठी माझा सल्ला आहे, की त्यांनी आपल्या असफल प्रयत्नांना परीक्षेपेक्षा जास्त महत्त्व देऊ नये. ही परिस्थितीच तुम्हाला तुमच्या व्यक्तीसाठी योग्य बनवत असते. जेव्हा तुम्ही प्रेमप्राप्तीसाठी आग्रही होता, तेव्हाच तुम्हाला प्रेम प्राप्त होण्याची शक्यता असते. पण जर तुम्ही तुमच्या हृदयाभोवती कुंपणच घातले तर तुमच्यापर्यंत प्रेम पोहोचणारच कसं?

मी अनेक वर्षे माझ्यामधील असुरक्षितता व एकटेपणा या भावनांशी संघर्ष केला आहे. ज्याच्या जवळ एखाद्या आकर्षक राजकुमारासारखे हातपाय नाहीत, त्याच्यासाठी तर हे भय जास्तच तीव्र होते. तिच्याबरोबर मी माझ्या स्वतःच्या परिवाराचे स्वप्न पाहत होतो. अशी व्यक्ती मला कधीच मिळणार नाही, या विचाराने मी उदास होत होतो. मी माझ्या किशोरअवस्थेतील भय व असुरक्षितता या गोष्टींविषयी नेहमीच लिहीत आलो आहे. कुणीही स्त्री मला पसंत करणार नाही. कारण मी तिचा न हात धरू शकणार होतो, न तिला आलिंगन देऊ शकणार होतो!

इतर पुरुषांप्रमाणे मीही पारंपरिक नवऱ्यासारखाच वाढलो होतो. जे लग्नानंतर कुटुंबाचे पालक म्हणून व संरक्षक म्हणून आपली भूमिका पार पाडत असतात. त्यामुळे एखाद्या तरुणीने माझी पत्नी किंवा जीवनसाथी बनून माझी देखरेख करावी अशी मी कधीही इच्छा बाळगली नव्हती.

जे लोक शारीरिकदृष्ट्या अपंग आहेत, त्यांना त्यांच्या आयुष्यात मिळणाऱ्या खऱ्या प्रेमाविषयी असणारी काळजी किंवा चिंता ही काही नवलाची गोष्ट नाही. नातेसंबंधाच्या बाबतीत प्रत्येकाच्याच मनात असुरक्षा व भय असते. तरीही मी तुम्हाला सांगू इच्छितो, की प्रेमसंबंधाच्या बाबतीत घाईघाईने हार मानू नका. माझ्यासारख्या अपूर्ण व्यक्तीलाही परिपूर्ण बायको मिळाली आहे. आम्हाला माहिती

आहे, की आमच्यात काही उणिवा आहेत. पण तरीही आम्ही आम्हाला परिपूर्ण संपन्न जोडी समजतो.

'तुम्ही एकमेकांना निवडले आहे, याचा मला खूप आनंद झाला आहे', असं माझा एका समंजस मित्र म्हणाला होता. अखेर दुसऱ्या दोन परिपूर्ण लोकांचे जीवन कशाला खराब करायचे!

काही लोक असेही असतात, ज्यांना एकटं राहायलाच आवडतं. तुम्हालाही असेच वाटत असेल व त्यातच तुम्ही आनंदी राहत असाल तर त्यात वावगे असे काही नाही. पण जर तुम्हाला तुमच्या जीवनाचा जोडीदार कुणाला तरी करावे वाटत असेल, तुम्ही तुमच्या या इच्छेला विश्वासाचे आवरण घातले तर तुम्हाला पाहिजे ते नक्की मिळेल, जे तुमच्यासाठीच आहे. पण त्यासाठी तुम्हाला काही पायाभूत नियमांना स्वीकारावे लागेल.

१) तुम्ही ईश्वराची संतान आहात, त्यानेच तुम्हाला जन्म दिला आहे. तुम्ही स्वतःला जरी अपूर्ण समजत असाल तरी ईश्वर तुम्हाला अपूर्ण समजत नाही. त्याच्या योजनेनुसारच तुम्ही आलेले आहात. जर तुम्ही इतरांशी प्रेमाने, मायेने वागत असाल व चांगले कर्म करण्यासाठी परमेश्वराने दिलेल्या प्रतिभेचा योग्य वापर करत असाल तर तुम्ही ते प्रेम मिळविण्यास नक्कीच पात्र ठराल.

२) तुम्हाला जर वाटत असेल इतरांनी तुमच्यावर प्रेम करावे, तर आधी तुम्ही प्रेम करणं शिकलं पाहिजे. तुम्हाला स्वतःवरही प्रेम करणे कठीण जात असेल तर कुणावर प्रेम करण्यापूर्वी वरील पद्धतीने तुम्हाला कार्यरत व्हावे लागेल.

३) तुम्ही स्वतःच जर प्रेमस्वरूप असाल तर प्रेमाचा शोध घेऊ नका. मुक्तपणे इतरांना प्रेम द्या. इतरांचे म्हणणे ऐकून घ्या. त्याची जाणीव ठेवा आणि एखाद्या सच्चा, प्रामाणिक, देखरेख करणाऱ्या भरवश्याच्या व्यक्तीप्रमाणे सदैव प्रेम वाटत राहा. तुम्हालाही नक्कीच त्या बदल्यात प्रेम मिळेल.

४) प्रेमाच्या बाबतीत तुम्ही कधीही पराजय किंवा हार मानू नका. शक्यता आहे, की कदाचित तुम्ही तुमची प्रेमभावनाच नष्ट करू इच्छिता आणि आपले हृदय कठोर करत असता, कारण तुम्ही त्यापासून स्वतःला वाचवू पाहता. पण एक लक्षात घ्या, तुम्ही स्वतः प्रेमाचे एक रूप आहात. प्रेम तुमची प्राणऊर्जा आहे. त्यामुळे तुमची ही ऊर्जा नष्ट व्हावी असे ईश्वरालाही वाटत

नसते. तुटलेले नातेसंबंधच तुम्हाला अशा प्रेमसंबंधासाठी तयार करत असतात. जे आजीवन चालणारे असतात. त्यामुळे ईश्वराच्या या महान वरदानासाठी स्वतःला ग्रहणशील बनवा, विश्वास ठेवा.

ईश्वराचे प्रेम तुम्हाला प्रेमासाठी योग्य बनवते

मी पहिल्या प्रकरणातच तुम्हाला सांगितले आहे, की माझ्या जीवनाच्या सुरुवातीच्या काळात अशी एक वेळ आली होती, जेव्हा मला वाटायचे मी ईश्वराचे संतान आहे, पण असे संतान आहे, ज्याच्यावर ईश्वराचे प्रेम नाही. तेव्हा मला हे समजत नसे, की माझ्यावर प्रेम करणाऱ्या ईश्वराने मला हातपाय न देताच धरतीवर का पाठविले? त्याने मला ही शिक्षा तरी केली असावी किंवा त्याला माझ्याबद्दल घृणा तरी असावी. जो माझ्या आईवडिलांसारख्या सज्जन इसाईंसाठी ओझं होऊन राहावा! त्याने मला इतर सामान्य माणसांप्रमाणे येथे का पाठवले नाही? याशिवाय दुसरे काय कारण असावे?

काही काळासाठी मी माझ्यासाठी ईश्वराचे दरवाजे बंद केले होते. कारण मी ईश्वरावर नाराज होतो. पण परमेश्वराचे आपल्यावर प्रेम असते, मात्र या गोष्टीचा स्वीकार मी तोपर्यंत केला नाही, जोपर्यंत मला याची जाणीव झाली नाही. ईश्वर जे काही करतो त्यामागे निश्चितच काहीतरी उद्देश असतो, हे समजायला मला बराच वेळ लागला. बायबलमध्ये मी एक कथा वाचली होती. ज्यामध्ये ईश्वराने एका नेत्रहीन व्यक्तीच्या माध्यमातून इतरांना बोध दिला आहे. ईश्वराने त्याची नेत्रहीनता दूर केली. कारण ईश्वराचा चांगुलपणा त्याच्या माध्यमातून लोकांसमोर आला. बायबलच्या जॉन ९व्या भागात हे वाचल्यानंतर माझ्या लक्षात आले, जर ईश्वराजवळ त्या नेत्रहीन व्यक्तीसाठीसुद्धा काहीतरी उद्देश होता तर माझ्यासाठी का नाही? नक्कीच कोणती तरी योजना असली पाहिजे आणि लवकरच मी ईश्वराची ती योजना जाणली, जी पूर्ण करण्यासाठी ईश्वराने मला येथे पाठविले होते. मला याचीही जाणीव झाली, की जरी त्याने मला हातपाय दिले नव्हते तरी मी ईश्वराचे लाडके बालक होतो.

तुमच्या जीवनातही असे घडू शकते. माझ्या जीवनात संकटे होती तशी तुमच्या जीवनातही असू शकतात. तुम्ही पण स्वतःला असुरक्षित समजत असाल, न्यूनगंड किंवा अपंगत्वाशी झगडत असाल. पण हा सर्व जीवनाचाच एक भाग नाही का? कदाचित ईश्वराने तुमच्यासाठी काय योजले आहे हे तुम्ही समजू शकत नसाल. कारण मी पण बरेच दिवस हे समजू शकलो नव्हतो. मी बायबलमध्ये नेत्रहीन माणसाची

कहाणी वाचली आणि माझ्या विश्वासाला साकार रूप देण्याचा निर्णय घेतला. ईश्वराजवळ नेत्रहीनांसाठीही उद्देश होता तर मग माझ्या उद्देशाबाबत मी अनभिज्ञ कसा होतो? पण माझ्यातील विश्वासाने मला ईश्वराने माझ्यासाठी निवडलेला मार्ग निवडण्यास योग्य बनवले.

बायबलमध्ये म्हटले आहे, की जो प्रेम करत नाही, तो ईश्वराला जाणत नाही. कारण ईश्वरच प्रेम आहे आणि आपण ईश्वराची निर्मिती आहोत हे तुम्ही समजून घ्या. तो आपल्यावरही तेवढेच प्रेम करतो, जेवढे त्याच्यावर विश्वास ठेवणाऱ्यावर करत असतो.

अंतर्बाह्य प्रेमच प्रेम...

ईश्वराचे माझ्यावर प्रेम आहे व त्याच्याजवळ माझ्यासाठीही काही उद्देश, योजना आहेत हे मी जाणले नि माझी आत्मछबी उजळून निघाली. माझा दृष्टिकोनही बदलला. माझ्या काम करण्याच्या पद्धतीतही बदल झाला. अर्थात हे एका रात्रीत घडले नव्हते. माझे शाळेचे मित्र, माझ्या अवती-भोवतीच्या लोकांना आता मी टाळण्यास सुरुवात केली होती. दुपारच्या जेवणाच्या वेळेस मित्रांसमोर जावे लागू नये म्हणून मी म्युझिक रूमला जाणेही बंद केले होते. मी खेळाच्या मैदानावरही स्वतःला झाडा-झुडपांच्या मागे लपवत होतो. माझे आई-वडील मला सतत प्रोत्साहन देत असत. त्यांचे म्हणणे असे होते, की मी इतर मुलांनी आधी माझ्याशी बोलावे या गोष्टीची वाट न पाहता मीच त्यांच्याशी बोलावे, त्यांच्यात मिसळावे. शेवटी मी माझ्या कोशातून बाहेर आलो आणि माझ्या लक्षात आले, की इतरांशी माझी ओळख झाल्याबरोबर ते माझा स्वीकार तर करतातच पण माझ्यापासून ते प्रेरणाही घेतात. महत्त्वाची गोष्ट म्हणजे मी स्वतःही माझा स्वीकार केला होता.

जोपर्यंत मी लोकांच्या अस्वीकृतीच्या भयाने दूर राहत होतो, तोपर्यंत खऱ्या निकला कोणीच समजूही शकले नाही. मला स्वतःलाच माझी लाज वाटत होती. इतरांनाही यापेक्षा काही वेगळे वाटत असेल असे मला वाटत नव्हते. पण जेव्हा मी माझ्या यशाच्या गोष्टी माझ्या वर्गातील मुलांना सांगण्यास सुरुवात केली, तेव्हा त्यांनीही माझ्या यशाचे कौतुक केले. मी स्वतःच त्यांना माझ्या अपंगत्वाविषयी वाटणारी जिज्ञासा दूर करण्याची संधी दिली. ते माझ्याशी अधिक मोकळेपणाने बोलू लागले. आम्ही सगळे हसत खेळत मिळून मिसळून राहू लागलो. ते सर्वजण आता माझे मित्र झाले.

त्यांच्या मैत्रीने मला मानसिक बळ मिळाले. सर्वांसमोर जाण्याचा माझा आत्मविश्वास वाढला. आता मला समजले, माझी विकलांगता मी तेवढी सीमित करू शकतो, जेवढी तिला अनुमती देतो! खरं तर काही अशी कामे होती, जी मी करू शकत नसे. पण कोणत्याही गोष्टीचा सामना करण्यासाठी मी नेहमी नवीन नवीन क्लृप्त्या शोधत असे. इतरांबरोबर मलाही त्याचे आश्चर्य वाटायचे. स्केट बोर्डचा उपयोग मी पोहण्यासाठी केला. पोहण्यात व वर्गातील इतर विषयांतही मी माझे कौशल्य दाखविले. विशेषतः गणितात मी विशेष प्रावीण्य दाखवले आणि जेव्हा माझ्या भाषणाची वेळ आली, तेव्हा सर्वच दंग झाले होते.

मला स्वतःला माझी किंमत कळली तेव्हा मी इतरांचेही मोल जाणले. माझी स्तुती करून ते खूश होत होते. मीही त्यांची प्रशंसा करू लागलो. बायबलमध्ये सांगितलेच आहे, की तुम्ही शेजाऱ्यांवरही तेवढेच प्रेम करा, जेवढे स्वतःवर करत असता. या वचनाचा अर्थच हा आहे.

तुम्ही स्वतःवर प्रेम करता हे जर तुम्हाला मान्य असेल तर तुम्ही इतरांच्या प्रेमास व स्वीकृतीस पात्र व्हाल. तुम्ही असे वातावरण निर्माण करू शकाल, जिथे दुसऱ्यांसाठी प्रेम व मैत्रीची भावना वृद्धिंगत होऊ शकते. तुम्ही स्वतःला जसे प्रदर्शित करता, त्याच गोष्टी तुम्हालाही आकर्षित करतात. तुम्हाला जर स्वतःविषयी आदर वाटत नसेल तर इतर लोक तुम्हाला आदर देतील का? तुम्हीच स्वतःवर प्रेम करत नसाल तर दुसरे कसे करतील? अर्थातच करणार नाहीत. तुम्ही स्वतःबरोबर सहजतेने राहत असाल तरच दुसरेही तुमच्याबरोबर सहजतेने वावरतील. जर तुमच्या सकारात्मक वृत्तीने, स्वीकृतीने, तुमच्या प्रोत्साहन आणि प्रेरणादायी वृत्तीमुळे इतरांना तुमच्या सहवासात चांगले वाटत असेल तर तुमचे प्रेम तुम्हाला नक्की शोधून काढेल, याची मला खात्री आहे.

मी जेव्हा स्कूल आणि चर्चमध्ये तरुणांच्या मेळाव्यात भाषण करतो तेव्हा त्यांना सांगत असतो, की तुम्ही जसे आहात त्या रूपावरच ईश्वर तुमच्यावर प्रेम करत असतो. कारण तुम्ही खूप सुंदर आहात. पण तुम्हालाही तुमची योग्यता ओळखता येणे गरजेचे आहे. ईश्वराने जशी तुमची योग्यता जाणली, तशी तुम्ही पण ती जाणायला हवी. ईश्वराइतकेच तुम्हीही स्वतःला ओंजारले गोंजारले पाहिजे, स्वतःवर प्रेम केलं पाहिजे. अर्थात माझे हे शब्द अगदी साधारण आहेत. पण तरीही जेव्हा तुम्हाला मी पुन्हा पुन्हा सांगतो, तेव्हा माझ्या डोळ्यांत अश्रू येतात. कारण तरुण पिढीला वाटत

असते, आपण या जगासाठी अनुकूल असले पाहिजे. अन्यथा येथून निघून जावे असे त्यांना वाटत असते. किमान जर दुसऱ्यांची स्वीकृती हवी असेल तर रूप, गुण, सर्व शारीरिक लक्षणे अव्यंग असावी. पण हे खरे नाही. ईश्वर आपल्याला आपण जसे आहोत तसेच स्वीकारत असतो. तुम्ही ईश्वराचे लाडके संतान आहात. साक्षात ब्रह्मांडाचा निर्माता ईश्वरच जर आपल्यावर प्रेम करत असतो, तर आपणही स्वतःवर प्रेम केले पाहिजे.

प्रेम हवे असेल तर प्रेम द्यायला शिका

असेही होऊ शकते, की तुम्ही एखाद्या व्यक्तीवर प्रेम केले असेल, त्या व्यक्तीवर विश्वासही ठेवला असेल पण त्या व्यक्तीने तुमचा हृदयभंग केला. अशा दुःखदायी अनुभवांतून अनेक जण जातात. मला माहीत आहे, माझे सांगणे सांत्वनपर आहे. पण अशा एखाद्या, दुसऱ्या अनुभवांमुळे किंवा कोणी धोका दिल्यामुळे तुम्ही प्रेम प्राप्त करण्यास अयोग्य ठरू शकत नाही. प्रेमसंबंध असफल झाला त्याचा अर्थ तुम्ही त्या संबंधासाठी योग्य नव्हता. मला माहीत आहे. त्या वेळेस तुम्हाला हे समजणे अवघड असते. पण एके दिवशी तुम्हाला हे सर्व निश्चितपणे समजेल. त्यामुळे प्रेम देण्या-घेण्याचे तुमचे सामर्थ्य गमावण्याची चूक करू नका.

एक वेळ अशी होती, की ईश्वराने माझ्यासाठी कोणी साथीदार निवडला नाही म्हणून माझा ईश्वरावरील विश्वासच उडाला होता. मी एकाकी झालो होतो. इच्छा नसताना जबरदस्तीने काही मैत्रीपूर्ण संबंधांना नात्याशी जोडू पाहत होतो. पण कानाएनी मला खऱ्या प्रेमाचा साक्षात्कार घडवला, ज्यात दोन्ही साथीदार समान असतात. पुष्कळदा आपण एकाकी असलो तर अशा प्रेमसंबंधांना स्वीकारतो. ज्यात प्रेमाचे स्फुल्लिंग नसते, पण तरीही सुखदायी असते. पण तुम्ही प्रेमाशी तडजोड करू नका. प्रेमावर विश्वास ठेवा. बायबलमध्ये जिझसचा हुकूम आहे, की परस्परांवर प्रेम करा, जसे मी तुमच्यावर करतो, तसे तुम्ही पण एकमेकांवर प्रेम करा. लक्षात घ्या, बरेच लोक एकटे राहतात पण सुखी असतात. खुशीत आनंदात राहतात. आनंदी जीवन जगतात. मी अशा अनेक अविवाहित लोकांना ओळखतो, ज्यांनी आपले आयुष्य ईश्वराप्रति प्रेम समर्पित करण्यात घालवले आहे.

माझी स्वतःची मनापासून इच्छा होती, की माझा विवाह व्हावा. माझा स्वतःचा परिवार असावा. पण जसजसा काळ जात होता, तसतसं मी हे ईश्वराच्या मर्जीवर सोपवलं होतं. मी एकटंच राहावं की मला साथीदार मिळावा? हा निर्णय मी सर्वस्वी

ईश्वरावर सोपवला होता. खरं म्हणजे मी हे कबूल करतो, की मी ईश्वराजवळ मला कानाएचे प्रेम मिळावे म्हणून प्रार्थना करत होतो आणि तीसुद्धा मी तिच्यावर प्रेम करावे म्हणून ईश्वराजवळ प्रार्थना करत होती. अर्थातच हे मला माहीत नव्हते.

ईश्वराने तुमच्यासाठी निवडलेला साथीदार शोधण्यासाठी त्याने तुम्हाला मदत करावी म्हणून तुम्ही प्रार्थना करावी, ही गोष्ट खरोखरच चांगली आहे. अशी प्रार्थना करा, 'हे ईश्वरा, माझ्या भावना त्या व्यक्तीमध्ये गुंतून राहू देऊ नकोस, जो तुझ्या मर्जीतील नाही! आणि तुझ्या मर्जीतील व्यक्ती माझ्यासाठी असेल तर तुझ्या योजनेप्रमाणे आमचे एकमेकांवर प्रेम होऊ दे!' कृपया तुझ्या योजनेप्रमाणे आम्हाला प्रेम करता यावं.

प्रेमाच्याबाबतीत मनोबल ठाम असू द्या

तुम्ही प्रयत्न केला पण तुम्हाला सफलता मिळाली नाही असे होऊ शकते. तुमच्या प्रेमसंबंधात तुम्हाला यश मिळाले नाही. तर मग अशा संबंधांना तुम्ही चांगले संबंध बनवण्याच्या दृष्टीने पाहा. माझ्या आयुष्यात पण असे संबंध आले, जे सफल झाले नाहीत. मी प्रीतीच्या भावनेने हृदय दिले. पण नंतर माझ्या लक्षात आले, ती व्यक्ती प्रीतीचे संबंध ठेवू इच्छित नव्हती तर फक्त मैत्रीचे संबंध ठेवू इच्छित होती. कुठे कुठे तर असाही वाईट अनुभव आला की ते माझ्याशी कोणताच संबंध ठेवू इच्छित नव्हते. त्यांच्याकडून मिळणारा नकार किंवा काडीमोड यांमुळे मी दुःखी व निराश झालो होतो. तरीही प्रेम किंवा प्रेम मिळविण्याच्या इच्छेला मी मारले नाही. कारण ही गोष्ट खूप महत्त्वाची आहे, की जीवनात प्रेम नसले तर इतर काहीच उरत नाही.

बायबलच्या कुरीन्थिया १.१३ मध्ये हे स्पष्ट केले आहे. जर मी माणसाची व संतांची भाषा बोलत असेल, पण माझ्यात हृदयात प्रेमभावनाच नसेल, तर ते बोलणं म्हणजे एका भल्या मोठ्या घंटेच्या आवाजासारखंच आहे, असं म्हटलं जाईल. जर माझ्याजवळ भविष्यवाणी करण्याची ताकद आहे, सर्व रहस्य ज्ञानाचा मी अधिपती आहे. माझ्याजवळ विश्वास आहे, ज्यात पर्वताला हलवण्याचे सामर्थ्य आहे. पण जर माझ्याजवळ प्रेमच नाही तर त्या गोष्टींना काय अर्थ उरतो? मी माझे धन गरिबांना वाटतो, शरीरालाही कष्ट, पीडा देतो, ज्याचा मला अभिमान आहे. पण माझ्याजवळ प्रेमभावनाच नसेल तर माझ्याजवळ काहीच नाही.

मला खूप वर्षांपासून अशा एका तरुणीला माझ्या जीवनाचा साथीदार बनवायचे

होते, मी तिच्यासाठी निरंतर प्रार्थना करत होतो. तिलाही मी मनापासून आवडत होतो.

पण मी कधी निराश झालो का? मला असे कधी वाटले का, की नैराश्याने त्या फ्रेंच विदेशी सेनेत सामील व्हावे. (मला सैनिकांचा गणवेश आवडतो. पण गोळीबारी मात्र माझ्यासाठी एक समस्या होऊ शकते.)

माझ्या सांगण्याचा मुख्य आशय हा आहे, की मी कधीच हार स्वीकारली नाही आणि तुम्हालाही हेच सांगू इच्छितो, की प्रेमाच्याबाबतीत तुमचे मनोबल पक्के असावे. आपल्या विश्वासाला साकार रूप द्यायला हवे. ईश्वराचे मार्गदर्शन मिळत राहावे म्हणून प्रार्थना करावी. तुम्हाला जेवढा चांगला माणूस होता येईल तेवढे त्यावरच लक्ष केंद्रित केले पाहिजे. तुम्ही तुमच्या मनाला, येणाऱ्या संधीसाठी व संभावित गोष्टींसाठी नेहमी उल्हसित करायला हवं.

मला कधीही असे वाटत नाही, की कोणीही एकाकी अथवा भग्न हृदयाने जीवन जगावे! मी आशा करतो, की प्रेम आणि विवाहाच्या बाबतीत तुमचा मार्ग माझ्या मार्गापेक्षाही सुगम आणि सहज असावा. मी जे कष्ट, त्रास, सहन केले ते जीवनाचा आनंद खऱ्या अर्थाने उपभोगावे म्हणूनच सहन केले, हे आता मला समजले आहे. ईश्वराची इच्छा होती, की मी खरे प्रेम मिळविण्यास व निभावण्यास जेव्हा योग्य होईन, पात्र ठरेन, तेव्हाच मला माझे प्रेम मिळावे.

आपल्याजवळ तीन आध्यात्मिक उपहार आहेत, ही गोष्ट आपल्याला पवित्र ग्रंथ शिकवतात. आस्था, आशा नि प्रेम या तिन्हीमध्ये प्रेम सर्वांत महत्त्वाचा व महान उपहार आहे. या महान उपहाराचा अनुभव आपण शारीरिक, भावनिक व आध्यात्मिक स्तरावर दुसऱ्या व्यक्तीबरोबरही घेऊ शकतो. इतर कोणत्याही तरुणाप्रमाणेच मला वाटायचे, की मी किशोरावस्थेपासूनच प्रेमाचा अनुभव घेण्यासाठी योग्य आहे. ईश्वराने मला प्रेमास पात्र करण्यापूर्वी लाखो लोकांना संबोधित करण्यासाठी पाठविले होते आणि जगातील भव्यता, सुंदरता आणि त्याबरोबरच मनाला व्याकूळ करणारी निर्धनता या सर्वांचे दर्शन घडवण्याची संधी त्याने मला दिली. काही चुकीचे नातेसंबंधही दिले, जेणेकरून मी माझ्यासाठी जे खरे नातेसंबंध होते ते खऱ्या अर्थाने निभावू शकेन. ईश्वराने माझा हृदयभंगही होऊ दिला. त्यामुळेच मी संपूर्ण प्रेमास मिळवू शकलो. एखादा प्रेमसंबंध तुटणे ही तसं पाहिलं तर खूप दुःखदायक, पीडादायक गोष्ट आहे. त्याचे वर्णन शब्दातीत आहे. प्रेमसंबंध तुटणे हे माझे जे

अस्वीकृतीविषयीचे भय होते त्यावर शिक्का मारल्यासारखेच होते. त्या दुःखदायक अवस्थेबद्दल मी कुणालाही काही सांगू इच्छित नाही. पण अशा संबंधविच्छेदानंतर माझी अवस्था कुत्र्याच्या हरवलेल्या एका पिल्लासारखीच झाली होती. मी माझा गमावलेला आत्मविश्वास परत मिळविण्यासाठी अनेक दिवस संघर्ष करत होतो. दुसरे प्रेमसंबंध जुळविण्यासाठीसुद्धा! मी नंतर काही चांगल्या स्त्रियांशी मैत्री केली. पण गाढ मित्रता आणि अतूट साथ यांसाठी माझे मन आसुसलले होते.

शक्यता आहे, की तुम्हाला पण आज एकाकी, असहाय वाटत असेल. पण या त्रासातूनच तुम्ही पुढे मिळणाऱ्या वरदानासाठी तयार होत असता. कदाचित लोकांना माझे हे सांगणे जरुरीपेक्षा जास्तच आशादायक वाटत असेल. कारण मीही अनेक वेळा आयुष्यात असाच विचार करत होतो. पण माझा रिकामा पेला आज एवढा भरलेला आहे, ज्याची मी कधी कल्पनाही केली नव्हती. मी माझ्या जीवनात विश्वास व आस्था कार्यान्वित करू शकलो याबद्दल ईश्वराला लाख लाख धन्यवाद!

दृष्टी – प्रेमाची

कानाए त्या दिवशी तिच्या मोठ्या बहिणीबरोबर (योशीबरोबर) बेल टॉवरमध्ये माझ्या भाषणासाठी आली होती. त्या दोघीही माझी मैत्रीण टॅमी व तिचा पती मार्क यांच्यासोबत आल्या होत्या. टॅमी पण एक वक्ता व लेखिका आहे. टॅमीची साहाय्यिका म्हणून कधी कधी त्या दोघी बहिणी काम करत होत्या. पण त्यांचे मैत्रीचे संबंध पारिवारिक संबंधासारखेच जिव्हाळ्याचे होते. टॅमीनेच त्या दोघींना माझ्या भाषणाचे आमंत्रण दिले होते. कानाए व योशी दिसायला वेगळ्या होत्या. कारण त्यांची आई मेक्सिकन व वडील जपानी होते. खेदाची गोष्ट म्हणजे त्यांचे वडील आता हयात नाही. त्या दोघीही खूप सुंदर होत्या. पण जेव्हा जेव्हा मी कानाएकडे पाहायचो, माझी नजर तिच्यावर खिळून राहायची. मला माझ्याच गोष्टींवर लक्ष केंद्रित करणे मुश्कील झाले होते. भाषणानंतर मी श्रोत्यांशी बोलत होतो. कानाए व योशीही पुढे सरकल्या. कारण त्यांना माझ्याशी बोलायचे होते. मला त्यांना भेटून खूप आनंद झाला. पण इतरांनाही बोलता यावे म्हणून त्या मागे सरकू लागल्या. मी त्यांना तेथे थांबण्यास सांगितले; मला जेव्हा जेव्हा संधी मिळत होती, मी कानाएशी बोलत होतो. मी जेव्हा जेव्हा तिच्याशी बोलायचो तेव्हा तेव्हा मला वाटायचे, या मनमोहक तरुणीला बाजूला नेऊन तिची अधिकाधिक माहिती मिळवावी. ती किती आत्मविश्वासू, साधी, दयाळू वाटत होती!

शेवटी त्यांची जाण्याची वेळ आली तेव्हा मीच पुढाकार घेतला. 'मी माझा इमेल पत्ता देतो म्हणजे आपल्याला संपर्कात राहता येईल.' मी कानाएला म्हटले.

'ओह! नक्कीच! मी टॅमीकडून घेईन.' ती म्हणाली.

मी खरोखरच तिच्या संपर्कात राहून तिला जाणून घेऊ इच्छित होतो. माझ्या मनात आलं तिला विनंती करावी, की आताच तिने स्वतःच्या हाताने इमेल पत्ता लिहून द्यावा. मी तर आताच पत्ता लिहून देतो म्हणजे तुम्ही संपर्क करू शकाल माझ्याशी. मला असे म्हणावे वाटले पण मला वडिलांच्या बोलण्याची आठवण झाली. ते म्हणायचे, पुरुष कुणापुढे असे झुकत नसतात. मी वरतून सहजता दाखवली. खरं म्हणजे त्या सुंदर तरुणीने मला बेचैन केले होते.

अच्छा! आपण एकमेकांशी बोलत जाऊ या. मी शांतपणे हसून म्हटले. नंतर योशी आणि टॅमीबरोबर ती निघून गेली. मी आणि माझा मित्र अजून रस्त्यातच होतो आणि तेवढ्यात टॅमीचा मेसेज आला. तुला काय वाटते? ती मला जगातील सर्वांत सुंदर तरुणी वाटते. मी तिच्या आंतरबाह्य सुंदरतेला जाणले आहे. खरं सांगू, तिला पाहून क्षणभर माझा श्वासच थांबल्यासारखं वाटलं, मी तिच्या मेसेजचे उत्तर पाठविले.

मी माझ्याकडून स्वतःला मि. कूल बनविले होते.

हे सर्व रविवारी घडले. मी सोमवारी विमानाने कॅलिफोर्नियाला आलो. मला आशा वाटत होती, की दुसऱ्या दिवशी तिचा मेल नक्की येईल. विमानातून उतरल्याबरोबर सर्व मेल्स पाहिले. नंतरही दहा दहा मिनिटांनी इमेल पाहत होतो. तिचा मेसेज असेल म्हणून! (तुम्ही तिला पाहिले आहे का? मग माझ्या या वेडेपणासाठी मला दोषी का ठरवता?)

वेडेपणा

किती वेडेपणा आहे ना हा? अशा वेळी आपली बुद्धी काम करत नाही. आपण आपल्या हृदयाचेच ऐकत असतो. मग तुम्ही चौदा वर्षांचे असा किंवा चौसष्ट वर्षांचे! वयामुळे काही फरक पडत नाही. एकदा प्रेमाची आग लागली की प्रत्येकाची प्रतिक्रिया एकसारखीच असते. त्या व्यक्तीशिवाय तुमचे लक्ष कुठेच लागत नाही. तिने आपल्या अस्तित्वाने तुमचे जीवनच उजळून टाकलेले असते. मनात सारखा एकच विचार असतो, तिची साथ कशी मिळवायची?

प्रेमाचे हे वेडेपण, आततायीपण डिस्नेच्या एका फिल्ममध्ये बॉबीने खूपच छान रीतीने दाखविले आहे. ज्यात एक प्रौढ शहाणा उल्लू बाम्बी जंगलातील मित्रांना सांगत असतो, की वसंत ऋतू सुरू होताच सगळेच नर मादी एकमेकांकडे आकर्षित होतात.

उल्लू म्हणाला, 'या वसंत ऋतूत जवळ जवळ सर्वजणच धुंद झालेले असतात. आपल्याच मस्तीमध्ये मग्न होऊन चालत असतात. तेव्हा अचानक एखाद्या सुंदर चेहऱ्यावर तुमची नजर खिळते आणि तुम्हाला घुसमटायला होतं. डोकं गरगरतं... जणू पूर्ण शरीरच तरंगत आहे आणि लक्षात येण्यापूर्वीच तुम्ही हवेत चालत असता. मग काय होतं माहिती आहे? कुठल्या तरी जाळ्यात तुम्ही अडकता, तुमचं डोकं काम करत नाही. आणि हो! हे कुणाच्याही बाबतीत घडू शकतं...'

मी खरोखरच कानाएसाठी वेडापिसा झालो होतो. मी, सतत तिचाच विचार करत होतो. तिने मला इमेल पाठविला नाही. हा विचार मला त्रासदायक वाटत होता. जणू कुण्या सापाने मला दंश केला असावा... माझं काही चुकत होतं का? तिने पण मला त्याच दृष्टीने पाहिलं असावं का? तिलाही माझ्यासारखेच वाटत असावे? मी नक्कीच चुकत नव्हतो. आमच्यामध्ये नक्कीच काहीतरी असावं, कदाचित नसेल का?

अशा प्रकारे दिवस जात होते. नंतर आठवडेही गेले. कानाएकडून काही इमेल आले नाही न काही बातमी आली न तिने काही ट्वीट केले! आता मला असे वाटू लागले, की ती मला विसरली असावी. मी मात्र तिच्याशिवाय दुसरा कोणताच विचार करत नव्हतो. यापूर्वीही मी अनेक तरुणींच्या प्रेमात पडलो होतो. पण या वेळेसची गोष्ट काही वेगळीच होती. मी तिच्या सौंदर्याकडे तर दुर्लक्ष करू शकत नव्हतो. पण तिच्या स्वभावातही एवढा आपलेपणा आणि ऊब वाटत होती. शिवाय तिच्या निडर स्वभावानेही मला प्रभावित केले होते. योशीच्या सव्विसाव्या वाढदिवसाला ती व कानाए स्काय डायव्हिंग करण्यास गेल्या होत्या. स्काय ड्रायव्हिंग!

माझा तर विश्वासच बसत नव्हता, की ईश्वराने एवढ्या ओजस्वी तरुणीला माझ्या आयुष्यात पाठविले होते. माझ्या मनात प्रेमाची चिंगारी पेटवून न जाणो कुठे अदृश्य झाली होती! मी ईश्वरालाच विचारले, जर तुझी इच्छा नसेल आम्ही एकत्र यावे तर मग तिला माझ्या जीवनात का पाठवले? तिच्या-माझ्यात जर काहीच घडणार नव्हते तर माझ्या कामात तिचा अडथळा का आणला?

त्यानंतर आणखी एक आठवडा गेला. कानाएकडून काहीच प्रतिसाद आला

नाही. मग मी स्वतःला बजावलं, 'निक, तू तुझ्या बाबतीत परत परत तीच चूक करत आहेस. ती युवती पण तुझ्याविषयी तोच विचार करत आहे जो तू करत आहेस आणि हे तूच ठरवतो आहेस. पण तू हे स्वप्न बघत आहेस हे तुला कधी समजणार?' कानाएने माझ्याशी संपर्क का केला नाही? या विचाराने मला बेचैन केले. माझ्याच मूर्खपणामुळे मी निराश झालो, उदास झालो. एका सुंदर नि साध्या स्वभावाच्या मुलीच्या भेटीमुळे व तिच्यावरील प्रेमामुळे मी एखाद्या बारा वर्षांच्या अल्लड मुलासारखा वागत होतो. मी जरी तिच्याविषयी सतत विचार करत होतो, तरी तिच्याकडून काहीच प्रतिसाद न आल्याने मी समजून चुकलो. आमच्यात रोमांचकारी असे काही नाही. माझा पुरुषी अहंगंड दुखावला होता. खरंतर मी मनातून ते विचार काढून टाकायला पाहिजे होते. तिचा विचारच मनातून हद्दपार करायला हवा होता.

लढा – हृदयाशी

जुलैमध्ये मला एका भाषणासाठी डॅलसला जायचे होते. नेहमीप्रमाणे मी व टॅमी मार्कच्या घरीच राहणार होतो. ते जवळच राहत होते. तेव्हा कानाए त्यांच्या घरी मुलं सांभाळण्याचे काम करत होती ही गोष्ट खरी होती. पण मी माझ्या मनाला समजावले, की आता त्या गोष्टीत फारशी आशा ठेवण्यात अर्थ नाही. तिने एकही मेल पाठवला नव्हता. माझ्या मनात तिच्याबद्दल जी भावना तिच्याबद्दल होती 'तशी' भावना तिच्या मनात नव्हती. आता मला माझ्या भावनांना नियंत्रणात ठेवायचे होते. खरंच मित्रांनो! आपले हृदय सांभाळा! मिस्टर कूल होऊन राहा! माझे विमान धावपट्टीवर उतरत नाही तोच मी टॅमीचा मला आलेला मेसेज पाहिला.

'काय अजूनही सर्व तसेच आहे ना, मी व योशी तुझ्यासाठी पास्ता बनवत आहोत.'

'वा! छान! कानाए कशी आहे?' मी शांतपणे विचारले. खरं सांगू, माझ्या स्मार्टफोनवर ते शब्द आपोआप माझ्या नकळत उमटले होते. जे माझ्यासाठी जास्तच स्मार्ट झाले होते. अरे, खरंच सांगतो, या हृदयाच्या बाबतीत मी थोडा नाजूकच आहे. मी स्वतःला आवरू शकलो नाही. पण जे उत्तर आले ते मला जास्तच घाबरून टाकणारे होते.

'कानाए येथेच आहे पण ती सध्या तिच्या बॉयफ्रेंडबरोबर सायकलिंग करायला गेली आहे.' टॅमीचा मेसेज आला. मला वाटलं, टॅमी थट्टाच करत आहे. त्यामुळे त्याकडे मी गंभीरतेने लक्ष दिले नाही.

आम्ही टॅमीच्या घरी पोहोचलो. योशी व टॅमी स्वयंपाकघरात होत्या. मी थोडा वेळ गप्पा मारत बसलो आणि मग प्रेमदिवाना निक बाहेर आला. 'अच्छा! कानाए कुठे आहे?' मी हळूच टॅमीला विचारले. टॅमीने हातातील पास्त्याने भरलेला वाडगा खाली ठेवला. तिने व योशीने माझ्याकडे थोडे संशयाने पाहिले.

'निक, ती खरंच तिच्या मित्राबरोबर सायकलिंगसाठी गेली आहे.'

हे मात्र आता अतीच झाले होते. ती थट्टा करत नव्हती म्हणजे त्यानंतर मला सर्व समजले जेव्हा कानाएविषयी मी टॅमीला विचारले, तेव्हा टॅमीला आश्चर्य वाटले. कारण तिला वाटले, मला योशीत रस आहे. दोघी बहिणी सुंदर होत्या. त्यातील एक जण तर तिच्या मित्राबरोबर होती. त्यामुळे तिला मी योशीकडे आकर्षित झालो आहे वाटले. योशी माझ्याच वयाची होती. त्यामुळेच तिने मला कानाएच्या मित्राविषयी कधी सांगितले नव्हते.

मी लोकांकडून हृदयभंगाविषयी ऐकले होते. पण मी कधी अनुभवले नव्हते. मला क्षणभर पायाखालची जमीन सरकून मी कुठेतरी खोल दरीत पडत असल्याचा भास झाला.

'हे ईश्वरा, मला आता शक्ती दे, की मी या परिस्थितीचा सामना सहजपणे करू शकेन. मी देवाला प्रार्थना केली.'

प्रेमवेडा निक

खरंच आपलं आयुष्य अचानक एखाद्या नाटकीय टि.व्ही. सिरियल सारखं व्हावं, हे खरंतर खूप भयावह आहे ना! माझे आई-वडील असते तर कदाचित त्यांनी 'आय लव्ह निकी' म्हणून एखादी प्रसिद्ध टि.व्ही. सिरियलच लिहून काढली असती. गेल्या काही वर्षांत मी वेड्यासारख्या ज्या काही गोष्टी केल्या, त्या खरंतर काही कमी नव्हत्या! त्यांचीही एक खासियत होती, वैशिष्ट्य होतं.

अर्थातच तेव्हा मी हसत नव्हतो. मी काम केलेल्या 'द बटरफ्लाय सर्कस' या बक्षीसपात्र लघुफिल्ममधील हे एक वाक्य आहे, 'संघर्ष जेव्हा मोठा असतो, विजयही तेवढाच शानदार असतो.'

जीवनाच्या अनेक अंगांनी पाहिले तर ही गोष्ट खरी वाटते. विशेषतः नातेसंबंधांच्या बाबतीतही कधी कधी असे घडू शकते.

तुम्हाला जर प्रेम सहजासहजी मिळाले तर त्याबद्दल सदैव कृतज्ञ राहा. मात्र जर त्यासाठी तुम्हाला संघर्ष करावा लागला, तर विजयही शानदार असेल. तेव्हा एक लक्षात ठेवा, माझ्याबाबतीतही असेच घडले. म्हणून मी प्रार्थना करेन जशी मी माझ्यासाठीही केली होती. माझ्या आयुष्याने जे वळण घेतले त्याबद्दल मी खूश आहे आणि कृतज्ञही आहे. आता मी असे म्हणू शकत नाही, की अपंगत्व आणि कठीण पीडादायक परिस्थितीचा सामना केल्याने मला चांगले आयुष्य मिळाले. उलट माझ्या विकलांगतेमुळे व प्रतिकूल परिस्थितीमुळेच मला चांगले आयुष्य मिळाले आहे, असे मी म्हटले पाहिजे.

तुम्हाला समजले आहे का, मी काय म्हणतो ते? माझ्या म्हणण्याचा अर्थ हा आहे, की माझा जन्म हातापायांसह झाला असता तर माझे आयुष्य एवढे अर्थपूर्ण व संपन्न झाले असते असे मला नाही वाटत. मी खरं सांगतो, मी माझ्या या आयुष्याची प्रशंसाच करतो. कारण मला आयुष्यात अशा गोष्टींसाठीही संघर्ष करावा लागला, ज्या लोकांकडे असतात पण त्यांना त्याची किंमत नसते. माझ्या आयुष्यात अशीही वेळ आली होती, की मी ईश्वराजवळ मला हातपाय द्यावे व संकटे कमी करावी अशी प्रार्थना करत असे. मी आजही ईश्वराजवळ वेगवेगळी वरदाने मागत असतो. मी सामान्य माणूस आहे. इतरांपेक्षा वेगळा नाही. कठीण मार्गापेक्षा सोप्या मार्गावरून चालण्याचा मोह मलाही आवरत नाही. तरीही मी ईश्वराला धन्यवाद देतो. कारण त्याने मला विकलांगता व कष्ट देऊन माझे भलेच केले आहे.

प्रेमसंबंधांना आणि इतर समस्यांना तुम्ही प्रत्यक्षात आशीर्वादाच्या रूपात बघावे, हे मी तुम्हाला सांगू इच्छितो. एक दिवस तुमच्यासाठीही ते वरदानच ठरेल. जरी तुम्हाला त्याचे आधी महत्त्व नव्हते तरी! टॅमीच्या घरात कोचवर बसल्या बसल्या मी विचार करत होतो, जी गोष्ट मला मिळणारच नव्हती तिच्याविषयी विचार करून काय उपयोग? जेव्हा मला कानाएच्या मित्राविषयी समजले, तेव्हा माझ्या हृदयात आगीचा डोंब उसळला. जिने माझ्याकडे प्रीतीने, जिव्हाळ्याने पाहिले तिला मित्र कसा असू शकतो? मी माझ्या स्वतःचीच थट्टा तर करत नाही ना! की माझंच डोकं फिरलंय? आणि तेवढ्यात कानाए तिच्या मित्राबरोबर आत आली, तो सरळ पायऱ्या चढून वर गेला. त्याने मला पाहिले नाही. टॅमीने मला पाहिले, ती स्वयंपाकघरातून पाहत होती. माझ्या चेहऱ्यावरची उदासी तिने पाहिली. तिचाही चेहरा पडला. कानाएनी मला उत्साहाने मारलेल्या मिठीला मी मोठ्या मुश्किलीने हसून प्रतिसाद देण्याचा प्रयत्न करत होतो हे टॅमीच्या लक्षात आले. खरं म्हणजे

ह्यापूर्वी कोणत्याही मुलीच्या बाबतीत माझे वर्तन एवढे थंड नव्हते. पण या खेळात मिस्टर कूल बनून राहणे मला अवघड झाले होते. 'ओह! तर तुला बॉयफ्रेंड आहे?' मी म्हणालो, 'तुम्ही किती दिवसांपासून मित्र आहात?'

'जवळ जवळ वर्षापासून.' कानाए म्हणाली.

माझं मन आणखी खोल खाईत गेलं.

मी चक्रावून गेलो. जी मुलगी माझ्यामध्ये मैत्रीशिवाय दुसरे काहीही पाहत नव्हती, तिला मी चुकीचे जाणले होते. मला वाटलं, कोणत्या तरी कोपऱ्यात जाऊन डोके आपटावे. पण टेबलावर गरम गरम पास्ता तयार होता जेवण्यासाठी! कानाएचा मित्र पण आमच्या बरोबर बसला होता. त्याने स्वतःचा परिचय करून दिला. तो चांगला मैत्रीच्या भावनेने बोलत होता, तो चांगलाच बोलत होता. पण मी मात्र बोलायच्या मूडमध्ये नव्हतो. देवा, मला माफ कर. या माणसाने माझी प्रेमिका बळकावली आहे. दुसरे काही नाही. मनातल्या मनात त्याच्यावर विटांचा मारा मी करत होतो. मी त्या मुलाला माझ्या रागापासून वाचवत कसेतरी जेवण संपवले. मी व माझा साहाय्यक टॅमीच्या घरात होतो. कानाए व तिचा मित्रही तेथेच होते. त्यामुळे ती रात्र भली मोठी वाटली. मनात आले, एखाद्या हॉटेलमध्ये निघून जावे, पण ते शिष्टाचारात बसत नव्हते आणि सगळ्यांना काय सांगणार? मला धैर्याने माझ्या मनाची अवस्था पूर्ववत करायची होती. मी टॅमीच्या मुलाशी खेळू लागलो. नंतर तेथे एका आरामखुर्चीवर पसरलो. कानाए आपल्या मित्राला निरोप देऊन तिथे आली. टॅमी मुलाला घेऊन झोपण्यास गेली. मी व कानाए दोघेच तेथे उरलो. क्षणभर मला वाटले, तिच्यापुढे आपले मन मोकळे करावे. पण मी ठरवले, स्वतःला सावरले पाहिजे. भावनेला मर्यादा घातली पाहिजे.

कदाचित मी एक दोन वेळा दीर्घ उच्छ्वासही सोडले. मी लहान मुलासारखा याचनाही करत होतो. मोठ्याने रडावेसे वाटत होते पण मनावर ताबा ठेवला. मी स्वतःच्याच विवंचनेत गुंग होतो. कानाए केव्हा माझ्या बाजूला कोचवर येऊन बसली हे कळलेच नाही. ती वाकून माझ्या डोळ्यात पाहत होती.

'खरंच तूं किती सुंदर आहेस तुला कल्पना नाही. मला तुझ्याबद्दल काय वाटते ते!' माझ्या मनात विचार चालू होता.

'निक, मला तुझ्याशी काही बोलायचे आहे. बोलू का?' कानाएने विचारले.

आता अचानक माझे उसने आवरण गळून पडले. मी तिच्यापासून दूर राहू शकत नव्हतो. तिच्याशिवाय श्वास घेणे सुद्धा मला कठीण झाले होते. मी स्वतःवर ताबा ठेवण्याचा शेवटचा प्रयत्न केला. तिचे बोलणे ऐकण्यासाठी स्वतःला तयार केले.

माझं नशीब बलवत्तर, की माझा साहाय्यक तेव्हा दूर बसून डोळे मिटून संगीत ऐकत होता.

माझ्या स्वप्नातल्या त्या राणीने स्वतःचे मन माझ्यापुढे मोकळे केले. ती तिच्या मित्राविषयी बोलत होती. त्या दोघांचे संबंध तसे नव्हते जसे त्यांना वाटत होते. कानाएच्या मनात तिच्या मित्राविषयी काही शंका होत्या. तिच्या कुटुंबाची त्या मुलाला स्वीकृती नव्हती. ती बरेच दिवसांपासून त्याच्याशी संबंध तोडायच्या तयारीत होती. म्हणजे, आमची भेट होण्यापूर्वीची ती गोष्ट आहे. तिने त्याला पसंत केले होते. पण ही व्यक्ती ती नव्हती, जिच्याबरोबर तिला उर्वरित आयुष्य काढायचे होते. हे सर्व तिने मला सांगितले. मी गांभीर्याचे वस्त्र धारण करून तिचे बोलणे ऐकत होतो. चेहऱ्यावर तिची काळजी व पर्वा दोन्ही भाव होते. माझी सांत्वनपर व सहानुभूतिदर्शक नजर तिला रोखून बघत होती. खरं म्हणजे मनातून मी खूश होतो, की कानाए तिच्या मित्राला सोडण्याचा विचार करत होती. पण आता माझी भूमिका मार्गदर्शकाची होती. कारण कानाएने माझ्यावर विश्वास ठेवून आपले हृदय माझ्यासमोर मोकळे केले होते. माझी अवस्था मात्र त्या न्यायाधीशासारखी झाली होती. जो कुणा एकाचाही पक्ष घेऊ शकत नव्हता. मला स्वतःला सर्व गोष्टीपासून दूर राहून निष्पक्षपणे निर्णय घ्यायचा होता. मग मी निर्णय सुप्रीम कोर्टाकडे सोपावला. 'मला तुझी चिंता समजते. ती योग्यच आहे. म्हणून तू ईश्वरापुढे हात जोडून नतमस्तक हो. तोच तुला या बाबतीत शक्ती प्रदान करेल.' जर ती माझे आभार मानून तेथून निघून गेली असती तर आमची कहाणी तेथेच संपली असती. पण त्याऐवजी ती प्रेमभऱ्या नजरेने माझ्या आणखी जवळ आली आणि मी जे तिच्याशी बोललो ते पाहून तर माझाच माझ्या शब्दांवर विश्वास बसला नाही. मी तिला म्हणत होतो, 'मी तुला एक प्रश्न विचारू का? तू मला सांगू शकतेस का? मी जेव्हा बेल टॉवर हा शब्द तुझ्यासमोर उच्चारतो, तेव्हा सर्वांत प्रथम तुझ्या मनात काय येते?'

'आपले डोळे!' तिने पटकन उत्तर दिले.

'तुझी काय इच्छा आहे? काय हवे तुला?' मी विचारले.

'आपले डोळे!' ती परत म्हणाली. 'आपण जेव्हा प्रथम एकमेकांना पाहत होतो, तेव्हा मला काहीतरी जाणवले आणि मी थोडा घाबरलो. कारण यापूर्वी मला असे कधीच झाले नव्हते.'

'अरे व्वा! मलाही तर असेच वाटले होते.' मी विचार करत होतो. 'निक, तेव्हापासून मी प्रार्थना करत आहे. उपवास करत आहे, की ईश्वराने मला खरा मार्ग दाखवावा.'

'तू मला बेल टॉवरमध्ये तुझ्या मित्राविषयी का नाही सांगितलेस?'

'खरंतर मी टॅमीकडून तुझा इमेल पत्ता घेणार होते व तुला सर्व सांगणारही होते. पण नेमके तेव्हाच टॅमीने मला सांगितले, तुझं योशीवर प्रेम आहे.'

'नाही... नाही... मी टॅमीला संदेश दिला होता तो योशीसाठी नाही तर तुझ्यासाठी होता.'

'माझ्यासाठी होता?'

'त्या दिवशी सर्वांत जास्त मी तुझ्याशीच बोललो होतो. भाषणाच्या वेळी तर प्रथम आपली दृष्टिभेट झाली होती. टॅमीला मी तुझ्या संदर्भात संदेश दिला होता.'

'पण मला वाटले, तू आम्हा दोघी बहिणींची थट्टा करतोस.' थोडा वेळ आम्ही दोघेही चूप बसलो.

'आणि... आज... तू मला सांगतेस, की माझ्यासाठी उपवास व प्रार्थना करत होतीस....' मी परत म्हटले.

'हो, मला समजेना, मी काय करू?' कानाएने म्हटले. 'माझा तो मित्र होता. पण तुला पाहिल्यावर जे वाटले होते ते त्याला पाहून मला कधीच वाटले नाही.'

'तू हे खरे सांगतेस ना?' मी जरा बचैन झालो. ती शांत बसली. मी पण शांत बसलो. आमच्या जवळ आता बोलायला शब्द उरले नव्हते. आम्ही दोघेही एकमेकांकडे आकर्षित झालो होतो. पण चुकीच्या गोष्टीमुळे आम्हाला दोघांनाही त्रास झाला होता. आमच्या नजरा परत एकदा भिडल्या. आम्ही बराच वेळ त्या अवस्थेत बसलो होतो. मी माझी नजर त्या नजरेवरून काढू इच्छित नव्हतो. मी मंत्रमुग्ध झालो होतो. पण त्याचबरोबर घाबरलोही होतो. मला एकदम पुढे झुकून तिचे चुंबन घ्यावे वाटले. भावनात्मक सुविधा संपली होती. आम्ही दोघांनीही

आपली मने मोकळे केली होती. पण तिचा एक मित्र होता, ही गोष्ट मला उदास करत होती. माझ्या मनात काय चालले होते हे तिला कळले. 'मग आपण आता काय करायचे?' तिने विचारले. 'आपण काहीही करू शकत नाही. हे विसरायला हवे. तुझा एक मित्र आहे...'

'काय बोललो मी हे?' माझाच विश्वास बसला नाही.

'तू येथून निघून जाणे चांगले...' मी म्हटले. कारण मी तिचे चुंबन घेतल्याशिवाय राहू शकणार नव्हतो. आता माझ्या मनात भय व आनंद यांच्या संमिश्र भावना होत्या. ती सुंदर तरुणी माझ्यावर प्रेम करत होती. माझ्या निकट येऊ पाहत होती. पण अजूनही तिला बॉयफ्रेंड होता ना! मला माझ्या भावनांवर नियंत्रण ठेवणे आवश्यक होते.

'ठीक आहे. एकदा माझी गळाभेट घे व मग वर जा,' मी तिला म्हटले. आपल्याला आता मदतीसाठी ईश्वराची प्रार्थना करावी लागेल. आपल्या मनात सध्या जी भावना आहे, त्यापासून दूर जाण्यासाठी ईश्वराचीच प्रार्थना करावी लागेल.

मी पूर्णपणे गोंधळून गेलो होतो. कानाएची पण तीच अवस्था झाली होती. आम्ही ठरवले, की आपापले मार्ग वेगळे करायचे. जर ईश्वराला आम्हाला एकत्र आणायचे असेल तर तोच आता काहीतरी चमत्कार करेल.

कानाए तेथून गेल्यावर मी एक तास माझे मन शांत व्हावे म्हणून देवाची प्रार्थना करत होतो. ईश्वराला जर माझी व कानाएची साथ मंजूर नसेल तर मी पण तिला माझी साथीदार म्हणून बघणार नाही. तिला माझ्यासाठी ईश्वराने बनवलीच नाही तर मी तिला सोडून पुढील मार्गक्रमण करू शकतो.

मी रात्रभर तिला स्वप्नात पाहत होतो. कारण दुसरे दिवशी मला तिला निरोप द्यायचा होता. जाण्यापूर्वी मी टॅमीकडे कानाएसह स्वयंपाक घरात गेलो. तिला सर्व हकीकत सांगितली. टॅमीने प्रथम माझी माफी मागितली. कारण बेलटॉवर मधील भाषणानंतर मी टॅमीला जो मेसेज दिला होता, त्यावरूनच त्यांनी अनुमान लावले होते. मी योशीच्या सौंदर्याविषयीच बोलत होतो आणि तिने तेच कानाएला सांगितले होते. अजाणतेपणी तिने केलेल्या चुकीला मी माफ केले. त्यानंतर आम्ही एकमेकांचा निरोप घेतला. मी तेथून निघालो. पण मला माहीत नव्हते, की मी कानाएला परत बघेन किंवा नाही! तिच्या बरोबर पूर्ण दिवस घालविण्याचा विचार तर दूरची गोष्ट

होती. गेल्या चोवीस तासात घडलेल्या ह्या घटनांमुळे मी भावनिकदृष्ट्या थकलो होतो. बस, आता या गोष्टी ईश्वरावर सोपवून द्याव्या असं वाटलं. पण त्यामुळे मनाची तगमग कमी झाली नाही. फक्त मनाला एकच दिलासा मिळाला होता, की कानाएच्या मनातही माझ्या सारख्याच भावना होत्या आणि माझ्यासाठी हे समजणे खूप महत्त्वाचे होते. माझ्याविषयी तिलाही असणाऱ्या आकर्षणाने हे सिद्ध झाले होते, की हे काही फक्त माझ्या मनाचेच खेळ नव्हते तर तिलाही मी आवडत होतो.

कानाएसारखी सुंदर, स्मार्ट व सज्जन मुलगी माझ्यावर प्रेम करत होती हा विचारच माझ्यासाठी वरदानासारखा होता. या अनमोल उपहारासाठी मला ईश्वराचे आभार मानायचे होते.

कानाएनी मला बायबलच्या नीतिवचन ३१ च्या तरुणीप्रमाणे प्रभावित केले होते. एक चारित्र्यवान तरुणी नि पत्नी! तिची कहाणी आणि ईश्वरावरील निष्ठा पाहून मी अचंबित झालो होतो. मला आता या प्रेमसंबंधांना त्या आस्थेपर्यंत नेऊन पोहोचवायचे होते. मला हा विश्वास ठेवायचा होता, की माझ्यावरही कुणीतरी प्रेम करू शकते. ही गोष्ट या विश्वासाशी संबंधित आहे, ज्याच्यात अपूर्णता व कमतरता असूनही तो प्रेमाच्याबाबतीत परिपूर्ण आहे.

माझ्या या कहाणीवरून थोडी प्रेरणाही मिळू शकते. माझ्या आयुष्यात हे घडू शकते तर ते तुमच्याही आयुष्यात निश्चितच घडू शकते. इतकेच नाही तर आजूबाजूला तुम्ही नजर टाकली तर तुमच्या अवतीभवती असे अनेक लोक दिसतील, जे अपूर्ण आहेत. त्यांच्यात काही उणिवा आहे पण तरीही त्यांना खरे प्रेम मिळवायचे आहे. तुमच्या बाबतीतही असे प्रेमसंबंध होऊ शकतात. मी तुमच्यासाठी ही प्रार्थना करतो, की तुम्हाला चांगला जीवनसाथी मिळावा आणि संकटांमध्येही मजबूत राहावे.

शेवटी मार्ग सापडला

अशा प्रकारे पूर्ण सहा आठवडे झाले तरी कानाएकडून काहीच बातमी आली नव्हती. आणखी भाषणसत्रासाठी मला डॅलसला जायचे होते आणि मी या दुविधेत होतो, की कानाएला फोन करावा की नाही? कारण टॅमीने मला मोकळेपणाने सांगितले होते, जेव्हा केव्हा डॅलसला येशील तेव्हा माझ्या घराचे दरवाजे तुझ्यासाठी कायम उघडे असतील. पण मी कानाएला विचित्र परिस्थितीत टाकू इच्छित नव्हतो. त्याच शहरात राहणाऱ्या दुसऱ्या मित्राच्या घरी राहावे, असे मी ठरवले. पण मी त्याला फोन करून तू घरी आहेस का? हेच विचारायचे विसरून गेलो होतो.

एअरपोर्टवर आल्यावर फोन केला पण तो बाहेर गेला होता. मी व माझा साहाय्यक खूप दिवसांपासून दौऱ्यावर होतो. त्यामुळे परत हॉटेलमध्ये राहण्याचा विचारही करवत नव्हता. मी अतिशय थकलो होतो. मनाने व शरीरानेही! माझी संकल्पशक्तीही ढिली पडली होती. जरी कानाए दुसऱ्या मुलाबरोबर असेल तरीही तिच्याशी बोलण्याचा विचार मनात आलाच. हॉटेलमध्ये रात्र काढण्याचा विचारही माझ्यासाठी मुश्कील होता. मी टॅमीलाच विचारले, की तिच्याकडे एक रात्र राहू शकतो का? मार्क व मुलेही घरीच होते. तिने हसून माझे स्वागत केले. तिच्या घराकडे निघालो. कानाए पण तिथेच होती. एअरपोर्टवरून घरी जाताना मी ईश्वराशी दोनदा बोललो. 'देवा, तुला माहीत आहे... मी खूप थकलोय... व हॉटेलमध्ये राहणे मला अशक्य आहे. तुला... माहीतच आहे... तेथे कोण आहे...' ईश्वराशी होणाऱ्या या संवादावर मी हळूच हसलो. कदाचित ईश्वरही गालातल्या गालात हसत असेल. मीच थोडे सावध असणे गरजेचे होते. बराच लांबचा प्रवास करून आल्याने मी एवढा थकलो होतो तरीही मला माझ्या भावना लपवता येत नव्हत्या. चेहऱ्यावर तिच्या भेटीचा आनंद झळकतच होता. जरी मी मूर्खासारखा लपविण्याचा प्रयत्न करत होतो तरी. मी जेव्हा आत जात होतो, तेव्हा साहाय्यकाला हळूच म्हटले, 'आता बघ, खूप मजा येणार आहे...'

मार्क व टॅमीने पळत येऊन आमचे स्वागत केले. आमची बॅग घेतली आणि आम्ही स्वयंपाक घरात आलो, जेथे कानाए उभी होती.

'आश्चर्य वाटले ना?' मी थोडे लाजून विचारले. ती हसली. मला जर पाय असते ना तर ते लटपटायलाच लागले असते. असे वाटत होते, की एखाद्या रूपेरी जगातून मी रंगीबेरंगी जगात आलो आहे. आता आमच्या दोघांतली ती केमेस्ट्री पहिल्यापेक्षा दहा पटीने जास्त मजबूत झाली होती. कानाएने जवळ येऊन माझ्या खांद्यावर हात ठेवला नि उरल्या सुरल्या सर्व शंकाही मिटल्या. ती म्हणाली, 'मी कितीतरी दिवस देवाची प्रार्थना केल्यानंतर माझ्या मनाला शांती मिळाली. मी माझ्या बॉयफ्रेंडला सोडून अशा एखाद्या व्यक्तीबरोबर राहू इच्छिते, ज्याच्यासोबत मला माझे उर्वरित आयुष्य काढायचे आहे.'

'वा! खूपच छान!'

ईश्वराने दिलेल्या या आनंदाच्या सफल क्षणाने माझ्या जीवनातील सगळी उदासीनता, संघर्ष, असफलता, भय, अश्रू सगळं संपवलं. मी सर्व त्रास विसरून

गेलो. माझे मन या गोष्टीला मानायला तयार होईना, की एक सुंदर तरुणी माझी पत्नी होऊन माझ्याबरोबर जीवन व्यतीत करू इच्छित आहे.

माझी पत्नी!

कानाएने सांगितले, की ती पहिल्या भेटीपासूनच माझ्याकडे आकर्षित झाली होती. याशिवाय माझ्याविषयी विशेष भावनात्मक आकर्षण तिला वाटले होते. क्षणभर तिला भय वाटले होते. पण वयाच्या मानाने ती खूपच समजूतदार आणि मनाने परिपक्व होती. भावनेपेक्षा ती विश्वासाने मार्गक्रमण करत होती. पहिल्यांदा जेव्हा भेट झाली, तेव्हा तिने स्वतःला आधी मागे खेचले. ईश्वराकडे मार्गदर्शनासाठी प्रार्थना केली. हे केवळ भावनात्मक आकर्षण आहे, की कायम शाश्वत संबंधासाठी ईश्वर एकत्र आणत होता, हे जाणण्यासाठी ईश्वराने तिला मदत करावी. कानाएला फक्त भावनेच्या आहारी जाऊन पुढे जायचे नव्हते. म्हणून तिने ईश्वराची प्रार्थना केली. दुसऱ्या शब्दात सांगायचे झाले तर कानाएनी आपल्या आस्थेवर विश्वास ठेवला.

वाचकांसाठी मी पण सदिच्छा व्यक्त करतो, की एक दिवस तुम्हालाही हवे ते मिळावे. ईश्वराने तुमचे हृदयही आनंदाने भरून टाकावे. तुमची प्रिय व्यक्ती तुम्हाला मिळावी म्हणून ईश्वराची तुमच्यावरही कृपा व्हावी. इतकेच नव्हे तर प्रिय व्यक्ती नसली तरी तुम्ही सुखद व संपन्न आयुष्य जगावे असा आशीर्वाद तुम्हाला द्यावा. ईश्वराची कृपा होऊन तुम्ही स्वतः चांगला माणूस बनण्याचा प्रयत्न करावा. तुम्हाला इतरांना जितके प्रेम देता येईल तेवढे देत राहावे. बाकी सर्व ईश्वर पाहून घेईल.

प्रेमाची पारख

'तो' क्षण जरी एखाद्या रोमँटिक चित्रपटासारखा किंवा रोमांचकारी सिनेमासारखा वाटत होता तरी नक्कीच हा काही सिनेमा नव्हता. हे वास्तव जीवन होते. तुम्हाला माहीत आहे, येथे काय काय घडू शकते!

आम्ही विनासंदेश परस्परांना समर्पित झालो होतो. आता आमच्या कुटुंबीयांनाही आमच्या प्रेमाविषयी सांगायला पाहिजे होते. कानाएच्या आई व बहिणीने त्याच क्षणी आशीर्वाद दिला. त्यांच्या स्नेहमय प्रेमाचा नि समंजसपणाचा मी आभारी आहे. तिने तिच्या आईला म्हणजे माझ्या भावी सासुबाईंना सर्व सांगितले. तेव्हा त्या म्हणाल्या, 'ईश्वर खूप महान आहे!'

योशीने काही आठवड्यांपूर्वी माझ्या व कानाएच्या प्रेमाबद्दल आईला सांगितले होते. ती म्हणाली, 'मीसुद्धा ईश्वराची प्रार्थना व उपवासाच्या माध्यमांतून आमच्या प्रेमसंबंधाचे रूपांतर एका सुंदर नात्यामध्ये व्हावे म्हणून प्रयत्न करत होते. मी एका कौटुंबिक पार्टीमध्ये बँकच्या तालावर नाचून कानाएच्या आजी, मावशी, काका आणि इतर चुलत बहीण भावंडांची मनं जिंकली होती. माझी आस्था त्यांच्याजवळ प्रगट केली होती. त्यांना त्या गोष्टीची चिंता नव्हती, की मला हातपाय नाहीत. काही लोकांना मी उथळ स्वभावाचा माथेफिरू माणूस असावा व त्यामुळे माझे जीवन चांगले नसावे असे वाटले असावे. पण माझ्याशी बोलल्यानंतर कानाएने व मी आम्ही दोघांनी मिळून आमच्या प्रीतीविषयी सांगितल्यावर त्यांच्या उरल्या सुरल्या शंका संपल्या. मी माझ्या आई-वडिलांना मात्र या नवीन प्रेमसंबंधाबद्दल सांगायला घाबरत होतो. कारण बायकोचा विषय निघाला, की ते जास्तच सतर्क व्हायचे व प्रश्नांची सरबत्ती सुरू करायचे. पण कानाएनी त्यांचेही हृदय जिंकले. खरे म्हणजे सुंदर मुलींकडे असे शहाणपण कमीच असते. पण कानाए पाच वर्षांची असतानाच तिच्या आई-वडिलांचा घटस्फोट झाला होता. लहानपणापासून तिने मोठ्या माणसासारख्या जबाबदाऱ्यांचे ओझे आपल्या खांद्यावर घेतले होते. पण माझ्या आईवडिलांनी जेव्हा एक कठीण प्रश्न तिला विचारला, तेव्हा तिच्या मनाची प्रगल्भता दिसून आली.

मला हातपाय नाहीत ही गोष्ट आनुवंशिक नाही. कारण माझे बहीण भाऊ हातापायांसह जन्मले. तरीही माझ्या आई-वडिलांनी कानाएला विचारले, 'जर तुम्हालाही अशी अपंग मुले झाली तर तुला काय वाटेल?'

माझ्या भावी पत्नीने आपला परिवार मोठा असणार हे आधीच निश्चित केले होते. तिने उत्तर दिले.

'मला चार-पाच मुले झाली आणि ती जरी सर्व अपंग झाली तरी मी त्यांना भरपूर प्रेम देईन. असे मूल झाले तेव्हा तुम्हाला धक्का बसला होता, हे मी जाणते. कारण ती घटना अचानक घडली होती. पण माझ्यासमोर रोल मॉडेल आणि गाइडच्या रूपाने निक आहे.' कानाएनी माझ्या आई-वडिलांना सांगितले, ती माझ्यावर प्रेम करते व मुलांवरही असेच प्रेम करत राहील. सुरुवातीला मी अशा कोणत्याही मुलीला बायको म्हणून शोधू शकणार नाही, जिला माझे आई-वडील स्वीकृती देतील, असे मला वाटायचे.

कारण माझ्या बाबतीत त्यांचा बचावात्मक पवित्रा होता. पण ईश्वराने

माझ्यासाठी अशी तरुणी पाठविली होती, जिने त्यांची प्रशंसा मिळविली, हृदय जिंकले व त्यांच्याकडून सन्मान मिळविण्यात ती सफल झाली होती.

माझ्याशी भावनिकदृष्ट्या ती प्रामाणिक आहे. तिने तिच्या भावना मोकळेपणाने व अगदी खोलवर माझ्यासमोर मांडल्या होत्या. मी आश्चर्यचकित होऊन नम्रतेने तिचे आभार मानले. तिच्या बोलण्यानेच मी प्रभावित झालो असे नाही, तर दररोजच्या व्यवहारातूनही तिचे गाढ प्रेम मला जाणवत होते.

२०१० मध्ये मला सर्वप्रथम जाणवले, की कानाए माझी किती तन्मयतेने, मनापासून देखभाल करत होती, काळजी घेत होती. आमचे प्रेमसंबंध सुरू होऊन काही आठवडे झाले होते आणि तेव्हाच मला माझ्या व्यवसायात होत असलेल्या तोट्याची बातमी कळली होती. त्या वेळी आमचा साखरपुडा झाला नव्हता पण लग्न ठरले होते. मला वाटत होते, माझ्या पत्नीला माझ्या आयुष्यातील सर्व चांगल्या बाजू, गोष्टी पाहायला मिळाव्या. पण तिला नेमके वाईट पाहावयास मिळाले. नवीन प्रेमसंबंधासाठी अशी परिस्थिती निश्चित चांगली नसते. अजून आम्ही पतिपत्नीदेखील झालेलो नव्हतो. पण नेमके त्याचवेळी मला उदासीने, नैराश्याने घेरले. मागच्या प्रकरणात मी तुम्हाला सांगितले होते, की आर्थिक मंदीमुळे माझ्या कंपनीत काही समस्या निर्माण झाल्या व त्याविषयी अतिशय भावनाशील प्रतिक्रिया दिल्या होत्या. पण त्या वेळी कानाएनी तिच्या स्नेहशील प्रेमाने स्वतःकडून मदत करण्यात कोणतीही कमी केली नव्हती, हे मी तुम्हाला सांगितले नाही. अशा निःस्वार्थ प्रेमाच्या ताकदीची यापूर्वी मला कधी जाणीव झाली नव्हती. अर्थात माझ्यासाठी हे नवीन नव्हते. माझे आई-वडील, बहीण, भाऊ, मित्र यांनी आजपर्यंत मला निःस्वार्थ स्नेह दिला आहे व अजूनही देत आहे. पण ते सर्व माझ्यासाठी माझे कुटुंबीय होते. त्यांचे माझे रक्ताचे नाते होते. कानाएबरोबरचे माझे प्रेमसंबंध अजून नवीन होते, कच्चे होते. ती सहजपणे या परिस्थितीत माझ्यापासून दूर जाऊ शकत होती. पण असे करायचे सोडून खरंतर ती माझ्या अधिक निकट आली. आपल्या प्रेम आणि विश्वासावर तिने अधिक जोर धरला. म्हणून तिच्या साहसाचे, मनोधैर्याचे कौतुक केल्याशिवाय मला राहवत नाही.

खरंतर जेव्हा मी खूप चांगला संसार करू शकतो, हे सिद्ध करून दाखवायचे होते, नेमके तेव्हाच मला माझ्या भावी वधूला माझ्या कंपनीत पन्नास हजार डॉलर्सचा तोटा आलाय, हे सांगण्याची वेळ आली होती. मी कंगाल झालो आहे अशा

प्रकारची बेचैनी मला वाटत होती. ती मला तेव्हाच सोडून का गेली नाही? याचे मला आजही आश्चर्य वाटते. पण आज मी तिच्याबद्दल कृतज्ञ आहे. कारण त्या परिस्थितीत तिने मला प्रेम, साथ व प्रेरणा दिली होती.

जेव्हा मी माझ्या व्यवसायातील कर्जामुळे स्वतःचा आत्मविश्वास गमावून बसलो होतो, तेव्हा माझ्यामधील माणसाचे मोलही विसरलो होतो. कानाएनी मला समजावले, की प्रेमाला कोणतेही मोल नसते. तिने आपल्या बोलण्याने व कृतीने मला विश्वास दिला, तिचे प्रेम अशा संकटांनी कधीच कमी होणार नाही. मी तिच्यासाठी काय काय करू शकतो, यावरही ते अवलंबून असणार नाही. तिने सर्वस्वाने माझ्यावर आपल्या प्रीतीची उधळण केली व निष्ठेने माझी देखभाल केली.

माझ्या या वाईट परिस्थितीमुळे मी आणखी एक काम पूर्ण करू शकलो नाही ते म्हणजे मी माझ्या कमाईतून बचत करू इच्छित होतो. म्हणजे पुढील एक वर्षभर मला व्याख्यान सत्रासाठी जावे लागू नये म्हणून! लग्नानंतर पहिल्या वर्षी तरी मी जगाच्या वेगवेगळ्या भागात हिंडत राहावे असे मला वाटत नव्हते. माझे मित्र, आई-वडील किती दिवसांपासून मला म्हणत होते, मी आता थोडा आराम करावा. ती वेळ आता आली होती आणि त्याचे कारणही आता माझ्याजवळ होते, ते म्हणजे माझी पत्नी!

मी जेव्हा कानाएला सांगितले, 'मला धंद्यात नुकसान झालं आहे.' तेव्हा ती सहज म्हणाली, 'काही हरकत नाही. त्याने मला काही फरक पडत नाही. मी नर्सिंगची नोकरी करेन म्हणजे आपल्या दोघांचे निभावून जाईल.' ती एका क्षणासाठीसुद्धा विचलित झाली नाही, की बावरली नाही न माझ्यापासून दूर झाली! उलट तिने दिलासा देत सांगितले, मी नेहमी तुमच्यासोबत असेन!

हे सर्व माझ्यासाठी खूप महत्त्वाचे आहे, हे मला माहीत आहे. कानाए रोज माझ्यासाठी ईश्वराची प्रार्थना करत होती. भावनिक मदत ही एखाद्या वरदानासारखीच असते. पण प्रार्थनेत खूप सामर्थ्यही असते. मला या गोष्टीचे खूप समाधान होते, की तिने माझी इच्छा ओळखली होती. माझ्या मागण्यांची पूर्ती व्हावी म्हणून देवाची प्रार्थना करत होती. शांती, धैर्य, ईश्वरच देत असतो. कानाएने माझ्यासाठी ईश्वराजवळ प्रार्थना केली, की ईश्वराने मला आरोग्य शांती आणि प्रसन्नता प्रदान करावी.

मला हे जाणवले, की कानाए ईसा मसीह व माझ्यामध्ये सेतू बनून आली होती. ती माझ्यासाठी सर्व सुखांची गुरुकिल्ली होती. ज्यामुळे मी एक पती,

वक्ता, धर्मप्रचारक, मित्र, बॉस, भाऊ आणि पुत्राच्या रूपात वावरू शकत होतो. तिच्याबरोबर राहताना मला काही मागण्याची गरज नसे. मला काय पाहिजे हे तिला सांगावे लागत नाही. मी जो विचार करत असतो, तो तिला समजतो. ती मला नेहमी प्रोत्साहित करते. माझ्यासाठी सर्वांत महत्त्वाची गोष्ट म्हणजे ती माझ्यासाठी प्रार्थनेला उभी असते. माझ्यासाठी ईश्वराजवळ तेच मागते, जे ती देऊ शकत नाही. जसे ईश्वराकडून मिळणारा विवेक, आरोग्य, शांती नि धैर्य! शेवटी मला सहानुभूतीही देते. माझ्या मनातील भावना ती बरोबर ओळखते. ज्या गोष्टींचा माझ्यावर जास्त प्रभाव पडतो, त्यावर ती आपले लक्ष केंद्रित करते. माझे बोलणे, माझे म्हणणे, ऐकण्यास ती नेहमी तत्पर असते. तिलाही जेव्हा जेव्हा मला काही सांगायची इच्छा असते, तेव्हा मी तिच्या आसपास राहण्याचाच सतत प्रयत्न करत असतो.

जेव्हा तुम्ही काही प्राप्त करण्याची इच्छा न ठेवता फक्त देण्याची इच्छा ठेवता, तेव्हा समजून घ्या, की तुम्ही एका चांगल्या स्नेहसंबंधाचा हिस्सा आहात. जेव्हा तुम्ही तुमच्या गरजांपेक्षा दुसऱ्यांच्या गरजांना जास्त महत्त्व देता, तेव्हा तुम्ही अशा स्नेहबंधात गुंतलेले आहात असे समजू शकता. मी कानाएला माझ्या कामापेक्षा जास्त महत्त्व देतो. याचा अर्थ तिच्याबरोबर फिल्म पाहणे, निवांत शेकोटीजवळ बसणे, जीवनाविषयी तिच्याशी गप्पा मारणे, या गोष्टी माझ्यासाठी खूप महत्त्वाच्या आहेत. कानाए मला जेवढे देते तेवढाच मीदेखील तिच्या प्रेमाचा, हक्काचा साथीदार होऊ इच्छितो. ती मला चांगले बनण्याची प्रेरणा देते.

एकदा माझा एक मित्र मला त्याच्या नवीन प्रेमसंबंधाबद्दल सांगत होता. तो सारखे हेच म्हणत होता, की मला वाटते, माझी बायको खूप चांगली आहे. पण मी तिला योग्य आहे असे मला वाटत नाही. त्यावर मी त्याला म्हणालो, ही तर तुझ्यासाठी, तुझ्या नातेसंबंधासाठी खूप चांगली गोष्ट आहे. आपण नेहमी अशाच व्यक्तीबरोबर राहावे, जी आपली अधिक काळजी घेण्याची प्रेरणा देणारी, चांगली देखभाल करण्याचे प्रोत्साहन देणारी असावी. मीसुद्धा पहिल्यापेक्षा जास्त धैर्यवान झालो आहे. यापूर्वी मी नक्कीच असा नव्हतो. जेव्हा मी एकटा राहत होतो, तेव्हा खूप आत्मकेंद्रित होतो. माझ्या काकांनी मला माझ्या डायरीची आठवण करून दिली. ती मी दहा वर्षांपूर्वी माझ्याजवळ ठेवत होतो. त्यात मी दहा गोष्टी लिहिल्या होत्या, ज्या मला माझ्या जीवनात प्राप्त करायच्या होत्या, मिळवायच्या होत्या. 'तू लिहिलेल्या गोष्टी कानाए पूर्ण करत आहे का?' एकदा त्यांनी मला विचारले.

मी डायरी पाहिली आणि त्यांना फोन करून सांगितले, ‘खरोखरच ती त्या सर्व गोष्टी पूर्ण करत आहे.’

वास्तविक हा एक मजेशीर सुंदर क्षण होता. कानाएपेक्षा जरी काही वर्षांनी मी मोठा होतो, तरी ती माझ्यापेक्षा जास्त समजूतदार व शहाणी होती. मला तिच्याकडून शिकण्यासारखे खूप काही आहे. कानाएनी अशा प्रेमसंबंधाच्या नात्यांचा भक्कम पाया घातला होता, की जो अपेक्षा, इच्छा आणि संकटांवर उभा नव्हता. माझे असे मत आहे, की हे प्रेम दिवसेंदिवस वाढत जाणारे आहे. तुम्ही जर विश्वासासह जगत नसाल तर हळूहळू कमजोर होत जाता. प्रेमाच्या बाबतीतही तसेच घडते. ती खऱ्या अर्थाने परमेश्वराची संतान होती. ती स्वतःच एक वरदान होती. ईश्वराने तिला माझ्या जीवनात, आम्ही दोघांनी एकमेकांवर प्रेम करावे व ईश्वराच्या या वरदानाचा सन्मान करावा, यासाठी पाठविले होते.

आमचे प्रेम स्पर्शजन्य आहे. एक दिवस एका वृद्ध स्त्रीने आम्हाला एकत्र हसत खेळत असताना पाहिले. ती अश्रुभरल्या डोळ्यांनी तेथे आली व म्हणाली, ‘खऱ्या प्रेमावर माझा आता विश्वास बसला.’ कानाए जेव्हा हसत, नाचत किंवा मजेत असते तेव्हा मला किती आनंद होतो, हे मी तुम्हाला शब्दात सांगू शकत नाही. मी तर आता त्या दिवसांची वाट पाहतोय, जेव्हा आमची मुलेही हेच करत असतील. तुम्ही ईश्वराची निर्मिती आहात. त्यामुळे त्याचे प्रेम मिळविण्याचा तुम्हाला अधिकार आहे. तुम्ही त्याच्या प्रेमाचे उत्तराधिकारी आहात. प्रेमसंबंधासाठी तोच तुम्हाला योग्य बनवत असतो. मी प्रार्थना करतो, की तुम्हालाही माझ्यासारखेच प्रेम मिळावे. पण तुमची भूमिका तुम्ही विसरता कामा नये. स्वतःला असे तयार करा, की तुम्हाला तर प्रेमप्राप्ती होईलच, पण तुम्ही इतरांनाही प्रेम देऊ शकाल.

4

आंतरिक इच्छाशक्ती आणि उद्देशांनी परिपूर्ण जीवन

माझ्या जीवनाच्या अगदी सुरुवातीच्या काळात आई-वडील, माझे पुढील आयुष्य कसे असावे, याविषयी माझ्या भविष्याचा विचार करीत. माझ्या अकाउंटंट वडिलांनी मला सल्ला पण दिला होता, की मी त्यांचाच व्यवसाय पुढे चालवावा. ते म्हणायचे, 'तुझी बुद्धी गणितात चांगली आहे. तू इतर लोकांना तुझे हात-पाय समजून भाड्याने घेऊ शकतोस.'

आकड्यांशी खेळणं मला सहज वाटत होतं जरी मला हातपाय नव्हते तरीही! आधुनिक तंत्रज्ञानाला व माझ्या त्या पायासारख्या दिसणाऱ्या छोट्या अवयवाला मी धन्यवाद देतो. कारण त्याच्यामुळेच मी कॅलक्युलेटर व कंप्युटर दोन्ही सहज वापरू शकत होतो. म्हणूनच मी कॉलेजमध्ये फायनन्शियल प्लॅनिंग आणि अकाउंटिंग हे विषय घेतले होते. इतरांना मदत करण्याची कल्पना मलाही आवडली होती. शिवाय शेअर बाजारातील चढउतारांचा अनुभव मी घेतला होता.

खरं म्हणजे एक आर्थिक सल्लागार म्हणून स्वतःबरोबरच इतरांनाही मदत करण्याची कल्पना तशी वाईट नव्हतीच. पण मला नेहमी वाटायचे, परमेश्वराची योजना काही वेगळी असावी. मी लहान वर्गात असतानाच माझ्याबरोबर शिकणाऱ्या वर्गमित्रांना संबोधन करत असे. मी त्यांना माझ्या आयुष्यातील कठीण परिस्थितीवर कशी मात केली, हे सांगत असे. त्यांच्या प्रतिक्रियाही मला मिळायच्या. मी जे बोलायचो ते त्यांच्या अंतःकरणाला भिडत असे. ईश्वराने माझ्या अंतःकरणात असणाऱ्या त्या ठिणगीला एक प्रकारे हवाच दिली होती.

जसजसा काळ जात होता, मी आस्था आणि विश्वास यावर बोलण्यावरच भर दिला. इसाईंच्या धर्माच्या संदेशाचा प्रचार आणि सर्वांना प्रेरणा देणे हाच माझा मुख्य हेतू होत गेला. जेव्हा मी ईश्वराविषयीचे प्रेम, त्याचे वरदान आपली विकलांगता व त्यामुळे मिळणारी ताकद याविषयी बोलत होतो, तेव्हा इतरांना मदत करण्याची जणू मला संधीच मिळत होती. हा एक महान उपहार आहे. अनेक लोक आपल्या जीवनाचा अर्थ व जीवनाची दिशा शोधत भटकत असतात. त्यांना आपल्या स्वतःच्याच मूल्यांवर शंका असते. कारण आपली स्वतःची एक कायम ओळख ठेवण्याचे ज्ञान त्यांना नसते. तुम्ही पण तुमच्या रुचीला किंवा तुमच्यामधील प्रतिभेला ओळखू न शकण्याची दाट शक्यता आहे. खूपदा आपण आपल्या ध्येयापर्यंत पोहोचण्यापूर्वी इतर अनेक वाटा चाचपडत असतो आणि सध्या तर मार्ग बदलत राहणे हे सर्वसामान्य झाले आहे.

मी तुम्हाला यासाठी प्रोत्साहित करतो, की ज्या कामामुळे तुम्हाला भरपूर आनंद मिळत असतो, तुमची ऊर्जा आणि तुमच्यातील प्रतिभेला उजाळा मिळत असतो तेच कर्म तुम्ही करत राहावे. आपल्या स्वतःसाठी केवळ आपल्या आनंदासाठी आणि ईश्वराचा सन्मान म्हणून ते कर्म स्वीकारा. तुम्हाला तुमचे ध्येय गाठण्यास उशीर लागला तरी धीर सोडू नका. योग्य वेळेचे खूप महत्त्व आहे. जोपर्यंत तुमच्या अंतःकरणात खरी इच्छाशक्ती जागृत आहे, तोपर्यंत तुमचे कर्म धूसर होणार नाही. एक समजून घ्या, की जेव्हा एखाद्या गोष्टीविषयी तुमच्या मनात इच्छाशक्ती निर्माण होते, तेव्हा विघ्ने येण्याची शक्यता असते. पण लक्षात ठेवा, पण एखादा उद्देश असफल झाला तर ईश्वराने तुमच्यासाठी आणखी वेगळी चांगली योजना आखून ठेवली आहे, असं समजा.

इच्छाशक्तीचा शोध

जेव्हा तुमचे ज्ञान, तुमची ऊर्जा, तुमचे लक्ष्य आणि तुमची समर्पण वृत्ती एकत्र येतात, तेव्हा एखादं मनपसंद खेळण मिळाल्यावर उत्साहित होणाऱ्या बाळासारखी तुमची अवस्था होते. तेव्हा तुम्हाला उद्देश मिळाला आहे, असं तुम्ही समजा. जेव्हा तुमचे कर्म आणि तुमचा आनंद एकत्र झालेला असतो, तेव्हा तुमच्यासाठी ती सुवर्णसंधी असते. मग तुम्ही जे करता तो तुमच्या जीवनाचाच एक भाग होऊन जातो आणि तुम्हाला मिळालेल्या पुरस्काराच्या आनंदापेक्षा इतरांना मिळालेल्या पुरस्काराचा आनंद केव्हाही महान असतो.

तुमच्या कामाविषयीची तुमची आंतरिक इच्छाशक्तीच तुम्हाला तुमच्या उद्देशापर्यंत घेऊन जाते. तुमची आंतरिक इच्छाशक्ती व तुमचा उद्देश या दोन्ही गोष्टी सक्रिय होतात. तुम्ही तुमच्या वरदानांवर पूर्णपणे विश्वास ठेवून तुमची प्रतिभा इतरांना वाटत राहता. ईश्वराने तुम्हालाही तुमच्या उद्देशानुसारच बनवले आहे. जसे, त्याने मला माझ्या उद्देशानुसार बनवले. तुमच्या मानसिक-भौतिक व आध्यात्मिक सामर्थ्यासह तुमची प्रतिभा व तुमचे अनुभव या सर्वांचा अनोखा संगम या वरदानांच्या पूर्तीसाठी केला गेला आहे. तुम्ही तुमच्या आंतरिक इच्छाशक्तीचा मागोवा घेत, उद्‌देश समजून, प्रतिभेचा उपयोग करून तुमच्या जीवनाचा विकास करत असता. एकप्रकारे तुम्ही तुमच्या विश्वासाला मूर्त स्वरूप देत असता. तुमची प्रेरणा कोणती? अशी कोणती गोष्ट आहे, जी तुम्हाला पूर्ण होताच मुक्तीचा आभास होतो. असे काय आहे, जे करण्यासाठी तुम्ही मागे फिरू इच्छित नाही? असेही काही आहे का, ज्यासाठी तुम्ही तुमच्या भौतिक सुखसुविधांचा त्याग करू शकता. ज्या सुखसोयींनी तुम्ही आनंदात राहत असता. जॉन ९:४ मध्ये सांगितले आहे, जोपर्यंत दिवस आहे तोपर्यंत आपण त्याचे काम केले पाहिजे, ज्याने आपल्याला पाठविले आहे. कारण रात्र होणार आहे. मग कोणी काम करू शकणार नाही.

तुम्हाला जर तुमचा उद्देश, तुमचे कर्म समजले नाही, जे ईश्वराने तुमच्यासाठी नियोजित केले आहे, तर त्यासाठी स्वतःला काही प्रश्न विचारा. त्यासाठी तुमच्या निकटतम लोकांकडून काही उपायसदृश माहिती शोधा. त्यांनी तुमच्यामध्ये कोणते गुण पाहिले? त्यांच्या मते तुम्ही कोणत्या क्षेत्रात काम करू शकता? ते तुम्हाला कोणत्या कामात उत्साहित बघतात? शेवटी, तुम्हाला मी एक सल्लाही देऊ इच्छितो, की त्या विषयांतील तज्ज्ञ लोकांबरोबर तुम्ही चर्चा करावी. मला लोक नेहमी विचारतात, की ईश्वराला आमच्याकडून काय अपेक्षा आहेत हे आम्हाला कसे कळावे?

तुम्ही तुमच्या उद्देशांच्या शोधात असाल किंवा त्या कठीण परिस्थितीत तुम्हाला काय करावे हे समजत नसेल तर माझा सल्ला आहे, की त्या वेळेस तुम्ही तुमच्या ईश्वराप्रति असलेल्या प्रेमाला विसरू नका. ईश्वराला तुमच्या मित्रासारखे माना. त्याच्या अस्तित्वाचा आनंद घ्या. त्याच्यासमोर प्रार्थना करा. प्रार्थनेत ध्यानमग्न व्हा. ईश्वराला जाणणे, त्याच्याविषयी आस्था ठेवणे या आपल्या जीवनातील सर्वांत चांगल्या गोष्टी आहेत. कारण असे करणे म्हणजे आपल्या जीवनातील वाईट घटनांना

आपण चांगल्यामध्ये बदलून टाकत असतो. इतकेच नाही तर आपल्या संघर्षातूनही आपल्याला बोध मिळत असतो. आपले कष्टच आपले सामर्थ्य बनते. असफलतेच्या बळावरच सफलता आपल्यासमोर येते.

परमेश्वराजवळ असे सामर्थ्य आहे, की राखेतून सौंदर्य, दुःखावर आनंदरूपी तेल किंवा तुमच्या अज्ञानावर प्रशंसेच्या वस्त्राचे आवरण घालू शकते. जर तुमच्या मनात ईश्वराने तुमच्यासाठी योजलेले प्रयोजन किंवा तुमच्या आंतरिक इच्छाशक्तीविषयी संभ्रम असेल, तर ईश्वराच्या मार्गदर्शनासाठी त्याची प्रार्थना करा. इतरांनाही तुमच्यासाठी प्रार्थना करण्यास सांगा. तरीही तुम्हाला तुमचे उत्तर मिळाले नाही, तर इतरांची सेवा करूनच तुम्हाला तुमचे उत्तर मिळेल, असे माझे मत आहे. मग तुम्ही एखाद्या मोठ्या मिशनमध्ये काम करत असाल किंवा तुमच्याच अवतीभवतीच्या समुदायात वावरत असाल, तुम्हाला त्यातून काय मिळते हे तुमचे तुम्हालाच समजेल.

मी तुम्हाला खात्रीपूर्वक सांगतो, की ईश्वर तुम्हाला आज्ञा देत असतो. त्यानंतर मिळणारे फळही देत असतो. तुमचा उद्देश, तुमची इच्छाशक्ती पूर्ण करण्यासाठी जे जे हवे असते ते सर्व दिल्याशिवाय तुमच्याकडून स्वतःची सेवा करून घेत नाही. ही शक्यता आहे, की तुम्हाला त्याची इच्छा कळणार नाही किंवा तसा भक्तिभाव तुमच्या मनात कदाचित असणार नाही. जसे एकदा माझ्या वडिलांकडे गिरीजाघर सुरू करण्याविषयीचा प्रस्ताव आला होता पण त्यांना त्यात रुची नव्हती. पण त्यांच्या मनात ईश्वराविषयी भक्ती व आदर होता. शेवटी त्यांनी ईश्वरेच्छेचे पालन केले. त्यासाठी त्यांना स्वत:ला तयार करावे लागले. त्यासाठी वेळही द्यावा लागला. मला खात्री आहे, की जेव्हा नूहला (यहुदी आणि इतर जातीचे पितामह इब्राहिमवर श्रद्धा ठेवणारे धर्म, जसं- इसाईयत, यहुदी व इस्लामचे प्रमुख संदेशवाहक व पूर्वज) ईश्वराने एक मोठे जहाज बनविण्याचा आदेश दिला होता, तेव्हा त्यांच्या मनातही असेच आले असावे. पण त्यांनी एका शब्दानेही काही सांगितले नाही. त्यांनी एक भलीमोठी नाव बनवली. ईश्वराचा आदेश मानणे हे शहाणपणाने टाकलेले पाऊल असते. नूहप्रमाणेच माझ्या वडिलांनी पण ईश्वराचे आभार मानले होते. ईश्वराने त्यांना चर्चचे काम सोपवले होते व ते हळूहळू लोकांच्या निकट येत गेले. पुढे ते ए.ले. मिनिस्टर (इसाई संप्रदायाचे एक महत्त्वपूर्ण सदस्य) म्हणून लोकांची आयुष्ये बदलण्यात ते यशस्वी झाले होते. ईश्वर जेव्हा तुम्हाला काही करण्यास सांगतो तेव्हा शक्यता आहे, की प्रथम तुम्हाला ते समजणार नाही किंवा त्याविषयी तुम्हाला

कोणतीही उत्सुकताही वाटणार नाही. पण ईश्वराप्रति तुम्ही नेहमी उत्साहित असला तर त्याचा अर्थ तुम्ही ईश्वरासाठी काहीही करू शकता हाच आहे. या बाबतीत मी खूप भाग्यवान आहे. माझी नेहमी इच्छा असायची, की माझ्या वक्तव्याने लोक नेहमी प्रभावित व्हावे. लोकांना ईश्वराच्या संपर्कात आणणे, हे माझ्या जीवनाचे ध्येयच होते. म्हणजे लोक मनातील सात्त्विक भाव प्रगट करू शकतील.

वेळेचे महत्त्व असते

माझ्यासाठी एक सार्वजनिक वक्ता होण्याची ती अगदी योग्य वेळ होती. कारण तेव्हा माझा स्वतःचा परिवार नव्हता न त्यांच्या पालन पोषणाची जबाबदारी माझ्यावर होती. माझ्यावर कुटुंबाची आर्थिक जबाबदारीही नव्हती. मी खूप वर्षे विनामूल्य भाषणे देत होतो. पण सुदैवाने मला असे काही लोक भेटले, जे माझ्या भाषणाचे पैसे देण्यास तयार होते. अशा प्रकारे मला एक प्रकारची मदतच मिळाली. आता इतर अशाही लोकांपर्यंत मी भाषणासाठी पोहोचू शकत होतो, ज्यांना माझे भाषण ऐकायचे होते. पण त्यांच्याजवळ मला देण्यासाठी पैसे नव्हते.

खरं म्हणजे खूपदा आपण कोणताही विचार न करताच आपली इच्छा, आपला उद्देश पूर्ण करण्यासाठी पुढे जात असतो. तेव्हा आपण या गोष्टीचा पण विचार करत नाही, की ही वेळ त्या कामासाठी योग्य आहे किंवा नाही आणि याचे उदाहरण म्हणून मी स्वतःच आहे.

२०१० साली माझ्या कंपनीवर उधारीचा जो बोझा पडला त्याला अंशतः आणखी एक कारण होते ते म्हणजे माझी इसाई संगीत व्हिडिओ तयार करण्याची घाई! या संगीत व्हिडीओद्वारे मला माझे गाण्याचे स्वप्न पूर्ण करायचे होते. पण तेव्हा मला हे कळले नाही. त्यासाठी ही वेळ योग्य नव्हती. मी या व्हिडिओत 'समथिंग मोअर' हे गाणे चित्रित केले. त्याचे बजेट माझ्या अपेक्षेच्या बाहेर गेले होते, माझ्या हाताबाहेर गेले. मला माझा म्युझिक व्हिडीओ करायचा होता. पण उत्साहाच्या भरात माझी योजना माझ्या नियंत्रणाच्या बाहेर गेली होती. माझे स्वप्न मी वास्तवात उतरवू पाहत होतो. खरं म्हणजे मला त्या वेळेस कोणीतरी या गोष्टीची आठवण करून द्यायला पाहिजे होती, की स्वप्ने तोपर्यंत मरत नसतात जोपर्यंत तुम्ही ती पाहत असतात. मी असे तर म्हणू शकत नाही, की म्युझिक व्हिडीओचा अनुभव हा काही फार चांगला अनुभव नव्हता. कारण आमच्याकडे प्रतिभाशाली गुणवंत लोकांची टीम तयार होती. ज्यात गायक आणि गीतकार टाइरोन वेल्स आणि

मॅथ्यू कोपिन्स पण सामील होते. त्यांनी व्हिडीओ तयार केला होता. त्यासाठी मी जॉन आणि ईस्टर फे ल्टसला पण धन्यवाद देऊ इच्छितो. कारण त्यांच्या सहकार्याने त्यांच्या बँडचे सदस्य खास नेशाव्हीलेहून आले होते. त्या व्हिडीओला मी नेहमी एक यशस्वी व्हिडीओ मानतो. कारण युट्युबवर आशेचा किरण दाखविणारा तो व्हिडिओ मिलियन लोकांनी पाहिला होता. पण त्या घटनेतून मी एक बोध घेतला, की कोणतेही काम करण्यासाठी विशेषतः एखादा बिझनेस किंवा ब्रँड करायचा असेल तर त्यासाठी योग्य वेळ पाहणे गरजेचे असते.

मी नुकतेच पुरस्कारप्राप्त 'द बटरला सर्कस' या शॉर्ट फिल्मच्या माध्यमातून अभिनयाच्या क्षेत्रातही पाऊल टाकले आहे. म्युझिकल व्हिडीओनंतर फिल्ममध्येही काम केले आहे. लोक विचार करत असतील, की आता निक काय करणार आहे? तो वक्ता-धर्मप्रचारकच राहणार आहे की डॉक्टर आणि गायक? मी आशा करतो, की एक दिवस सगळंच संभाव्य असेल. मला घाई नाही. माझे वय पण फार झाले नाही. माझ्याजवळ भरपूर वेळ आहे. हे खरं असलं तरी तारुण्यात माणूस जास्त चंचल असतो. मी तर १६ व्या वर्षापासूनच प्रत्येक क्षेत्रात स्वतःला साबित करण्याचा प्रयत्न करत होतो. पण त्यामुळे खूप थकून जात होतो. माझ्या साधनांचा मर्यादेपेक्षा जास्त उपयोग करत होतो. पण माझ्या व्यवसायात झालेल्या तोट्यानंतर मला कळले, की सगळ्या गोष्टी एकदम करायला नको होत्या.

माझ्या एका नव्या मित्राने स्कूल आणि ग्रॅज्युएट करणाऱ्या विद्यार्थ्यांसाठी एक मजेशीर पुस्तक लिहिले आहे. त्यात एक वाक्य आहे, त्वरा करा, पण धीर धरा. यात थोडा विनोदाचा भाग असला तरी त्यात एक बोध पण आहे. बायबल मध्ये नेहमीच सहनशीलता, संयम याविषयी सांगितले आहे. जेम्स ५ मध्ये म्हटले आहे, 'बंधुभगिनींनो, परमेश्वर येईपर्यंत धीर धरा. बघा, शेतकरी पीक उगवण्याची वाट बघतो, पूर्ण धीराने वसंत शिशिराच्या पावसाची प्रतीक्षा करतो. तुम्ही पण धैर्याने, धीराने व दृढतापूर्वक उभे राहा. ईश्वर तुमच्या निकट येतच आहे. आज तुमच्याजवळ सर्व साधने आहेत. पण याचा अर्थ हा नाही, की काम करण्याची ही सुसंधी आहे. महत्त्वाकांक्षा व ऊर्जेच्या बळावर सगळे व्यवसाय किंवा कामे करणे शक्य आहे. पण योग्य वेळेवर योग्य पाऊल टाकणे आवश्यक आहे. म्हणूनच म्हटले आहे, की धीर धरणे, हे वरदानासारखे आहे.' त्यामुळे एकदम 'उडी' मारणे धोक्याचे ठरू शकते आणि मला तर जाणीवपूर्वक धोका पत्करणे आवडते. त्यामध्ये कोणत्याही प्रकारची हानी होणार नाही, याचा मी प्रयत्न करत असतो. खरं म्हणजे म्युझिक व्हिडिओच्या

बाबतीत मी सर्वच गोष्टींचे पर्याप्त विश्लेषण केले. त्यामध्ये असणारे संभाव्य धोके, जोखिमा यांना पण लक्षात घेतले. तुमच्या अंतर्भावनेचा विचार करत असताना त्या संभाव्य धोक्यांना कमी करण्याचा प्रयत्न करत राहा.

बायबलसंबंधी समान भावना

आयुष्यात धोके तर असतातच पण त्याचबरोबर पुरस्कारही असतो. जसे केलेबच्या बाबतीत घडले. पुरस्कारांची वाट तुम्हाला संयमाने पाहावी लागते. केलेबचे हे बायबलमधील उल्लेखनीय उदाहरण तुम्ही समजू शकता. त्याने आपल्या विश्वासाला साकार रूप दिले होते. जेव्हा मूसा आणि बारा अनुयायी गुलामीपासून वाचण्यासाठी इजिप्तहून मिस्त्रला पळून गेले, तेव्हा मुसाने बारा गुप्तहेरांना कॅनानला पाठविले. ती जमीन ईश्वराने त्यांना देण्याचे कबूल केले होते. पण दहा गुप्तहेरांनी येऊन सांगितले, की त्या धरतीवर दावा करणे कठीण आहे. कारण तेथे असणाऱ्या दैत्यांचा पाडाव करणे फारच अवघड आहे. मात्र केबेल आणि जोशुआ म्हणाले, 'प्रभूच्या मदतीने ते धरतीला प्राप्त करू शकतील.' पण मुसाने त्या दोघांच्या बोलण्याकडे दुर्लक्ष केले व दहा गुप्तहेरांचे सांगणेच म्हणणे ऐकले. प्रभूने ज्या जमिनीविषयी वचन दिले होते, ती मिळविण्याचा प्रयत्न केला नाही. काहींनी तर त्या दोघांवर दगडांचा मारा केला, जे प्रभूच्या आदेशाचे पालन करत होते.

हिब्रू चाळीस वर्षं वाळवंटात भटकत होते. कारण त्यांनी आपली धरती काबीज करण्यासाठी प्रभूच्या आदेशाचे पालन केले नाही. केलेब आणि त्याच्या एका साथीदाराचे म्हणणे होते, की त्यांनी त्यांच्या जमिनीवर चालावे. त्याप्रमाणे ते चाळीस वर्षे त्या वाळवंटात भटकत राहिले. प्रभूने केलेबला माझा सेवक म्हटले होते. शिवाय यापूर्वी हा सन्मान फक्त मूसाला मिळाला आहे.

हिब्रू जेव्हा स्वतःच्या जमिनीवर आले, तेव्हा केलेब ऐंशी वर्षांचा झाला होता. पण तेव्हाही तो आस्था, विश्वास बाळगून होता. विजयानंतर प्रभूने केलेब आणि त्यांच्या वंशजांना हेंब्रो शहर व आसपासचा भाग इनाम म्हणून दिले. कारण त्यांनी प्रभूची आज्ञापालन केली होती व आस्था आणि विश्वासानुसार कर्म केले होते. आपल्याला माहितीच आहे, धीराने-संयमाने काम केले, तर बक्षीस मिळतच असते. केलेबने आपल्या आंतरिक इच्छेचा कधीही त्याग केला नाही म्हणून त्याला पुरस्कार मिळाला. त्याने प्रभूची सेवा करण्यात कुठलीही हायगय केली नाही. पण केलेबला आपल्या या त्यागाची मोठी किंमत मोजावी लागली. त्याच्याच लोकांनी

त्याला जीवे मारण्याची धमकी दिली. तो पण त्यांच्याबरोबर वाळवंटात चाळीस वर्षे भटकत राहिला. शेवटी त्याने विजय मिळविला. तुम्हाला ही अंतरप्रेरणेनुसार पुरस्कार हे मिळतच असतात. पण जीवनात संकटे किंवा समस्याच येणार नाहीत, असा याचा अर्थ नव्हे.

नर्स, कलाकार, पाद्री, बिल्डर किंवा इतर काम करणारे लोक जे आपल्या कर्माशी एकनिष्ठ आहेत, ते तुम्हाला सांगू शकतील, की त्यांना त्यांच्या कामासाठी किती मेहनत, प्रयत्न करावे लागले, किती एकनिष्ठेने ते काम करतात. ज्यांचे आपल्या कामावर प्रेम असते, त्यांनाही मेहनत तर करावीच लागते. जे आपल्या आवडीचे काम करतात त्यांनाही मेहनत करावी लागते. मी स्वतः माझा विश्वास इतरांपर्यंत पोहोचविण्यासाठी गेल्या दहा वर्षांत कितीतरी रात्री विमानात आणि हॉटेलच्या खोल्यांमध्ये घालविल्या आहेत. कारण अधिकाधिक लोकांपर्यंत मला पोहोचायचे होते. अर्थात माझा अशा लोकांमध्ये समावेश आहे, ज्यांना सीट लहान मोठी असण्याने फरक पडत नाही. पण प्रवासाचा शीण मलाही येत होताच. अनेक लोकांनी आपल्या विश्वासाला मूर्त रूप दिले आहे, हे मी पण पाहिले. पण या सर्व अनुभवांसाठी मी नेहमी कृतज्ञ आहे. मलाही बरेच वेळा त्याग करावे लागले. मात्र ईश्वराची कृपा, माझ्या साथीदारांची मदत आणि माझी प्रार्थनाशक्ती या बळांवर मी माझे कार्य करण्यात सफल झालोय. परमेश्वरीकृपेने मी असाच पुढे जात राहीन.

आपला उत्साह व इच्छाशक्तीनुसार जीवन व्यतीत करणाऱ्यांना त्याग आणि संघर्षाचा सामना हा करावाच लागतो. हेलन केलर स्वतः नेत्रविहीन आणि कर्णबधिर असूनही, त्यातून बाहेर पडली आणि इतरांसाठी प्रेरणास्तंभ बनली. ती म्हणत असे, 'शांत आणि सहज वातावरणात व्यक्तिमत्त्व विकास होत नाही. केवळ संघर्ष आणि कष्टांमधूनच माणूस सशक्त होतो, कणखर होतो, त्याची महत्त्वाकांक्षा वाढते व तो सफलताही मिळवू शकतो.'

सफलता एका रात्रीत मिळाली तरी ती अनेक वर्षांच्या कष्टाचे फळ असते. तुम्ही नेहमी सुखासीन अवस्थेत राहत नाही. तुम्हाला ज्या उद्देशांसाठी पाठविले आहे, त्याची पूर्ती केली नाही तर तुम्हाला संतुष्टी मिळत नाही. मी माझ्या प्रवासात अशा अनेक लोकांना पाहिले आहे, ज्यांनी आपली प्रतिभा जगाबरोबर वाटून ते आदर्शवत झाले आहे. आपण आपल्या प्रवासात आलेल्या संकटांच्या, संघर्षाच्या कथा इतरांना सांगून त्यांना धैर्य देत असतो, प्रेरणा देत असतो.

साद – उद्देशाला

धर्मप्रचाराच्या या प्रवासात मला अनेक साथीदार मिळाले. त्यांच्या उत्साहाला आणि इच्छाशक्तीला दादच द्यायला पाहिजे. विक्टर मार्क्स हा त्यापैकीच एक आहे. त्याची कथा एकदम शानदार आहे. विक्टरने यु. एस. नौसेनेत काम केले आहे. तो मार्शल आर्टचा तज्ज्ञ होता. त्याच्याकडे स्वसंरक्षणासाठी असणाऱ्या काइची डू या कलेचा ७ वा डिग्री बेल्ट होता. त्या कलेत कराटे, ज्युडो, ब्युडील्सु, कुंग फू आणि याशिवाय रस्त्यावर लागणाऱ्या लढण्याच्या सगळ्या तंत्रपद्धती वगैरे सामील आहेत.

त्याने मार्शल आर्ट, नेव्ही सील्स, आर्मी रेंजर्स आणि डेल्टा फोर्सच्या तीसपेक्षा अधिक विश्व चॅपियन्सना प्रशिक्षित केले होते. त्याची बायको एलिना भूतपूर्व मिस फिटनेस यु.एस.ए. आहे. तुमच्या लक्षात येईलच, की विक्टर पण शरीराने अतिशय मजबूत बांध्याचा आणि धट्टाकट्टा होता. त्याला पहिल्यावर तुम्हाला धक्काही बसू शकतो. कधी काळी याने स्वतःला दोषी मानले होते व स्वतःचे नुकसानही करून घेतले होते. त्याचे म्हणणे आहे, त्याच्यात व माझ्यात समानता आहे. फरक एवढाच आहे, की माझ्या अपंगत्वाच्या समस्या दिसून येतात, त्याच्या समस्या दिसत नाही. लोक नेहमी मला विचारतात, 'तुझ्या अवयवांचा अभाव असूनही एवढे सार्थक आणि तुझ्या अवयवांचा अभाव असूनही एवढे आनंदी, समाधानी आणि सार्थक जीवन कसे जगतोस?' खरं म्हणजे मला आयुष्यात अनेक वरदानं मिळालेली आहेत. माझ्यासारख्या अवयवविहीन असणाऱ्या माणसाकडे जर इतका प्रेमळ परिवार नसेल तर त्याच्यासाठी सर्व सहन करणे कठीण होऊ शकते. विक्टरचे बालपण एका विखुरलेल्या कुटुंबात व्यतीत झाले. त्यामुळे तो स्वतःला नेहमी कोलमडून गेलेला समजत असे.

विक्टर त्याच्या नोकरीच्या काळात इसाई धर्माचा अनुयायी होता. दहा वर्षांपूर्वी हवाईमध्ये मार्शल आर्ट अकादमीच्या शृंखलांचे सफल संचालन करताना तरुण वर्गात इसाईमूल्य पोहोचविण्याचे काम तो करत होता. जेव्हा त्याला ईश्वराकडून संकेत मिळाला तेव्हा तो आणि त्याची पत्नी एलिना, तीन मुलांसह चांगले जीवन व्यतीत करत होता. कोलोरॅडो येथील एक संस्था 'फोकस ऑन द फॅमिली'ने त्याला प्रमुख पद देण्याविषयी आमंत्रण दिले. ती संस्था इसाई तत्त्वाचा प्रचार करत नाही.

त्याच्या कुटुंबात हवाई सोडून जाण्याची कुणाचीच इच्छा नव्हती. पण एलिना आणि त्याला आपल्या आस्थेविषयी पूर्ण विश्वास होता. त्यांनी आपल्या आस्थेचे

पालन करायचे ठरवले. खरं म्हणजे विक्टरला आपले काम सोडून 'फोकस ऑन द फॅमिली'चे काम करण्याची इच्छा नव्हती. त्याला हे कळत नव्हते, की ईश्वराने त्याच्यासाठी काय योजून ठेवले आहे. पण नूहप्रमाणे ईश्वराच्या संकेताला प्रतिसाद देणे त्याला आवश्यक वाटत होते.

मात्र एक लक्षात घ्या, ईश्वराला विक्टरबद्दल असे काही माहीत होते, जे त्याला स्वतःला माहीत नव्हते.

माझा हा मित्र रात्री त्याला पडणाऱ्या विचित्र स्वप्नांचा शिकार झाला. त्याला वाटत होते, मार्शल आर्टमुळे किंवा अनेक दिवस समुद्रात राहिलेल्या त्या दिवसांमुळे त्याला अशी स्वप्ने पडतात. त्याच्या डोक्यात एकदाच हिंसक दृश्ये उभारून येत. त्याला ती कळत नसत, कारण ती मार्शल आर्टशी संबंधित नव्हती. काही अशा गत आठवणी एका छोट्या बायबल अध्ययन गटाबरोबर त्यांनी कथन केल्या. आता फोकस ऑन द फॅमिलीच्या काही वरिष्ठ अधिकाऱ्यांबरोबर विक्टर आणि एलिनाला आपले अनुभव मोकळेपणाने सांगण्यासाठी अनुकूल वातावरण मिळाले.

आम्ही आपल्या आयुष्यातील काही भाग कथन करावा असे आम्हाला सांगितले होते, जो मी यापूर्वी कधीच लोकांपुढे मांडला नव्हता. विक्टरने मला सांगितले, सहजासहजी मी कुणावर विश्वास ठेवत नाही.

विक्टरचे बालपण दक्षिणेमध्ये खूप प्रतिकूल परिस्थितीत गेले आणि त्याला तेच त्याच्या अविश्वासू स्वभावाचे कारण वाटले. सुरुवातीला त्याने स्वतःबरोबर काम करणाऱ्या लोकांसमोरच फक्त आपली जीवनकहाणी, त्यातील काही भाग वगळून सांगितली. त्याने सांगितले, त्याच्या जन्मापूर्वीच त्याचे आई वडील विभक्त झाले होते. त्याचे वडील नशापाणी करणारे व वेश्यांशी संबंध ठेवणारे होते. तो जेव्हा मोठा होत होता, तेव्हा त्याच्या सावत्र वडिलांनाच आपले सख्खे वडील समजत होता. त्याच्या आईने घटस्फोट घेतल्यानंतर सहा वेळा लग्न केले. त्याचे व त्याच्या बहीण-भावंडांचे पालनपोषण अतिशय हलाखीच्या परिस्थितीत झाले होते. त्याच्या आईच्या जीवनातील सततच्या घडामोडींमुळे विक्टरला शाळेपासून ग्रॅज्युएट होईपर्यंत चौदा वेळा शाळा व सतरा वेळा घर बदलावे लागले होते. जेव्हा विक्टरने त्याच्या जीवनाची कहाणी सांगितली, तेव्हा एक मित्र म्हणाला, 'आता आम्हाला तुझी उरलेली कहाणी पण ऐकायची आहे.' ते ऐकून विक्टर विचारात पडला आणि घाबरलाही!

'त्या वेळी ते सगळे माझ्याकडे असे बघत होते, जणू मी काहीतरी गुन्हा, अपराध केला आहे.' विक्टर म्हणाला.

विक्टरने मित्राला विचारले, 'उरलेली कहाणी ऐकण्याचा तुझा हेतू काय आहे?' तेव्हा मित्र म्हणाला, 'जर तुझ्या जीवनकहाणीत आणखी काही उरलेच नाही तर तुझे आयुष्य तसे गेलेच नाही, जे तू आम्हाला वर्णन करून सांगितलेस.' विक्टरला माहीत होते ते सर्वजण त्याचे शुभचिंतक होते. तेव्हा त्याने आपली जीवनकहाणी हळुवारपणे मांडण्यास सुरुवात केली. त्यांनी सर्वांनी माझ्या मनातील सत्य बाहेर काढलेच, जे मी आजपर्यंत बाहेर येऊ दिले नव्हते. इतकंच काय, पण अगदी माझ्या पत्नीलाही सांगितले नव्हते.'

'ती रात्र विक्टरसाठी त्याची जीवन कहाणी सांगणारी, त्याचे प्रश्न आणि समस्यांना सोडविणारी तसेच मनाला स्वस्थता देणारी रात्र होती. कांद्याची सालं काढण्यासाठी अनेक वर्षे लागली होती. शेवटी माझ्या आयुष्यात जे घडले त्याबरोबर तडजोड करण्यात मी सफल झालो होतो.' विक्टर सांगत होता.

विक्टरने आपल्या आयुष्यातील कटु त्रासदायक आठवणींना मनातच दडवून ठेवले होते. त्यात असे शोषण होते, अत्याचार होते, की तो ते कधीच सिद्ध करू शकत नव्हता. कारण त्या घटनांचे कोणीही साक्षीदार नव्हते. त्याने असे अत्याचार सहन केले होते, ज्याच्या आठवणी त्याच्या मनाला सतत छळत होत्या. त्याच्या एका सावत्र वडिलाने त्याला त्रास देण्यासाठी त्याचे डोके खूप वेळ पाण्यात दाबून ठेवले होते. एकदा त्याच्यावर बंदूकही उगारली होती. तो सात वर्षांचा होईपर्यंत त्याचा अतिशय शारीरिक व मानसिक छळ करण्यात आला होता. एकदा तर त्याचा लैंगिक छळ करून त्याला अर्धमेले करून एका मोठ्या कुलरमध्ये फेकले होते. त्या वेळी कुटुंबातील कोणीतरी व्यक्तीने त्याला बाहेर काढून त्याला ऊब दिली होती व त्याचे प्राण वाचले होते.

विक्टरने असे त्रास सहन केले होते, की त्याविषयी बोलायचे म्हणजे त्याचा थरकाप उडत असे. या कष्टदायक अनुभवांमुळे त्याच्या मनाला भावनिकदृष्ट्या खूप खोलवर जखम झाली होती. त्यामुळे त्याच्या मनात क्रोध साठून राहिला होता. पण त्याच्या दृढ संकल्पशक्तीमुळे त्याने आपल्या भावनांना दाबून ठेवले होते. आश्चर्य म्हणजे स्वतःचे सैन्य, स्वतःचे मार्शल आर्ट प्रशिक्षण, प्रतियोगिता या सर्व गोष्टी करत असताना, आपल्या क्रोधाला आणि हिंसात्मक प्रवृत्तीला सकारात्मक दिशा देण्यात

तो यशस्वी झाला होता. पण नंतर त्याच्यावर एवढी वाईट वेळ आली होती, जेव्हा सगळ्या गोष्टी हाताबाहेर गेल्या होत्या. तेव्हा तो सल्ला घेण्यासाठी डॉक्टरकडे गेला. त्या वेळी तो हॅरेट सिंट्रोमने ग्रस्त असल्याचे डॉक्टरने सांगितले. साधारणतः लहान वयात शोषण झाल्यावर लहान मुलांमध्ये ही व्याधी आढळते. त्याचा संबंध मनातील कटु, दुष्ट आठवणींशी निगडित असतो.

एका मनोविकारतज्ज्ञाने सांगितले, की त्याच्या डोक्यात हिंसा अत्यंत वाईट पद्धतीने पसरली आहे, त्याची बुद्धी साध्या गोष्टींनाही सहज पद्धतीने स्वीकारत नाही आणि स्वीकारणारही नाही. पण पी.टी.एस.डी.च्या वैद्यकीय इलाजाबरोबरच विक्टरच्या शक्तिशाली आस्थेमुळे त्याला त्या गतस्मृतींमधून आणि त्याच्या त्रासातून बाहेर पडण्यास मदत झाली. येणाऱ्या काळात त्याने बालपणीच्या आठवणी, त्रास इतरांना सांगण्यास सुरुवात केली. तेव्हा त्याच्या लक्षात आले, की तरुण मुले मुली, किशोरवयीन अपराधी गँगची मुले, जेलमधील तरुण कैदी, दुसऱ्या आईवडिलांच्या देखरेखीखाली वाढलेली मुले, मादक पदार्थांचे सेवन करणाऱ्या मुलांच्या मुक्ती केंद्रातील मुले, या सर्वांना त्याच्या बोलण्याने सांत्वन व प्रेरणा मिळत होती. प्रथम त्याने मार्शल आर्टचे प्रदर्शन आणि त्यावर होणाऱ्या उपहासावर असणारे त्यांचे लक्ष स्वतःकडे वळविले. तो त्यांना म्हणत असे, 'मी जॅकी चेन आणि बार्नी फीकेचे मिश्रण आहे.'

विक्टर अनेक लोकांशी बोलत होता. पण त्याच्यात एवढे धैर्य नव्हते, की त्या प्रौढ लोकांचेही बोलणेही ऐकावे, जे जीवनाविषयी काहीतरी सांगायचे कारण त्याची कहाणी त्या स्त्री-पुरुषांशी मिळती जुळती होती, जे लहान वयात मानसिक व लैंगिक त्रासांचे बळी ठरले होते.

मी किती नकारात्मकतेकडे जात होतो, याचा मला त्या वेळी अंदाज नव्हता. पण माझ्याजवळ एक कहाणी आहे, जी इतरांनी ऐकावी. तो सांगत होता.

एके दिवशी मी काही युवा अपराधींसाठी मार्शल आर्टचे प्रशिक्षणाचे प्रात्यक्षिक करत होतो. या प्रात्यक्षिकाच्या वेळी मी एक चूक केली. एका सहकर्मीच्या जबड्यावर जोरात ठोसा मारला. त्यामुळे तो खूप जखमी झाला. तेव्हा मला वाईट वाटले. जणू ईश्वर मला हे सांगत होता, की आता तू हे काम करू नयेस. मला आता जेलमध्ये तर जावे लागणार नाही ना, याचीही मला काळजी वाटली. पण खरं सांगू, त्या दिवशी जेलमधील पंचाहत्तर कैद्यांपैकी त्रेपन्न कैद्यांनी आपले जीवन ईसाप्रति समर्पित केले.

विक्टरला या गोष्टीचे आश्चर्य वाटायचे, की अनेक चर्चेसमधून त्याला त्याची कहाणी सांगण्यासाठी आमंत्रण यायचे. त्याची कहाणी म्हणजे आस्था आणि विश्वासानुसार कर्म करण्याचे ज्वलंत उदाहरण आहे. त्याने आपल्या दुःखदायी अनुभवांपासून स्वतःला मुक्त करून इतरांनाही त्यांचे जीवन सावरण्यास मदत केली आहे. आता त्याला समजले आहे, की ईश्वराने त्याला हवाईच्या आरामदायी, सुखकारक जीवनाचा त्याग करून ईश्वरासाठी काम करण्याचा संकेत का दिला आहे? असे खूप कमी लोक असतात, जे विक्टरप्रमाणे हिंसक, अपराधी तरुणापर्यंत पोहोचून आपली एक स्वतःची ओळख तयार करतात. ते सगळे जण विक्टरचे ऐकतात. कारण कुठेतरी त्यांचेही बालपण मानसिक आणि शारीरिक त्रासात गेले आहे, जसे विक्टरचेही गेले आहे. विक्टरनेही तसेच सहन केले आहे. विक्टरसारखा माणूस आपले दुःख, त्रास त्यांच्यासमोर मोकळेपणाने मांडतो, तेव्हा त्यांच्याही मनाला कुठेतरी मानसिक स्वास्थ्य मिळण्यास मदत होते. विक्टरचे म्हणणे आहे, ईश्वराने मला दयाळू मन दिले आहे, ज्यायोगे मी त्या लोकांचे दुःख समजून घेतो, त्यांचा उत्साह वाढवतो. त्यांनीही मोकळेपणाने आपली कहाणी, आपले दुःख मांडून इतरांची मदत घ्यावी म्हणजे त्यांनाही पुढे जाण्यास मदत होईल. विक्टरने सर्वांसम ोर आपली कहाणी सांगण्यास सुरुवात केली, तेव्हा त्याला इतर ठिकाणाहूनही त्याची कहाणी सांगण्यासाठी आमंत्रण येऊ लागली. काही अनोळखी लोकांकडून दानराशीही येऊ लागल्या, याचेही त्याला आश्चर्य वाटले. २००३ मध्ये त्याने आपल्या पत्नीबरोबर 'ऑल थिंग्ज पॉसीबल' नावाची अलाभकारी धर्मप्रसारक संस्था स्थापन केली. दोन वर्षांनी त्याला एका दांपत्याने २,५०,००० डॉलर्सचा चेक पाठविला. ते दोघे नवराबायको, त्याच्या कामाचे प्रशंसक होते. त्यामुळे आपल्याकडून काही मदत करू इच्छित होते. खरंतर म्हणजे आमच्या या कामामुळे आमची उपजीविका कशी व्हावी, ही काळजी होती. पण जेव्हापासून आम्ही या कामासाठी वचनबद्ध झालो नि ईश्वरावर विश्वास ठेवला, तेव्हापासून अनेक अविश्वसनीय गोष्टी घडल्या.' विक्टर सांगत होता.

आम्हाला वाटते, ईश्वर अशा मुलांवरही नेहमीच प्रेम करतो, ज्यांनी जेलमध्ये यातना सहन केल्या आहेत. राष्ट्रीय स्तरावर काही लोकच त्यांच्यापर्यंत पोहोचू शकतात. म्हणून आमची योजना आहे, जोपर्यंत ईश्वराची इच्छा आहे तोपर्यंत आम्ही हे काम करतच राहू!

निक वुईचिक - 99

मार्गात बदल

मी आणि विक्टर धर्मप्रसारक झालो, पण सगळ्यांनाच ते शक्य असतं असं नाही. पण तरीही लोक आपापल्यापरीने वेगवेगळ्या मार्गाने योगदान करत असतात. तुमची प्रतिभा, तुमचे अनुभव, तुमच्या कामासाठी अनुकूल आहेत, ही शक्यता असते. पण त्याशिवाय तुम्हाला सार्वजनिक सेवा, कला अथवा इतर क्षेत्रात काम करण्यासही त्यांची मदत होऊ शकते. महत्त्वाचे हे आहे, की ईश्वराने तुम्हाला धरतीवर ज्या प्रेरणेने आणि उपहारांसह पाठविले आहे, ते जाणून घेणे होय.

मी एक वक्ता होऊ इच्छित होतो. त्यासाठी अकाउंटिंगचे काम सोडले. विक्टरने ईश्वराच्या योजनेचे पालन करण्यासाठी आपल्या आरामदायी जीवनाचा त्याग केला. एका मार्शल आर्ट अकादमीचा तो मालक होता. शक्यता आहे, तुमच्याही जीवनात असा क्षण येऊ शकतो. कुणाच्याही आयुष्यात असे कधीही घडू शकते.

बायबलमध्ये सॉलची कहाणी सांगितली आहे, त्याला इसाईमध्ये अत्याचारी समजले जाते. तो दमिष्कच्या (दमास्कल) (पश्चिम आशियातील सिरीयाची राजधानी) प्रवासात चकाचक अशा तीव्र प्रकाशामुळे नेत्रहीन झाला होता. त्यानंतर जिझसने त्याला नवीन मार्ग सांगितला. त्या मार्गाने गेल्यास त्याला त्याच्या जीवनात नवीन दिशा मिळणार होती. दोन दिवसांनी ईश्वराने त्याला नेत्रज्योती परत दिल्या. त्यानंतर त्याची नामसंस्कार दीक्षा झाली आणि त्याला 'पॉल' नाव दिले. जिझसचा मृत्यू व पुनरुत्थानाचा संदेश लोकांमध्ये पोहोचविण्याच्या आंतरप्रेरणेने तो एक धर्मप्रसारक झाला. ईश्वराने त्याला त्याचा उद्देश दाखवून दिला. पॉलने त्यावर विश्वास ठेवला आणि आजीवन त्याने तो उद्देश पूर्ण करण्यासाठी काम केले. तुम्ही पण असे करून आयुष्यात स्वतःची वेगळी छबी बनवू शकता. तुम्हीही तुमच्या जीवनाची दिशा केव्हाही बदलू शकता. पॉल एक अत्याचारी ते एक इसाई धर्मप्रचारक बनला. हा बदल आश्चर्यजनक नव्हे, तो एक चमत्कारच आहे, असे मला वाटते. आपल्यापैकी कुणाचेही असे प्रभावशाली रूपांतर होऊ शकते.

तुम्ही जसे आहात त्याबद्दल असा विचार करू नका की आता आपले सगळे संपले आहे. कदाचित तुम्ही नैतिक मूल्ये सोडली असाल किंवा वाईट कर्म केलं असेल, पण याचा अर्थ हा नाही, की तुम्ही तुमच्या आयुष्याची दिशा बदलू शकत नाही. तुमच्यासाठी एखादा नवीन उद्देश अथवा या जगात नीतीने चालण्याचा मार्ग किंवा उपाय शोधू शकत नाही.

तुम्हाला मी एक गोष्ट सांगितली नाही, ती म्हणजे विक्टर मार्क्सला जिझसपर्यंत घेऊन जाणारी व्यक्ती म्हणजे त्याचा खरा बाप मार्क्सच होता. हो, हाच तो माणूस, जो विक्टरला त्याच्या जन्मापूर्वीच सोडून गेला होता. तो वेश्या व मादक पदार्थांचा दलाल होता. पण त्याने आपल्या आयुष्याची दिशा बदलली व आपल्या मुलालाही जिझसपर्यंत पोहोचविले.

विक्टरला जेव्हा कार्लचे पत्र आले, तेव्हा तो नौसेनेत होता. पहिल्यांदा तर त्याने विक्टरला आपला मुलगा मानण्यासही नकार दिला होता. त्याच्या आईला सोडून दिले होते. त्याची कोणतीही जबाबदारी घेण्यास मनाई केली होती. विक्टरची व त्याची प्रथम भेट झाली, तेव्हा विक्टर ६ वर्षाचा होता. पण पुढेही त्याने संपर्क कमीच केला होता. आता त्याने विक्टरच्या नावे पत्र लिहिले होते. विक्टरने जेव्हा पत्र उघडले तेव्हा त्याला संबोधून लिहिले होते.

प्रिय मुलास, (My dear son!)

विक्टरने पुढचे वाचले तेव्हा त्याच्या वडिलांना पश्चात्ताप झाला होता. त्यांनी विक्टरशी कधी संबंध ठेवले नव्हते व त्यांचे गतजीवन खूप वाईट गेले होते. ते स्वतः एक अपराधी होते. त्यांनी खूप दिवस मनोरुग्ण इस्पितळात काढले होते. हे सर्व वाचून विक्टरला धक्का बसला नाही. पण पुढची ओळ वाचून त्याला गलबलून आले. त्यांच्या वडिलांनी लिहिले होते, 'मला माहीत आहे तू मला वेडाच समजत असशील, पण मी आता खराच जिझससाठी वेडा झालो आहे.' विक्टरच्या वडिलांना हे माहीत होते, की आपला ईश्वर जो जसा आहे त्या रूपात त्याला स्वीकारतो. जो कोणी बेचैन आहे त्याच्या व्याकूळ मनाला दिलासा मिळतो व शांतीही देतो. ईश्वराच्या कृपा व प्रेमात एवढे सामर्थ्य आहे, की ते सगळ्या जगाची लाज व पापांवर पांघरूण घालतं.

कार्लने विक्टरला भेटायला बोलावले. विक्टरने होकार दिला. ते दोघे एकदमच एका चर्चमध्ये गेले. तेथेच विक्टरने ईश्वराचे गाढ प्रेम अनुभवले. ते त्यांनी यापूर्वी कधीच अनुभवले नव्हते. मग त्याने इतरांनाही ईश्वराच्या निकट घेऊन जाण्याचे ठरवले व कायमस्वरूपी आपला जगण्याचा मार्ग बदलला.

नेकीचं सामर्थ्य

आधुनिक समाजाला एक महत्त्वाचा धोका आहे. तो म्हणजे लोक आपल्या

कामाला व भौतिक गोष्टींना जास्त महत्त्व देतात. आपण सगळे आपल्या उपजीविकेसाठी पैसे कमवण्याच्या मागे असतो. पण आपल्या अनंतमुक्तीसाठी काम करावे याकडे लक्ष देत नाही. कमावलेला पैसा किंवा साठवलेला धनसंचय ही खरंतर माया आहे. ही काही तुमची खरी ओळख नाही. मी अशा लोकांनाही ओळखतो, जे स्वतःचा अहं आणि प्रतिष्ठेसाठीच जगत असतात. ईश्वराने दिलेल्या सुख, समृद्धीविषयी कृतज्ञ राहण्याऐवजी किंवा इतरांचे भले करण्याऐवजी ते अधिकार आणि पैसा मिळवू इच्छितात. त्या गडबडीत ते आपल्या स्नेहसंबंधांकडे आणि आध्यात्मिक विकासाकडे पूर्णपणे दुर्लक्ष करतात.

पण तरीही विश्वासाने कर्म करणाऱ्या अनेकांचे जीवन अगदी अद्‌भुत ठरते. ईश्वराकडून मिळालेल्या प्रेरणेने तुम्हाला एक उद्देश मिळू शकतो. माझा मित्र एडुरोडो वेरास्तेगुई हा माझे लाडके उदाहरण आहे. त्याची कहाणी ही दिवसेंदिवस चांगली होत चालली आहे. एडुरोडोने सतराव्या वर्षापासूनच लोकप्रियता आणि सौभाग्य या दोन्हीची चव चाखली होती. त्याचे बालपण एका छोट्या मेक्सीकन गावात गेले, तेथून तो हॉलिवूडला गेला. एडुरोडोची व माझी ओळख एका फिल्मच्या सेटवर झाली. त्या फिल्मध्ये मी अभिनय करण्याचा अनुभव घेतला होता. मी 'द बयूलाई सर्कस' नावाची एक लघुफिल्म बनवत होतो. फिल्मी जगतात त्याचे नाव नावाजलेले होते. लॅटिन अमेरिकेत सगळेच त्याला ओळखत होते. या लघु फिल्ममध्ये त्याने रिंगमास्टरची भूमिका केली होती, जो मला सर्कसला घेऊन जातो फिल्ममध्ये! सर्कसमधील लोक आपल्या अनोख्या प्रतिभेसह आपले कौशल्य दाखवत असतात. जेव्हा आम्ही शूटिंग सुरू केले, तेव्हा मला भीती वाटत होती. आमच्या पहिल्याच सीनमध्ये मला त्याच्यावर थुंकायचे होते. मी डायरेक्टरला म्हणालो, 'हा सीन थोडा उशिरा घ्या म्हणजे माझी त्याची थोडी ओळख होऊ द्या.' त्याने हे कबूल केले. पण उशिरा सीन करण्याचा हा एक तोटा होता, की आपण त्या व्यक्तीच्या जास्त जवळ जातो. मग अशा प्रकारची भूमिका वठवणे त्याच्याबरोबर कठीण जाते. तो विश्वास आणि आस्था याचे मूर्तिमंत उदाहरण होता. मला पहिल्याच भेटीत समजले, की तो माझ्या व्हिडिओंचा प्रशंसक होता.

खऱ्या इच्छाशक्तीचा शोध

आमची जेव्हा प्रथम भेट झाली, तेव्हा एडुरोडोच्या जीवनात बरीच उलथापालथ झालेली होती. एका ऊस पिकविणाऱ्या गरीब शेतकऱ्याच्या घरात त्याचा जन्म झाला

होता. त्याच्या वडिलांची इच्छा होती, त्याने वकील व्हावे. पण दुसऱ्या वर्गातच त्याने शिक्षण सोडले होते. तो म्हणाला, 'मला माहीत होते, या व्यवसायाविषयी मला आवड नव्हती, ना तो करायची इच्छा होती!' किशोरवयीन एडुरोडोला पैसे कमवायची हौस होती आणि त्यानुसार त्याने जाण्याचा निर्णय घेतला होता. मी पण ॲक्टर, गायक, मॉडेल होऊ इच्छित होतो. पण त्यासाठी माझे कारण चुकीचे होते, स्वार्थी होते. मला प्रदर्शन करायला आवडत होते. पण मी परिपक्व नव्हतो. मला प्रसिद्धी मिळवायची होती. मला माझ्यासाठी ते सर्व मिळवायचे होते, जे समाजात सर्वांनाच हवे असते. पैसा, पत्नी, नाव, प्रसिद्धी हे सर्वच आपल्याला आनंद देतं. मी काही तरी त्यासाठीच करू इच्छित होतो.

तो ९० सालच्या सुरुवातीचा काळ होता. त्याने कैरो नावाच्या गायकाच्या गटातील सदस्यांबरोबर काम करायला सुरुवात केली. त्यांच्या 'लॅटिन बॉय बँड' लॅटिन अमेरिकेत खूप प्रसिद्ध होता. त्याने आपले रेकॉर्डस् विकले व पन्नासपेक्षा जास्त देशांत त्याचे प्रदर्शन केले. त्याच्या कार्यक्रमांना तरुण मुलींचा आरडाओरडा खूप असायचा. एडुरोडोने १९९७ मध्ये हा बँड सोडला. कारण त्याला अभिनयाच्या क्षेत्रात जायचे होते आणि लवकरच तो मेक्सिको टी.व्ही. वरील धारावाहिकांमधून प्रमुख भूमिकेत दिसू लागला. ते 'टेलीनॉवेलाज' म्हणून ओळखले जात होते. त्याने अनेक धारावाहिकांमधून काम केले. २००१ मध्ये तो मयामीला गेला. तेथे त्याने सोलो आर्टिस्ट म्हणून करार केले. त्याला एका भव्य म्युझिक व्हिडीओमध्ये जेनिफर लोपेजबरोबर काम करण्याची संधी मिळाली. पण त्यापूर्वीच त्याने आपला स्वतःचा एक म्युझिक व्हिडीओ प्रदर्शित केला होता. त्याच वर्षी त्याने एका विनोदी चित्रपटात चेंचींगपॅपीमध्ये शानदार भूमिका केली. त्यात त्याने एका प्ले बॉयची भूमिका केली, ज्यात तो तीन बायकांबरोबर प्रेम करत असतो. त्याचे नाव पीपल मासिकाच्या स्पॅनिश अनुवादात हिस्पैनिक स्टार्सच्या यादीत आले.

त्याने मला एकदा सांगितले होते, की मी स्वतःच्याच खोट्या अहंमध्ये आणि वासनेमध्ये पूर्ण बुडालो होतो. आपण जर वेळेवर सावध झालो नाही तर मानसिक आणि भावनिकदृष्ट्या संपुष्टात येतो.

एकदा मियामी ते लॉसएंजेलीसच्या विमान प्रवासात एडुरोडो हा खेटीथ सेंच्युरी फॉक्सच्या स्टुडिओच्या कास्टिंग मॅनेजरबरोबर बसला होता. आपापसात थोडी ओळख झाल्यावर तो म्हणाला, 'तो अशा एका स्पॅनिश नटाच्या शोधात

होता, ज्याचे नाव थोडेफार आधीच झालेले असावे.' त्याने एडुरोडोलाच विचारले. एडुरोडोने होकार दिला. त्यानंतर तो एले.ए. येथे आला. तेथे त्याने आपले इंग्लिश सुधारण्यासाठी ट्युशन लावली. आणखीही बऱ्याच गोष्टी केल्या. तेथे त्याचे जीवनच बदलून गेले. २८ व्या वर्षी एडुरोडोने एक प्रसिद्ध गायक अभिनेता म्हणून नाव कमावले. हॉलिवूडने त्याला 'भावी अँटीनोओ ब्रँडोरियास' म्हणणे सुरू केले. त्याने स्वतःसाठी एजंट मॅनेजर, वकीलही नेमले. पंधरापेक्षा जास्त माणसे त्याच्यासाठी काम करत होती. पण तरीही त्याच्या मनाला शांती मात्र मिळत नव्हती. 'मी पूर्णपणे गोंधळलेला होतो. त्यामुळे चिडचिडा झालो होतो, क्रोधित होत होतो.' त्याने सांगितले, 'त्याला अपेक्षित सुखशांती मिळत नव्हती.' कारण ईश्वराच्या योजनेपासून तो विन्मुख झाला होता. त्याला वाटत होते, की कलाकार होणेच त्याच्या जीवनाचे ध्येय होते. पण जेव्हा त्याला समज आली तेव्हा त्याला कळले, आपल्या प्रतिभेच्या बळावर पैसा मिळविणे हा त्याचा मार्ग नव्हता. तो परमेश्वरचरणी लीनही नव्हता. त्यामुळे स्वतःच्या अस्तित्वाचा फोलपणा त्याच्या मनाला सारखा सतावत होता. जेव्हा आपण आपल्या खऱ्या उद्देशांपासून भरकटत जातो, तेव्हा मनाची अवस्था अशीच होते. आपले कर्म आपल्याच मूल्यांशी जुळत नाही. आपली इच्छाशक्ती लुळी पडते. आपण आपली ऊर्जा गमावून बसतो. परमेश्वराने आपल्यासाठी ठरवून ठेवलेल्या मार्गापासून आपण भरकटतो, दूर जातो. शक्यता आहे, तुमच्या बाबतीत असे घडले असेल. तुमच्या मनाप्रमाणे तुम्ही जगू शकत नाही. कारण तुमची प्रतिभा, तुमची साधने तुम्ही चुकीच्या कारणांसाठी वापरत असता आणि तुमचा आनंद संपतो. अशा प्रकारच्या भावनेकडे तुम्ही दुर्लक्ष करू नका. तुमचा जीवनप्रवाह ओळखा. कारण तुम्ही परत खऱ्या मार्गावर येऊ शकता.

ईश्वराने योजलेल्या मार्गावरून जेव्हा तुम्ही दूर होता, तेव्हा परत खऱ्या मार्गावर येण्यासाठी ईश्वरच कुणालातरी तुमच्या आयुष्यात पाठवतो. एडुरोडोच्या आयुष्यात पण ती होती, जी त्याला इंग्रजी शिकवत होती. त्याच्या शिकवणीच्या काळात तिने त्याच्या मनाची उदासी जाणली होती. त्याला त्याचे कारण कळावे म्हणून तिने मदतही केली होती. त्याला मार्गदर्शन मिळावे म्हणून प्रार्थनाही करत होती, प्रोत्साहन द्यायची. तो म्हणायचा, 'मी आज पण स्वतःला एक सच्चा कॅथलिक म्हणवून घेतो. जोपर्यंत मी कुणाचेही मन दुखवत नाही किंवा चोरी करत नाही, तोपर्यंत मी स्वतःला काहीही करण्याची मुभा देतो.' त्या इंग्लिश ट्युटर बरोबर बोलताना त्याला समजले, की नाव, पैसा कमावण्याची त्याच्यात जी ऊर्मी होती, ती खोटी होती.

त्याने परमेश्वराचा मार्ग सोडला होता. आपल्या स्वार्थी हितांनाच तो परमेश्वरी उद्देश समजत होता. त्याने स्वतःची तुलना एका शिकारी कुत्र्याशी केली. जो कुत्र्यांच्या पळापळीमध्ये रुळावरील सशाचा पाठलाग करत असतो, रुळावर नसतो. समजा, जरी कुत्र्याने सशाला पकडले व चावा घेतला तरी त्याच्यात तोंडात धातूसारखे टोचून जखम होते. मग मात्र तो पाठलाग करत नाही. मी तर असत्याच्या मागे लागलो होतो आणि जेव्हा ते माझ्या लक्षात आले, तेव्हा यातनांशिवाय माझ्याजवळ काही उरले नव्हते. माझी इंग्रजी टीचर ही इसाई मताची विलक्षण महिला होती. तिनेच मला समजून सांगितले, की मी कोणत्या गोष्टींना महत्त्व द्यावे? आजपर्यंत मी माझी प्रतिभा कशी वापरली? माझ्यासाठी खरी सफलता कोणती आहे? माझ्यासाठी सफलतेच्या खऱ्या गोष्टी कोणत्या असू शकतात? एडुरोडोच्या मनात अशी धारणा होती, की जेवढ्या जास्त स्त्रिया त्यांच्या बरोबर असतील, तेवढा तो चांगला प्रसिद्ध पुरुष मानला जाईल. पण जेव्हा त्याच्या इंग्लिश ट्युटरने त्याला विचारले, 'तू असा युवक आहेस का, ज्याच्याशी कोणतीही आई तिच्या मुलीचा विवाह करू शकेल?' तेव्हा एडुरोडोला कळले तो किती मूर्ख होता! माझ्या टीचरने मला सांगितले, की मी आपल्या प्रतिभेच्या बळावर पारंपरिक मूल्यांचा प्रचार आणि सकारात्मक भूमिकांना प्रोत्साहन देत प्रभूच्या या महिमेचे गुणगान करण्याऐवजी अनेक समस्यांचा एक भाग झालो होतो. तिच्या बोलण्याने माझे डोळे उघडले. मी मनाने पूर्णपणे कोसळलो. प्रभूने मला जी प्रतिभा सकारात्मक योगदानासाठी दिली होती, तिचा उपयोग मी खऱ्या अर्थाने करत नव्हतो. मी माझ्या विश्वासाबरोबर लॅटिन संस्कृतीचाही उपहास केला होता.

एडुरोडोने आपल्या जीवनाचे खोलवर चिंतन केले. तो खूप दिवसांनी कन्फेशनसाठी चर्चमध्ये गेला. तेथे त्याने प्रभूला वचन दिले, की तो आपल्या विश्वास आणि आस्थेला मूर्त रूप देईल व आपल्या जीवनात त्याला स्थायी रूप देईल. त्याने शपथ घेतली, की तो ईश्वराचा सन्मान, आदर करेल. प्रभूच्या नावलौकिकाला पुढे घेऊन जाईल. यात स्त्रियांचा सन्मानही सामील होता. तो म्हणाला, खरा पुरुष जिझसच्या म्हणण्याप्रमाणे जीवन जगतो आणि स्त्रियांचा मान राखतो. आता मला समजले, की प्रणयभावना (sex) ईश्वराची मनुष्याला मिळालेली सर्वांत महान भेट आहे. ती एक पवित्र भावना आहे. या भावनेला संयमाने अशा व्यक्तीबरोबर व्यतीत केले पाहिजे, जी परमेश्वरानंतर तुमच्या जीवनाचा अहम् भाग म्हणजे तुमच्या होणाऱ्या मुलांची आई आहे. त्या वेळी मला संयम आणि पावित्र्य याचे महत्त्व समजले.

तत्क्षणी मी ईश्वरचरणी शपथ घेतली, की विवाहापूर्वी कोणत्याही स्त्रीशी शरीरसंबंध ठेवणार नाही.

स्वतःमध्ये डोकावून पाहणे

एडुरोडोमध्ये अशा प्रकारचा बदल होण्याचे आणखी एक कारण म्हणजे त्याची आई होती. एडुरोडोच्या आईने त्याच्या वडिलांना एकदा म्हटले होते, की या मुलाचे कसे होणार, हे मला कळत नाही. पण मला भीती वाटते, यांचा अंत जेलमध्ये किंवा हॉस्पिटलमध्ये तर होणार नाही ना? याची जी जीवनशैली आहे, त्यापासून आपल्याला दुसरी कोणतीच आशा बाळगता येत नाही. एडुरोडो त्याच्या जीवनशैलीत बदल आणू इच्छित होता. त्यासाठी त्याने स्वतःला अभिनयापासून दूर ठेवले. जो त्या वेळी शिखरावर होता, त्याने आपल्या टीमला काढून टाकले. येत्या चार वर्षापर्यंत कोणतेही काम न स्वीकारण्याचे त्याने ठरवले. कारण त्याला ईश्वराला जाणून घ्यायचे होते. ईश्वरावर प्रेम करायचे होते. त्याने शपथ घेतली, या उद्देशांशिवाय तो आपल्या प्रतिभेचा उपयोग दुसऱ्या कोणत्याच कामासाठी करणार नाही. मग अभिनयाची कारकीर्द संपली तरी बेहत्तर! काही महिन्यातच एडुरोडोची कमाई एकदम कमी झाली. पण त्याला हे समजले होते, की त्याने जे नवीन पाऊल उचलले होते ते अनिवार्यच होते. त्याला आपल्या सर्व भौतिक सुखसाधनांना दूर करायचे होते. म्हणजे परत त्याला ईश्वराचा आवाज ऐकू येणार होता. तो म्हणाला, 'सुरुवातीला स्वतःला शुद्ध करण्याची ही प्रक्रिया थोडी कष्टदायक होती. पण आपले गत पापी आयुष्य आठवून त्याला रडूच कोसळत असे. त्याला त्या स्त्रियांची आठवण येई ज्यांना त्याच्यामुळे ठेच लागली होती. ज्यांच्याशी तो खोटे बोलला होता. त्याला तो काळ आठवायचा, जो त्याने प्रभूची भक्ती करण्याऐवजी आपली खोटी शान वाढवण्यात खर्च केला होता.'

एडुरोडोने आता आपले लक्ष्य प्राप्त करण्यासाठी विश्वास व आस्थेचा सहारा घेतला. प्रेरणा घेण्यासाठी बायबल व इतर धार्मिक पुस्तकांचे अध्ययन केले. कारण त्यामुळे या विषयातील ज्ञान वाढण्यास मदत होणार होती. तो म्हणाला, 'माझ्याजवळ भाडे देण्यापुरते पण पैसे उरले नाही. पण तरीही आता वाटतंय, माझ्याजवळ खूप काही आहे.'

तो चर्चच्या मिशनशी स्वतःला जोडण्याचा विचार करत होता. हे मिशन म्हणजे ॲमेझॉनच्या वनात दोन वर्षं निर्धन लोकांची सेवा करणे! पण याद्वारे तो आपले पाप

धुवून काढू इच्छित होता. तेथील पादरी त्याला म्हणाले, 'हॉलिवूड तुझ्यासाठी वन होते पण हे स्टुडिओज्चे नाही तर प्रभूचे वन आहे, आणि आपल्याला ते मिळवायचे आहे. तुला स्वतःलाच अंधारात आशेचा किरण बनावे लागेल. हॉलिवूडने जगावर प्रभाव टाकला आहे आणि ईश्वराने तुझ्या संपूर्ण हृदयालाच भावविभोर केले आहे.'

त्याच्या पादरीने त्याला आपल्या प्रतिभेचा उपयोग सकारात्मक फिल्म बनविण्यासाठी करावा असे सांगून प्रोत्साहित केले. मदर टेरेसाने म्हटले आहे, आपल्याला येथे परमेश्वराने सफल होण्यासाठी पाठविले नाही तर ईश्वराचे सच्चे सेवक व्हावे म्हणून पाठविले आहे. प्रभूसंबंधात सफलता मिळाली तर त्याविषयी कृतज्ञ असावे. ही गोष्ट लक्षात ठेवून एडुरोडोने एक 'मॅटोनोइया' नावाची फिल्म कंपनी काढली. ग्रीक भाषेतील त्याचा अर्थ पश्चात्ताप असा आहे. तो आता अशा फिल्म बनवू इच्छित होता, ज्या सकारात्मकतेसह ईश्वराचा संदेशही देऊ शकतील. त्याने सर्व प्रथम 'बेला' नावाची फिल्म तयार केली. सकारात्मक संदेश देणारी ही फिल्म तीन मिलियन डॉलर्स खर्चून पूर्ण झाली आणि संपूर्ण जगात ह्या फिल्मने २० मिलियन डॉलर्स मिळविले. एडुरोडोला येणाऱ्या पत्रातून, इमेलमधून किंवा फोनवरून चांगल्या प्रतिक्रिया मिळत होत्या. त्यातून हे समजले, की अनेक महिलांनी ही फिल्म पाहून आपल्या जीवनाची दिशाच बदलली. पाचशे पेक्षा अधिक स्त्रियांनी त्याच्या ऑफिसमधील स्टाफशी संपर्क साधून सांगितले, ही फिल्म पाहून गर्भपात करण्याऐवजी अपत्याला जन्म देण्याचा निर्णय त्यांनी घेतला.

बेलाच्या सफलतेमुळे एडुरोडोमध्ये अधिक प्रेरणा देणारी सकारात्मक फिल्म बनविण्याचा उत्साह निर्माण झाला. त्यात अलीकडेच बनवलेली 'लिटिल बॉय' फिल्म पण आहे. त्याच्या साधनांमध्ये वाढ झाली. आपल्या प्रतिभेपेक्षाही अधिक चांगले काम करण्याची प्रेरणाही त्याला मिळाली. त्याच्या उल्लेखनीय कृतीचा विचार केल्यास इंटरनॅशनल एडस् संगठन मेंटल ऑफ फेथचे नाव आपण घेऊ शकतो. जी मानवीय मर्यादांचा प्रचार करताना कष्ट सहन करणाऱ्यांना स्वास्थ्य प्रदान करत आहे. एडुरोडो तेथे काम पण करतो व जेथे त्याची जास्त गरज आहे, तेथे आपले हे मिशन राबवतो. जसे, सुदान, हैती, पेरू... वगैरे! याशिवाय त्याने स्वतःकडूनही असे प्रयत्न केले, ज्यामुळे नवयुवतींना गर्भपातापासून विन्मुख करता यावे. तो आपल्या कामाप्रति एवढा समर्पित होता, आपला रिकामा वेळ तो लॉस एंजेलिसमधील एका गर्भपात केंद्राच्या बाहेर घालवू लागला. जे क्लिनिक शहराच्या बाहेर गरीब वस्तीत होते. गर्भवती तरुणी, स्त्रियांशी तो बोलायचा. त्यांना समजून सांगायचा, की गर्भपाताचे

पाप स्वतःच्या माथी घेऊ नका. अशा प्रकारे त्यांना सल्ला तर द्यायचाच पण मदतही करायचा. स्वास्थ्य, भोजन, नोकरी, घर याबाबतीत त्यांना मदत करायचा. त्याचे हे प्रयत्न येथेच थांबत नाहीत, तर त्याने आपल्या संस्थेकडून मिळालेल्या कमी अधिक पैशात लॉसएंजेलिसला एक स्वास्थ्य चिकित्सा केंद्र स्थापन केले. तेथे गर्भवती महिलांना व वेळेआधी जन्मलेल्या बालकांना स्वास्थ्य सेवा प्रदान केली जाते. तेही विनामूल्य केले जाते. हे लॅटीनोबारीओ भागात आहे. जेथे एक मैलाच्या अंतरावर दहा गर्भपात क्लिनिक्स आहेत.

त्याने म्हटले आहे, हे पाहून तर माझे डोके चक्रावून गेले. या ठिकाणी गर्भपात करणारी एवढी क्लिनिक्स का आहेत? मग मी प्रत्येक शनिवारी जाऊन स्त्रियांना गर्भापातापासून परावृत्त करण्याचा प्रयत्न करू लागलो. मग मी हेही ठरवले, की त्यांना सर्व प्रकारची मदत करायची. जेणेकरून सर्व सुसज्ज सुविधांच्या साहाय्याने आई, मुलाला जन्म देऊ शकेल. आई-बाळ दोघांनाही स्वास्थ्य मिळेल.

एडुरोडोला आपल्या या चिकित्सा केंद्राला कार्यरत करण्यासाठी खूप संघर्ष करावा लागला. अनेक विघ्नांना तोंड द्यावे लागले. उच्चस्तरीय सुविधा आणि चांगली देखरेख करणारा स्टाफ या केंद्रात आहे. यासाठी फंड जमा करण्यासाठी होणाऱ्या कार्यक्रमात माझाही सहभाग होता. एडुरोडोने या जागेला एखाद्या स्पासारखे बनवले आहे. जेथे गर्भवती महिलांना सुरक्षित व चांगले वाटते. अनेक जणींचे प्राण त्याने वाचवले आहेत.

एडुरोडो व मी एकमेकांना भाऊच मानतो. पण जेव्हा आम्ही द बटरफ्लाय सर्कस मध्ये काम करत होतो, तेव्हा त्याला अनेक वेळा माझ्यावर ओरडावे लागत होते, मला त्याच्यावर थुंकायचे होते. ती त्या सीनची मागणीच होती. मी डायरेक्टरला विनंती करायचो, की तो सीन स्पेशल इफेक्ट द्वारा चित्रित करावा. पण त्याचा काही फायदा झाला नाही. नाइलाजाने मलाही त्यासाठी होकार द्यावा लागला. तो काही फारसा उत्सुक नव्हता. माझ्यासारख्या नवख्या माणसाला त्या सीनसाठी अनेक रिटेक करावे लागले, त्यांनी मला काही गोळ्या खाऊ घातल्या ज्यायोगे तोंडात भरपूर लाळ जमा होत असे व मी मोठ्या प्रमाणात थुंकत असे.

एडुरोडोने त्या गोष्टीला फारसे महत्त्व न दिल्याने हळूहळू आमची मैत्री घट्ट झाली. त्याने नुकतीच एक फिल्म 'क्रिस्टीयाज' पूर्ण केली आहे, जी एका कॅथेलिक विद्रोहीवर आहे. त्याला विसाव्या दशकात मेक्सिकोमध्ये शिक्षा झाली होती. त्यात

एंडी, गार्शिया, रवा लोंगोरिया आणि पीटर ओ टोल वगैरे मोठ्या कलाकारांनी काम केले. खरं म्हणजे यु.एस.मध्ये ही फिल्म 'द ग्रेटर ग्लोरी' नावाने प्रदर्शित झाली. एडुरोडोच्या करियरची गाडी परत रुळावर आली. आता तो आस्थेसह शांतिपूर्ण जीवन जगत आहे. कारण आता तो ईश्वराची इच्छा पूर्ण करत आहे. यापुढेही तो सकारात्मक चित्रपटच बनवणार आहे.

आम्ही जेव्हा प्रथम 'द बटरफ्लार्य सर्कस'च्या सेटवर भेटलो, तेव्हा त्याने माझे पोस्टर त्याच्या घराच्या भिंतीवर लावलंय, हे सांगून मला चकितच केले होते. कारण संकटकाळी त्याला माझ्याकडून प्रेरणा मिळत होती. जेव्हा त्याने मला त्याची जीवनकहाणी सांगितली, तेव्हा त्याला मी नाही, तर त्यानेच मला प्रेरित केले होते.

माझा हा मित्र ईश्वराचे प्रेम, दया, कृपा, मिळविण्यासाठी जीवनाच्या सच्च्या मार्गावर परत आला होता. तो या गोष्टीचे खरे उदाहरण आहे, की जेथे डोळे उघडतात तेथे सकाळ झालेली असते! म्हणून आपल्याला आपली आंतरिक इच्छा आणि उद्देश समजायला हवा, म्हणजे ईश्वराने दिलेली प्रतिभा आणि वरदान यांचा आपण चांगला उपयोग करू शकतो. आयुष्याच्या कोणत्याही अवस्थेत असलो, तरी ईश्वराकडे जाणाऱ्या मार्गावरून कित्येक वेळा विन्मुख झालेलो असलो तरी, प्रभूची दया, प्रेम मिळविण्यासाठी परत चांगल्या मार्गावर परत येऊ शकतो. तुम्हाला ही आंतरिक प्रेरणा हवी असेल तर स्वतःला माफ करा. ईश्वराकडेही क्षमेची याचना करा. मग तुम्ही तुमच्या खऱ्या मार्गावरून पुढे जाऊ शकाल, आता तुम्हाला कोणीही थांबवू शकणार नाही.

5

दुर्बल शरीर, सशक्त आत्मा

ब्रिटिश कोलंबिया क्रानबुकच्या रैचेल विल्सनला एका वर्षाच्या आतच आपली आजी, वडील आणि कुत्रा या सर्वांना मुकावे लागले. या काळात तिच्या बाबतीत एकच चांगली गोष्ट घडली ती म्हणजे ती दुसऱ्यांदा गर्भवती झाली. प्रथम गरोदर झाली होती तेव्हापासूनच ती या वरदानाची वाट बघत होती. शेवटी अनेक वर्षांनी ईश्वराने तिची व तिच्या नवऱ्याची इच्छा पूर्ण केली होती.

२००७ सालच्या नोव्हेंबरमध्ये म्हणजे तिच्या वडिलांच्या मृत्यूनंतर दोन महिन्यांनी तिची सोनोग्राफी करण्यात आली. तिच्या पोटातील एकवीस आठवड्यांच्या गर्भामध्ये काहीतरी गडबड असावी असे डॉक्टरांनी सांगितले. नंतर रेडिओलॉजिस्टने अनेक प्रकारच्या चिकित्सा केल्यानंतर त्या पतिपत्नीला सांगितले, की पोटातील त्या शिशूला हात नसण्याची शक्यता आहे आणि पायाचा आकारही जेवढा असायला पाहिजे तेवढा वाढलेला नाही.

रैचेल म्हणाली, 'हे ऐकून रडून रडून मी बेहाल झाले. मी पटकन घरी गेले व कंप्युटरवरील गुगलवर ज्यांना हातपाय नाहीत अशा मुलांची माहिती शोधत बसले. स्क्रीनवर एकदम हातपाय नसलेल्या एका गोऱ्या बाळाचे चित्र दिसले, ज्यात एक बुच त्यांच्या तोंडात होते. तो मोठा कसा झाला याविषयीची माहिती मी वाचू लागले. आज त्याचे वय वीस वर्षापेक्षा जास्त होते. त्यांच्या संदर्भात असणारे सर्व व्हिडिओज मी पाहिले, मला त्या स्क्रीन समोरून दूर जावे वाटत नव्हते. मी सगळे व्हिडिओज एकामागून एक पाहिले आणि माझे मन हळू हळू शांत झाले.

प्रथम निराशेने, मग भयाने व मनात येणाऱ्या नकारात्मक विचारांनी रैचेल भेदरून गेली होती. पण आता मनात एक आशेचा किरण दिसला आणि सकारात्मक विचारांनी जन्म घेतला. जर हा मुलगा हातापायाविना जगत आहे, तर माझेही मूल नक्कीच जगू शकेल. याला पाहून तर हा खूपच आनंदी व चांगले जीवन जगत आहे असे वाटते. हे बाळ खुशीत व छान दिसत आहे. संपूर्ण जगाचा प्रवास तो आता करत आहे. आम्हीही आमच्या बाळाचा असाच सांभाळ करू, म्हणजे आमचाही मुलगा चांगला राहील. त्या व्हिडिओत सांगितलेल्या सर्व गोष्टींनी मला दिलासा दिला आणि माझे मन शांत झाले. खरं म्हणजे ईश्वरच मला हे सांगून शांत करत होता. निक वुईचिकने जर आपले व्यक्तिमत्व अद्‌भुत केले आहे तर माझे बाळ का करणार नाही? रैचेल म्हणाली, 'ईश्वराला माहीत आहे, माझ्याकडे कुणाला पाठवायचे?'

हो! ते गोलमटोल सुंदर बाळ मीच होतो. तुम्ही माना, अथवा न माना (रैचेल, तुला मनापासून धन्यवाद! कारण मी एक सुंदर आकर्षक छोटे बाळ होतो असे मानणाऱ्यांपैकी तू पण एक आहेस!) माझे लहानपणीचे फोटो आणि माझ्याविषयीची माहिती वाचून रैचेल आणि क्रेग विल्सनला खात्री पटली होती, की त्यांचे जन्मणारे बाळही इतर मुलांसारखेच जगेल. त्याचे जीवन ही आनंदी व चांगले होऊ शकते. डॉक्टरांनी त्या दोघांना सांगितले होते, की हे मूल त्या दोघांना नको असेल तर येथेच संपवू शकतो, पण त्या उभयतांनी त्या गोष्टीला स्पष्टपणे नकार दिला होता. मला आठवतं, मी डॉक्टरांना उत्तर द्यायला एका क्षणाचाही विलंब केला नव्हता. ''आमची पहिली मुलगी आहे. तिचे नाव जॉर्जिया आहे. गेल्या दहा वर्षांपासून आणखी एका मुलाला जन्म देण्याची आमची इच्छा होती आणि आता माझ्या गर्भात बाळ आहे तर त्याला मारण्याचा विचार मी कसा करेन? आम्ही या दुसऱ्या मुलीचे नाव ब्रुक ठेवले आहे. समाजाच्या दृष्टीने जरी ती अपूर्ण असली तरी आमच्यासाठी ती परिपूर्ण आहे. ईश्वराने काहीतरी उद्देशाने तिला आमच्याकडे पाठविले आहे आणि तो उद्देश ईश्वराचा आहे, आमचा नाही. तिला अपूर्ण म्हणणारी मी कोण? ती हलत आहे डुलत आहे. माझ्या शरीरात तिच्या हृदयाची स्पंदने चालू आहेत. ती कशी का असेना, माझी मुलगी आहे.''

रैचेल आणि क्रेगने निश्चय केला, की ते पण त्यांच्या त्या अनमोल ठेव्याचे, त्यांच्या मुलीचे पालनपोषण अगदी तसेच करतील जसे माझ्या आई वडिलांनी माझे केले होते. तेव्हाच ईश्वराचे कार्य पूर्ण होणे शक्य होते!

जेव्हा ब्रुकचा जन्म झाला तेव्हा त्यासाठी ते फक्त तयारच होते असे नाही

ते अतिशय आनंदात होते. रैचेल म्हणाली, 'आम्ही तर तिच्या जन्माचा उत्सवच साजरा केला. हॉस्पिटलमधील मॅटर्निटी वार्ड तर बंदच करावा लागला कारण जवळ जवळ तीस पस्तीस लोकांनी फळे, मिठाई घेऊन तेथे गर्दी केली होती. ते आम्हाला आनंदाने भेटण्यास आले होते.'

ब्रुक जन्मल्यानंतर दोन वर्षांनी तिच्या आईवडिलांना व बहिणीला मी भेटलो. रैचेलने मला रेडिओलॉजिस्टने प्रथम तिला तिच्या बाळाविषयी सांगितले होते, तो प्रसंग सांगितला. पण माझा व्हिडिओ पाहून तिची उमेद वाढली होती. तिचे ते भावुक शब्द ऐकून मलाही गहिवरून आले. माझे मन कृतज्ञतेने भरून आले. माझे अश्रू आवरणे मला कठीण झाले होते.

माझा जन्म झाला तेव्हा माझ्या आई-वडिलांना सल्ला देणारे कोणी नव्हते. त्यांना दिलासा द्यायलाही कोणी नव्हते. त्यांच्यासमोर असे कोणीही नव्हते, जे अशा प्रकारच्या अनुभवातून गेले होते. पण जेव्हापासून विल्सन कुटुंबाशी माझा परिचय झाला, माझे आईवडील सतत त्यांच्या संपर्कात असतात. त्यांना हवे असणारे मार्गदर्शन करतात. स्वतःचे अनुभव त्यांना सांगतात. या परिवाराला आणि त्यांची मुलगी ब्रुक हिला मदत करणे हे आम्ही ईश्वरीय संकेतासारखेच समजतो. आता ब्रुक फेब्रुवारी २०१२ मध्ये चार वर्षाची होईल.

ती निकचे स्त्रीरूप आहे असे तिची आई म्हणते. त्या दोघांचा संकल्प पण एकच आहे. दोघांजवळ स्नेह आहे, आपुलकीची भावना आहे. कित्येक वेळा दोघांचाही जीवनाविषयीचा उत्साह आणि उमेद आपल्याला दंग करून सोडतो. जेव्हा तुम्ही त्यांना आलिंगन देता, तेव्हा त्यांच्या हृदयाच्या निकट येता. कारण त्यांना हात नाहीत, हे पाहून माझाही ऊर भरून येतो.

निराशेऐवजी सांत्वन

ब्रुकचे वडील एक अशी व्यक्ती आहे, ज्यांना बऱ्याच वेळा मी विकलांग किंवा गंभीर रोगाशी सामना करणाऱ्या लोकांमध्ये पाहिले आहे. आपल्या अवयवहीन मुलीवर थोडाही राग न करता किंवा कोणतीही कटुता न धरता, इतर शारीरिक, मानसिक, आर्थिक त्रासांनी त्रस्त न होता ही क्रेग विल्सन आता ईश्वराच्या पहिल्यापेक्षा अधिक समीप आले आहेत.

'मी ईश्वरावर अति विश्वास ठेवणारा किंवा नेहमी चर्चमध्ये जाणाऱ्यापैकी कधीच नव्हतो. पण प्रभूच्या दयेच्या, कृपेच्या, आधारावरच मी माझ्या मुलीचे नाव

ब्रुक डायना क्रेग विल्सन ठेवले. तिच्या जन्मामुळे मी ईश्वराच्या सान्निध्यात गेलो. तसेच अनेक स्नेहसंबंध जुळविले, ज्यात माझा चर्चचा परिवारही सामील आहे,' तो म्हणाला.

ब्रुकचा जन्म सहज झाला नाही. तिच्या आईला रक्तस्रावाचा खूप त्रास झाला होता. पण ईश्वरी कृपेने सर्व ठीक झाले. क्रेग म्हणाला, तेव्हाच त्यांनी ठरवून टाकले होते, की पत्नी व मुलगी या दोघींची प्रकृती ठीक झाल्यावर, त्या घरी परतल्यावर चर्चमध्ये जाऊन इसाई दीक्षा घ्यायची. मला वाटते, परमेश्वराने हे जाणले असावे, की रैचेल व मी ब्रुकचा तिच्या अपंगत्वासह सांभाळ करीन. कारण ती ईश्वराची संतान आहे, तिचा जन्म झाल्यापासून ईश्वर प्रत्येक बाबतीत आम्हाला मदत करत आहे. आजच्या समुदायात देवदूतासारख्या दोन व्यक्ती सामील झाल्या आहेत. आमच्या प्रार्थनास्थळाचा विस्तार विनामूल्य करण्याचा प्रस्ताव त्यांनी दिला आहे. हे सर्व पाहून वाटते, ईश्वरच अशा लोकांना आमच्याकडे पाठवित आहे.

मी स्वतः ब्रुक आणि तिच्या आईवडिलांच्या संपर्कात नेहमी असतो. तेव्हा त्यांची एक गोष्ट मला प्रकर्षाने जाणवते, ती म्हणजे ते नेहमी आनंदी राहतात. हे मी उगाच सांगत नाही. त्यांच्या आयुष्यात जरी अनेक समस्या असल्या तरी त्यांच्या सहवासात राहिले तर समजते, ते किती मनापासून आनंदात जगतात. ब्रुक तर एखाद्या प्रकाशस्तंभाप्रमाणे सर्वांना आपल्याकडे आकर्षित करत असते. आणि तिचे आईवडील तर आपल्या दोन्ही मुलींच्या आयुष्याचा नेहमी आनंदोत्सव साजरा करत असतात. रैचेलने आपल्या परिवारातील लोकांसाठी काही शर्टांचा संग्रह केला आहे. त्यावर पुढील संदेश लिहिलेले आहेत, जर तुमच्याजवळ ईश्वर आहे, तर तुम्हाला अवयवांची गरजच काय? जेव्हा ईश्वर मला घडवत होता, तेव्हा तो एक दूरचा देखावा होता. पण माझ्या आवडीचा संदेश होता, हात भेकडांसाठी असतात.

विल्सन पतिपत्नी ब्रुकच्या शारीरिक अपंगत्वाशी लढा देत होते. एक प्रकारे ते आपल्या आस्था आणि विश्वासाला मूर्त रूप देत होते. ईश्वराजवळ त्यांच्या मुलीसाठी निश्चित काहीतरी योजना असावी ही गोष्ट त्यांना मान्य होती. पण ती योजना काय आहे, हे त्यांना माहीत नव्हते. त्यांना वाटते, ईश्वराने माझ्या योजनेला प्रदर्शित केले व त्यामुळे त्यांनाही मदतच झाली. त्यांना हे पण समजते, की ब्रुकसाठी ईश्वराची योजना एकदम वेगळीही असू शकते. ते दोघे येणाऱ्या प्रत्येक दिवसाचे अतिशय कृतज्ञतापूर्वक आणि सहज सुंदर भावनेने स्वागत करतात. त्यांच्या साथीला शर्टवर लिहिल्याप्रमाणे विनोदाची मात्रादेखील आहेच!

खरंच असे का असते, की ब्रुकसारखे अपंग किंवा अन्य गंभीर आणि घोर व्याधींनी ग्रस्त असणारे लोकही आपल्या जीवनाच्या इतर अंगांचाही शांतीपूर्ण रीतीने आनंद घेत असतात? स्वतःपुढे आव्हानात्मक समस्या असतानाही समाजाला काहीतरी सकारात्मक योगदान देऊ पाहतात? त्यांच्याजवळ अशी कोणती शक्ती असते की भावनात्मक स्तरावर स्वतःला बेचैन करण्याची परवानगी ते आपल्या शारीरिक समस्यांना देतच नाहीत? आणि आपल्या जीवनातील वाईट गोष्टींवर लक्ष केंद्रित करण्याऐवजी चांगल्या गोष्टींवरच लक्ष केंद्रित करण्याचा निर्णय ते घेत असतात. हे खरंच शक्य आहे का?

हो! बहुतेक शक्य आहे! कारण अशी शक्यता असू शकते, की त्यांनी आपल्या हातातील सर्व गोष्टी ईश्वरावर सोपविल्या असाव्या. आपले दुःख, पीडा, क्रोध सर्व काही विसरून आपल्या जीवनाची दोरी ईश्वराच्या हातात देण्याचे ठरवले असावे कदाचित!

स्वास्थ्यासंबंधी गंभीर समस्या किंवा अगदी कमालीचे अपंगत्व यांमुळे पीडित असणारे लोक, रोज कोणत्या न् कोणत्या स्वरूपात ईश्वराप्रति आपल्या आस्थेला मूर्तरूप देत असतात. त्यांची ही आस्था डॉक्टर, नर्स, इलाज किंवा वैद्यकीय उपकरणांवर त्यांच्या विश्वासाच्या रूपात असते. तुम्ही जर काही ठरावीक प्रकारची सेवा घेत असाल किंवा कुणाकडून देखभाल करून घेत असाल, तर त्यावर विश्वास ठेवणे जरुरीचे असते. तुम्हाला प्रशिक्षित किंवा कुशल लोकांकडून मदत मिळावी अशी संधी ईश्वर देत असतो. जर तुम्ही तहानलेले आहात तर तुमची तहान नैसर्गिकरीत्या किंवा तुमच्या स्वतःकडून भागविली जावी असे तुम्हाला वाटत असते. पण तोच पाण्याचा ग्लास जर तुमच्या स्नेह्यांकडून किंवा तुमची काळजी घेणाऱ्याकडून मिळत असेल तर हे अधिक चांगले नव्हे का?

शिवाय जेव्हा तुम्ही विश्वासाने चालत असता, तेव्हा ईश्वर तुम्हाला मार्गदर्शन करत असतो. कर्मावर विश्वास ठेवण्यासाठी तुम्ही आध्यात्मिक असण्याची गरज नाही. पण एक इसाई म्हणून मला सांगायचे आहे, की मी जरी दुर्बल असलो तरी माझा ईश्वर शक्तिशाली आहे. या गोष्टीचे ज्ञान होणेही मनाला आनंद, शांती व दिलासा देणारे आहे. खरं म्हणजे माझी एकच इच्छा आहे, की माझा आनंद, हा माझा मित्र गॅरीच्या आनंदासारखा असावा. गॅरी डाऊन सिंड्रोम (मंदबुद्धी)चा शिकार झाला आहे. जो पंचवीस वर्षांचा आहे. पण माझ्यासाठी तो सर्वांत प्रेरणादायी व्यक्ती आहे.

एकदा गॅरीने त्याच्या फॅमिलि फ्रेंडस्‌ना एका नवजात शिशूविषयी बोलताना ऐकले. ते नवजात बाळ डाऊन सिंड्रोम (मंदबुद्धी)चे शिकार झाले असल्याचे डॉक्टरांनी सांगितले होते. गॅरी त्यांचे बोलणे लक्षपूर्वक ऐकत होता. पण मित्राला ते माहीत नव्हते. तो एकदम म्हणाला, 'अरेरे! ही खूप खेदाची गोष्ट आहे.'

पण गॅरी एकदम खुर्चीतून उडी मारून म्हणाला, 'मला वाटते ही खूप महान गोष्ट आहे.'

'तू असे का म्हणतोस गॅरी? डाऊन सिंड्रोम म्हणजे तुला काय वाटते?' मित्राने विचारले.

'डाऊन सिंड्रोम म्हणजे अशी मुलं जी सर्वांवर प्रेम करतात आणि कधीही कुणाचेही नुकसान करत नाहीत', गॅरीने उत्तर दिले. माझ्या मित्राने जीवनाच्या कटुतेतही गोडवा शोधला होता. असे म्हणतात, डाऊन सिंड्रोमग्रस्त लोकांमध्ये बौद्धिक क्षमता मर्यादित असते. पण तरीही मी म्हणतो, गॅरी आमच्या सगळ्यांमध्ये कितीतरी पटीने जास्त शहाणा आहे. त्याने आपले सर्व लक्ष ईश्वराच्या वरदानावर केंद्रित केले होते व बाकी सर्व ईश्वरावर सोपवले होते.

गॅरी एक सक्रिय जीवन जगत आहे. लेखन, गायन, व्यायाम आणि गाण्याचे रेकॉर्डिंग यामध्ये तो आपला दिवस घालवतो. मी कधीही त्याला दुःखी पाहिले नाही. तो निःसंदेह हृदयपूर्वक जीझसवर प्रेम करतो आणि त्याच्या सुंदर प्रार्थनेमध्ये हे स्पष्टपणे दिसून येते.

मीच का?

गंभीर रोगांनी ग्रस्त आणि अपंगत्वामुळे बेजार असणाऱ्या व्यक्तीप्रमाणेच मीही दीर्घ काळ असा व्यतीत केला आहे. तेव्हा मला वाटायचे, की ईश्वराने माझ्यावरच ही वेळ का आणली आहे? अर्थात हा प्रश्न स्वाभाविक आहे आणि महत्त्वाचाही! ईश्वर जर सगळ्यांवर सारखेच प्रेम करतो, तर असे भयंकर जीवन किंवा कधीच इलाज होऊ न शकणाऱ्या व्याधी का देतो? एवढ्या लोकांना विशेषतः लहान मुलांना असे कष्ट त्याने का द्यावे? यापुढेही जाऊन विचारायचे झाले तर आपल्या संपूर्ण सृष्टीवर प्रेम करणाऱ्या परमात्म्याने भयंकर वाहन दुर्घटना, भूकंप, त्सुनामी, युद्ध या घडणाऱ्या घटनांना परवानगी का द्यावी? बॉंबस्फोट, चाकू फेकून मारणे, हिंसा किंवा अन्य दुःखदायी प्रसंगांविषयी तर काय म्हणता येईल? या गोष्टी तर सर्वत्र चालू आहेत.

मी किशोरवयीन होतो, तेव्हा ईश्वराच्या या कार्यपद्धतीचा विचार करत असे. मार्गदर्शनासाठी अनेकांना प्रश्न विचारत होतो. मी स्वतः विकलांग असल्यामुळे अनेक अपंग लोक माझ्याकडे आकर्षित होत असत. त्यातील अनेकांना ही उत्सुकता होती, की मी या प्रश्नाचे उत्तर कसे मिळविले? खरं म्हणजे त्यांच्या समस्या माझ्यापेक्षाही गंभीर होत्या. उदाहरणार्थ, गाठीचा कॅन्सर, लकवा किंवा नेत्रहीनता वगैरे! त्यातील प्रत्येकाला हाच प्रश्न पडत होता, की हे मलाच का? पण काहींच्या बाबतीत त्यांच्याजवळ स्वतःचे असे उत्तर होते. मला जेसन नावाच्या एका तरुणाचे इमेल आले होते, जो एका भयंकर अपघातातून वाचला होता.

त्याच्याच परिवारातील एक सदस्य चालवत असणाऱ्या वाहनातून तो जात होता. अचानक कारचे संतुलन गेले व तिने पलटी खाल्ली. जेसनचा सिटबेल्ट तुटून दूर फेकला गेला. त्याच्या डोक्याला जबरदस्त मार लागला. त्याचे नशीब चांगले म्हणून लागलीच अँब्युलन्स मिळाली. ज्यांनी अपघात पाहिला होता, त्या लोकांनीही मदत केली. त्याच्या मेंदूच्या एका भागाचे ऑपरेशन करावे लागले. तेथे सूज आली होती. दोन आठवडे तो बेशुद्धावस्थेत होता. शुद्धीवर आला तेव्हा डाव्या डोळ्याला लकवा मारलेला होता. त्याला हसायला, बोलायलाही त्रास होत होता. त्यातून बरे होण्यास त्याला एक महिना लागला. शिवाय नाकाचे व कॉलर बोन तुटले होते. त्यामुळे आणखी एक महिना हॉस्पिटलमध्ये राहावे लागले. थोडे बोलण्याइतपत तो बरा झाला खरा पण त्याच्या शरीराचा डावा भाग लुळा पडला होता. त्यामुळे वेगळ्याच समस्येचा सामना करावा लागत होता.

'प्रथम मला वाटायचे लोक आता पूर्वीसारखे माझ्याशी वागणार नाहीत. पण मला लवकरच जाणवले, ईश्वर माझ्या बरोबर आहे. आणि मी नक्की बरे होणार आहे. माझ्या दयनीय अवस्थेविषयी माझा विचार बदलला. पूर्वी मला वाटायचे, मलाच का असे व्हावे? पण आता विचार करतो, मला का होऊ नये? लोक विचारायचे, ईश्वराने तुझ्या बाबतीत एवढे भयंकर घडवले आहे. मग अजूनही तुझा देवावर विश्वास आहे? माझे उत्तर असते, 'देवाने मला जिवंत ठेवले मग मी त्याच्यावर विश्वास का ठेवू नये?' जेसन म्हणाला.

मी जेसनला साथ देतो. मला नाही वाटत, ईश्वर आपल्याला पीडा, रोग, व्याधींचा त्रास देत असतो. उलट ईश्वर आपल्याला वाईट गोष्टीही चांगल्या उद्देशांसाठी वापरण्यासाठी मार्गदर्शन करतो. जेसनच्या बाबतीत ईश्वराने त्याला जिवंत ठेवले व

आध्यात्मिक स्तरावर दृढ केले. त्यामुळे तो आता जीवनातील दैनंदिन गोष्टींचे मूल्य जाणतो.

बायबलमध्ये लिहिले आहे, की कष्ट आणि त्रास हे आदम आणि हव्वामुळे आले आहे. अदम आणि हव्वाला इडनच्या बागेतून हाकलून दिल्यानंतर ते पापाच्या गर्तेत अडकले. त्यांना स्वर्गीय जगातून भौतिक जगात पाठविले. त्यांच्यामुळे आपल्या वाट्याला पाप आले. आपण त्यांचे वंशज असल्याने तुम्ही आणि मी पापांमुळे देवाच्या राज्यापासून दूर झालो. जर आपल्याला ईश्वराच्या माध्यमातून परत स्वर्गात जायचे असेल, तर अशा भौतिक जगातील अस्थिर जीवनांतूनच जावे लागेल. या भौतिक जगात राहूनही आपण चांगल्या उद्देशांसह जगले पाहिजे तरच ईश्वर वाईट परिस्थितीतही आपल्यासाठी काहीतरी चांगले निर्माण करतो.

तार्किकदृष्ट्या हा विचार पटणे तसा अवघड आहे. पण सकारात्मक दृष्टिकोन मात्र मदतीचा ठरतो. कोणत्याही गंभीर चिकित्सा इलाजासाठी मनोबल आवश्यक असते. तुम्हाला तुमच्या कुटुंबाच्या, मित्रांच्या प्रेमाची गरज असते. इसाई त्या पवित्र आत्म्याची अद्भुत शक्ती मिळवू शकतो, जी आपल्याला आंतरबाह्य प्रदर्शित होण्यास मदत करते. मग तुम्हाला कितीही मोठा आजार असू दे किंवा अपंगत्व असू दे, ईश्वराला तुमच्यासाठी त्यातून काहीतरी चांगले करण्याची अनुमती द्यावी. मी स्वतः माझ्या दुःखाला, पीडेला सुखदायी करू शकलो नाही, पण ईश्वराची कृपा, त्याची महानता नि त्याचे सामर्थ्य हे निश्चितच करू शकते.

जसे, माता-पिता आपल्या अपत्यावर प्रेम करतात, तसेच ईश्वर ही आपल्यावर प्रेम करतो. खूपदा मुलाला मार लागला तर आईवडिलांना पुढे येऊन सर्व सांभाळून घ्यावे लागते. बरेच आईवडील मध्ये पडतही नाही. 'त्यांना वाटते, मुलांनी त्यातून काहीतरी शिकावे व आईवडिलांकडेही लक्ष द्यावे. खूपदा आईवडिलांना मुलाच्या आनंदाला नियंत्रित करावे लागते. कारण पुढे येणाऱ्या संकटांपासून त्याला वाचवता यावे.' जसे मुलगा आगकाडीशी खेळत असतो किंवा किशोरवयीन मुलंमुली नकारात्म क मुलांच्या सहवासात जातात, तेव्हा भावी संकटापासून त्यांना वाचविण्यासाठी आई-वडिलांना पुढे यावे लागते.

ईश्वर आपल्यावर प्रेम करतो. तो आपल्यापासून दूर राहणाऱ्या पित्यासारखा नाही. पण आपण आपले मूळ पूर्वज आदम आणि हव्वा यांना बागेत अवज्ञा केली म्हणून धन्यवाद देऊ. या ईश्वराचे नियम ईश्वरीय आहेत. पाप केले आहे म्हणून कायम

स्वरूपी ईश्वरापासून दूर राहण्याचा दंड त्यांना झाला. पण खरंतर ईश्वराने आपल्याला त्यासाठी निर्माण केले नाही. पूर्वीच्या काळी प्राण्यांचा बळी देऊन ते पापमुक्ती करत. ईश्वरानेही त्याच्या महान पुत्राला, जिझसला पृथ्वीतलावर पाठविले, ते पृथ्वीवरील स्त्री-पुरुषांचे पाप आपल्या माथी घेऊन मृत्यूला कवटाळण्यासाठीच! म्हणजे एके दिवशी सर्वजण ईश्वराच्या निकट जाऊ शकतील.

आपला निर्माता ईश्वर नेहमीच आपल्यावर प्रेम करत असतो. आपल्याला त्या अनंताकडे घेऊन जाऊ इच्छितो. बायबलमध्ये लिहिले आहे, पापाचा अंत मृत्यू आहे आणि ईश्वराचे वरदान म्हणजेच हे शाश्वत जीवन!

बऱ्याच वेळा ईश्वर आपल्याला त्याचा आशीर्वाद देत असतो. त्याला जेव्हा वाटतं, आपल्याला त्याची गरज आहे. तेव्हा तो अनेक वेळा आपल्याला जीवनातील गंभीर परिस्थितीत, संकटांमध्ये पाऊल ठेवण्याची परवानगी देतो. कारण तेव्हा आपण त्याची आठवण करावी व त्याच्या निकट जावे. इतरांनाही तो आपल्याच त्रासातून समज देत असतो.

आजही अनेक निष्ठावान व सच्चे इसाई सेवक या पृथ्वीतलावर आहेत. ज्यांनी खूप काही भोगलं आहे, तरीही ते जिवंत आहे, याचा अर्थ काय? मला वाटत होते, माझ्याकडे सगळी उत्तरे असावीत. पण नाहीत. काही जणांचे मत आहे, ईश्वर आपल्याला समस्या देतो. त्यातून आपण मानवता शिकावी. जसे इसाईंच्या एक भूतपूर्व अत्याचारी पॉलच्या बाबतीत घडले होते. त्याने लिहिले आहे, जेव्हा तो धर्मप्रचारक होता, तेव्हा तो खूप लोकप्रिय झाला. पण ईश्वराने तेव्हा त्याला त्रास, पीडा वगैरेचाच उपहार दिला. पण ते त्रास, कष्ट सहन करण्यासाठी समर्थही बनवले. स्वतःचा भार ते स्वतःच उचलू शकतील असे! आपणही अशीच आशा करू या. कष्टातून धैर्य, धैर्यातून चारित्र्य व चारित्र्यातूनच आशेचे वरदान मिळते असे त्यांनी लिहिले आहे.

कठीण काळ व सामर्थ्य

मी नेहमी हे मानतो, की ईश्वर आपल्याला संकटे देतो कारण आपण सामर्थ्यवान व्हावे म्हणून! स्वास्थ्य, मनोविज्ञान क्षेत्रात संशोधन करणाऱ्या संशोधकांनी सांगितले आहे, की गंभीर तणाव, कष्ट, प्रिय व्यक्तीचा वियोग वगैरे कारणांनी दुःखी होणारे लोक आपल्या समस्यांचा सामना अशा पद्धतीने करतात, की त्यानंतर ते अधिक शक्तिशाली झालेले जाणवतात.

संशोधकांनी म्हटलंय, जे शारीरिक विकलांगतेशी यशस्वीपणे लढा देतात ते खऱ्या अर्थाने सकारात्मक स्तरावर जीवन जगतात.

* त्यांच्या हे लक्षात येते, की त्यांना वाटते त्यापेक्षा कितीतरी अधिक पटीने ते सामर्थ्यवान झाले आहेत. येणाऱ्या प्रत्येक संकटाचा सामना करून त्यातून ते पटकन बाहेरही येतात.
* त्यांना हे कळते, की त्यांची पर्वा मनापासून कोण करत आहे? त्यांच्याशी त्यांचे संबंध अधिक बळकट होतात.
* त्यांच्या आयुष्यातील चांगल्या गोष्टींसाठी येणाऱ्या प्रत्येक दिवसांची मौलिकता ते समजून घेतात.
* ते आध्यात्मिक स्तरावरही उन्नत होतात.

कठीण काळातही आनंदी जीवन जगण्याचा विचार जेव्हा आपण करतो, तेव्हा जॉबचे पोस्टरचाइल्ड म्हणून उदाहरण देता येते. सैतानाने जॉबचे सर्व काही हिसकावून घेतले होते. त्यांची जमीन, संपत्ती, इतकेच नाही तर त्याच्या मुलांचे स्वास्थ्य पण! काहीही सोडले नाही. पण जॉबने त्या वेळी धीर धरला. ईश्वराप्रति एकनिष्ठ व प्रामाणिक राहिला आणि बदल्यात ईश्वराने त्याला दुप्पट दिले.

माझे तर मत आहे, की खूप मोठी विकलांगता आणि स्वास्थ्यासंबंधीच्या गंभीर समस्यांनी आपल्याला फायदाच होतो. मला वाटते, ईश्वर आपल्या आयुष्यात संकटे यासाठीच देतो, की आपण परस्परांना मदत करावी, दिलासा द्यावा. जसा ईश्वर आपल्याला दिलासा देत असतो. ही गोष्ट मी समजू शकतो कारण याचा अनुभव मी अनेक वेळा घेतला आहे.

मी हा दावा करत नाही, की मला ईश्वराची योजना काय असावी हे नेहमीच कळत असते. आपण येथे जे अस्थायी जीवन जगत आहोत तसेच स्वर्गात पण असू शकते का? हे पण मला माहीत नाही. अनेक वेळा ईश्वर आपल्या बाबतीत फारच कठोर होतो, तेव्हा ही दृढनिष्ठा टिकवणे अवघड असते. पण तरीही सर्व भार त्याच्यावर सोपवून आपण निश्चिंत होऊ शकतो व त्याच्याकडून मदतीची प्रार्थना करू शकतो.

बायबलमध्ये म्हटले आहे कोणत्याही गोष्टींसाठी व्याकूळ होऊ नका. प्रार्थना आणि नम्रभाव ठेवून, कृतज्ञतापूर्वक ईश्वरापुढे तुमची इच्छा मांडा! पण खूपदा रोग,

अपंगत्व किंवा एखादी जीवघेणी व्याधी असेल तर आपण व्याकूळ झाल्याशिवाय राहत नाही. पण तरीही सर्व काही ईश्वरावर सोपवून तुम्ही निश्चिंत होऊ शकता. परमेश्वरावर निष्ठा ठेवल्यामुळे तुम्हाला शांती मिळू शकते. संकटातून बाहेर येण्यासाठी तुम्हाला मनोबलाची गरज असते आणि तसे सामर्थ्य तो तुम्हाला एकदा तरी देतोच.

एक लक्षात ठेवा, पुढच्या जन्मात रोग, व्याधी किंवा मृत्यूही नसेल पण या पृथ्वीवर मात्र आपल्या सर्वांचा शेवट नक्कीच होणार आहे. ईश्वराची अशी योजना मुळीच नाही, की येथे आपण सतत सुख, दुःख सहन करत राहावे. उलट त्याची इच्छा असते, की आपण सदैव त्याच्या निकट राहावे.

आपण जर या अस्थायी जगात जीवन जगत आहोत तर आपल्याजवळ ईश्वराला जाणून घेण्याची सुंदर संधी आहे. त्याचे प्रेम इतरांबरोबरही वाटत राहावे. विशेषतः येशू ख्रिस्त हा त्यांच्या पापांसाठी मृत्यू पावला हे ज्यांना अजूनही समजले नाही त्यांच्यासाठी. स्वर्गात अस्थायी जीवन आणि ईश्वराशी असणारे महान सुंदर नाते आहे, तसे या पृथ्वीतलावरही आपल्या अस्थायी जीवनात ईश्वराशी संबंध ठेवण्यासाठीच्या भरपूर सुसंधी आहेत.

तुम्ही कोणत्याही परिस्थितीचा सामना करत असाल, ईश्वर त्याच्या उद्देशांसाठी तुमचा उपयोग करून घेत असतो. मात्र ही शक्यता आहे, तुम्हाला तो उद्देश किंवा ध्येय समजण्यास अनेक वर्षं लागू शकतात. बऱ्याच वेळा त्याचे प्रयोजन तुमच्या अजिबात लक्षात येत नाही किंवा त्याने तुमच्याबाबत असे का केले, हे कळत नाही. त्यासाठी तुम्ही तुमच्या कर्मावर विश्वास ठेवावा म्हणजे तो तुमच्या बरोबर आहे हे समजेल. मग वाईट गोष्टी जरी घडल्या तरी त्याच्यावरील प्रेमात अंतर पडणार नाही.

चमत्कारांची शक्यता

पराभव स्वीकारावा असा सल्ला मी कुणालाही देत नाही. प्रत्येकाच्या आयुष्यात चमत्कार होऊ शकतात. मी स्वतः कितीतरी चमत्कार पाहिले आहेत. लोक अशा कितीतरी जीवनघटना सांगत असतात. जॉनने त्याची विलक्षण जीवनकहाणी मला पाठविली. विश्वासाला मूर्त रूप देण्याचे ते जातिवंत उदाहरण आहे.

दहा वर्षांपूर्वी जेव्हा मी मृत्यूशी सामना केला होता, तेव्हा मी धार्मिक व्यक्ती नव्हतो. मी लहान असतानाच मला कॅन्सरमुळे पाय गमवावा लागला. डॉक्टरांनी सांगितले, मी पाच वर्षांपेक्षा अधिक काळ जिवंत राहू शकणार नाही. पण त्यांचे निदान मी खोटे ठरवले. या सहा मे ला मी सत्तावीस वर्षांचा होईन, पण सगळे सहन

करणे सोपे नसते. पण काही काळानंतर कॅन्सरने परत उचल खाल्ली. मागच्या वर्षी तर एवढे जास्त झाले, की डॉक्टर म्हणाले, 'जर मी किमोथेरेपी केली नाही तर जास्तीत जास्त एखादे वर्ष जगेन.'

मी पटकन त्यांचे बोलणे तोडत म्हटले, 'मी मरू इच्छितो कारण मी कॅन्सरशी लढा देण्यासाठी आता पूर्णपणे हरलो आहे. या कॅन्सरने माझी आई, दोन बहिणी आणि तीन भावांचा बळी घेतला होता. त्यामुळे मला माहीत होते, की मी पण याच गर्तेत अडकणार होतो. त्यामुळे मी मरायला तयार होतो.'

मी माझ्या पाद्र्याबरोबर खूप वेळा चर्चा केली व किमोथेरपी करण्याचा निर्णय घेतला. पाचव्या आठवड्यानंतर माझी रक्त तपासणी झाली. डॉक्टरकडे नमुना पाठविण्यात आला. त्याच आठवड्यात डॉक्टरांनी मला भेटण्यास बोलावले. मी जाताच ते उठून माझ्याजवळ आले व त्यांनी सांगितले, 'तुझा कॅन्सर बरा झाला आहे.' ते अतिशय खुशीत होते अर्थात तेवढे नक्कीच नाही, जेवढा मी खूश होतो. मी दर तीन महिन्यांनी चेकअपला जात असतो. आजपर्यंत तर सर्व ठीक आहे. पण मला माहीत आहे, परत तो माझ्या शरीरात केव्हाही शिरू शकतो. किंवा एखाद्या रस्त्यावरील वाहन अपघातात ही मी दुर्घटनाग्रस्त होऊ शकतो. सत्य तर हे आहेच, की या जगातील आपले अस्तित्व कधी संपणार हे कोणीच सांगू शकत नाही. जीवनाच्या पुस्तकात सगळ्यांची नावे व क्रम लिहिलेले आहेत. फक्त आपल्याला माहीत नाही, की ईश्वर कधी त्याच्या घरी घेऊन जाणार आहे. त्यामुळे आजचा दिवस आपला शेवटचा दिवस आहे असे समजून एकमेकांशी प्रेमाने वागा. जीवन भरभरून जगा. दीर्घ श्वसन करा आणि रोजच्या दिवसाचे स्वागत करा.

जॉनची ही कहाणी व इतरांच्याही कहाण्या ज्या मी ऐकल्या, त्या याची साक्ष देतात, की चमत्काराची शक्यता नक्की आहे. यामुळेच मी माझ्या कपाटात अजूनही बुटांची एक जोडी ठेवतो. काय माहीत, माझ्या बाबतीतही चमत्कार होऊ शकतो. तुम्ही तुमच्या आस्थेवर विश्वास ठेवून ईश्वराला काही मागत असता, तेव्हा त्यात चमत्कारांसाठी प्रार्थना असते. पण जर ईश्वराने प्रार्थना ऐकली नाही तरी तुम्ही या जगातील इतरांसाठी उज्ज्वल प्रकाश होऊ शकता. ईश्वराविषयी जास्तीत जास्त समजून घेण्यासाठी काही ना काही करू शकता. स्वतःला ईश्वराच्या मर्जीवर सोडू शकता.

खरंच ईश्वर तुम्हाला बरे करतो का? हो, ती पण त्याची योजना असू शकते किंवा कदाचित नसतेही! हे समजणं अशक्य आहे. म्हणून ईश्वर नेहमी चांगलेच

करतो, या विश्वासाने रोजचा दिवस जगा. माझ्या बाबतीत मला हातपाय मिळण्याचा चमत्कार झाला नाही, पण मी मात्र अद्भुत आनंद, शांती आणि आस्थेवरील विश्वास मिळविला आहे. एखादी व्याधी बरी होण्यापेक्षा माझ्यासाठी हे मोलाचे आहे, विलक्षण आहे. शेवटी तुम्ही कॅन्सरसारख्या रोगापासून मुक्ती मिळवू शकता पण परत छोट्या छोट्या गोष्टींमध्ये गुंतून राहता. परत एकदा नरकच अनुभवता! मी प्रामाणिकपणे सांगतो, की माझ्या आस्थेवरील विश्वासामुळे अनेकांच्या जीवनाचा कायापालट झाल्याचा आनंद घेतला आहे. ही माझ्यासाठी खरोखरच महान गोष्ट आहे. तुम्हाला बाहू असल्याचा आनंद तुम्ही मिळवू शकता. पण मला ते नाहीत म्हणून मी दररोज त्याचा आनंद मिळवतो.

सर्वांत मोठा चमत्कार आहे तो तुमचा आंतरबाह्य कायाकल्प होणे! पण समजा हेदेखील झाले नाही तर ईश्वराची तुमच्यासाठी आणखी वेगळी योजना असते. तुम्ही ईश्वराला तुमच्या मित्राच्या रूपात पाहा आणि त्याच्याकडून वरदान मिळवा, की तुम्हाला त्याच्या घरी स्वर्गात जायला मिळावे. जेथे रोग, व्याधी, संकट, समस्या यांपैकी काहीही तुम्हाला पाहायला मिळणार नाही.

मला त्या लोकांविषयी नेहमीच खेद वाटतो, जे स्वर्गावर विश्वास ठेवत नाहीत. जीवनाच्या नावावर अतिशय छोटा अंशच माझ्या वाट्याला आला असा विचार करणारे लोक मला आवडत नाही. मी अनंत काळ जगू इच्छितो, जोपर्यंत मला आयुष्य मिळाले आहे. तोपर्यंत माझा प्रयत्न हा जास्तीत जास्त जगण्यासाठीच असेल. माझ्याजवळ किती संपत्ती आहे, कार आहेत, यामुळे काही फरक पडत नाही व ते तितके महत्त्वाचेही नाही. मी माझी वेगळी छबी कशी बनवू शकेन आणि मला मिळालेला उद्देश कसा पूर्ण करू शकेन, हे महत्त्वपूर्ण आहे.

आपण इतरांना बोध देणारे आहोत?

मला असे वाटत नाही, की ईश्वर व्याधी देऊन आपल्याला शिक्षा करत असतो. रोगाच्या माध्यमांतून तो आपल्याला संदेश देऊ इच्छितो, जो आपण ऐकला पाहिजे. ईश्वराचा मित्र लाझारस आजारी होऊन मृतप्राय झाला तेव्हा जिझस म्हणाले, 'हा रोग मृत्यूसाठी नाही तर ईश्वराच्या कीर्तीसाठी आहे. याप्रमाणे ईश्वराचा पुत्रही कीर्तिवान होईल.'

जेव्हा जिझसने मृत लाझारसला मृत लोकांमधून उठवले, तेव्हा अविश्वासू लोकांनीही जिझस हा ईश्वराचा पुत्र आहे, हे मान्य केले. खरंच हे संभव आहे का?

आपली अपंगता किंवा व्याधी कोणत्या न कोणत्या प्रकारे ईश्वराचा उद्देश पूर्ण करू शकेल?

मी हे जाणले आहे, की माझ्या अवयवांच्या अभावानेच मला धर्मप्रचार व माझ्या उद्देशानुसार इतरांची सेवा करण्याची अनुमती दिली आहे. मला नेहमी वाटते, माझ्या आई-वडिलांनाही माझ्या जन्मानंतर जर हातपाय नसणारे, त्यांना मार्गदर्शन आणि प्रेरणा देणारे कोणी मिळाले असते तर सोपे गेले असते. मला मात्र तशी संधी मिळाली. माझ्यासारख्या हातपाय नसणाऱ्या स्त्रिया-मुले-पुरुष यांची सेवा करण्याची. माझ्या आईवडिलांनीही हेच केले. हातपाय नसणाऱ्या मुलांच्या परिवारांना ते मार्गदर्शन करतात. त्यांना आश्वस्त करतात, की त्यांची ही मुले पुढे प्रगती करतील. आपण आपल्या आयुष्यात दुसरे काही केले नाही तरी चालेल, पण इतरांना मानसिक शांती व प्रेरणा जरूर द्यावी. त्यांच्यासाठी तो अद्‌भुत उपहार असतो.

इतर अनेक लोकांप्रमाणे कॅलिफोर्नियातील मिशेल इमेलने मला माझ्या उद्देशपूर्तीसाठी आणखी नम्र होण्याची प्रेरणा दिली. कारण माझ्यापेक्षाही कठीण समस्यांचा सामना करून त्यातून बाहेर आलेल्या अनेक लोकांची मला आठवण झाली. मिशेल तिळ्यांची आई होती. त्यांच्यापैकी ग्रेसचा जन्म अठ्ठावीस आठवड्यांतच झाला होता. त्यामुळे तिच्या मणक्यांमध्ये थोडा दोष होता. त्यामुळे तिच्या चालण्याची क्षमतेवर परिणाम झाला होता. तिच्या उजव्या डोळ्यानेही कमी दिसत होतं. या सगळ्या शारीरिक पीडा असतानाही ग्रेस वर्गामध्ये हुशार होती. तिने आपल्या हुशारीचे चांगले प्रदर्शन केले होते. तिची निष्ठा, विश्वास दृढ होता. तिच्याविषयी इतरांना सहानुभूती, दया वाटावी अशी वेळ तिने कधी येऊ दिली नव्हती. पण तरीही तिने आपल्या आईला मिशेलला प्रश्न केला विचारला, मलाच हे सर्व त्रास का?

तुम्ही ग्रेस किंवा तिच्यासारखा गंभीर अपंगत्वाचा त्रास भोगणाऱ्या इतर लोकांना या प्रश्नाबद्दल दोष देऊ शकत नाही. माझ्या आईने अशा कठीण प्रश्नांना कसा प्रतिसाद दिला, हे मी अनेक वेळा सांगितले व लिहिले आहे. मिशेलने माझे पहिले पुस्तक वाचले होते, माझे व्हिडिओज पण पाहिले होते. त्यामुळे ग्रेसच्या प्रश्नाचे उत्तर देण्यासाठी तिने तोच उपाय शोधला, जो माझ्या आईने शोधला होता. पण तिचा दृष्टिकोन थोडा वेगळा होता. जेव्हा तिला ग्रेसने मलाच हे आजार का? हा प्रश्न विचारला, जो मी पण विचारला होता.

मी तिला सांगितले, जेव्हा योग्य वेळ येईल तेव्हा ईश्वर तुझा या गोष्टीसाठी उपयोग करून घेईल, की तू इतरांना ईश्वराच्या (जिझसच्या) निकट जाण्यासाठी प्रेरणा देशील. मिशेलने लिहिले, मी तिला प्रत्यक्षात म्हटले, की तुझा उद्देश तुला एवढ्या लवकर कळला हा तुझ्यासाठी खरंतर उपहारच आहे. मला तर अशी कितीतरी प्रौढ माणसे माहीत आहेत, ज्यांना अजूनही या गोष्टीचं कोडं उलगडत नाही, ते गोंधळलेले असतात.

मिशेलने सांगितले, या संदेशाच्या पुष्टीसाठी ग्रेस माझे व्हिडीओज लक्षपूर्वक पाहते आणि माझा फोटो शाळेत घेऊन जाते. इतरांना प्रेरणा देण्यासाठी आणि त्यांना कळावे, की ईश्वर तुमच्या सोबत असेल तर कोणतीही गोष्ट अशक्य नाही. मिशेलच्या मते ग्रेसची आस्था व विश्वास आणखी दृढ झाला आहे. पराकोटीची विकलांगता असूनही ईश्वरावर तिचे नितांत प्रेम आहे.

खूपदा मला शंका येते, घरात मी एखाद्या देवदूताबरोबरच बोलत आहे, मिशेलने लिहिले.

चमत्कार हे अनेक प्रकाराने आपल्यासमोर येतात. तुम्ही मला माफ करा. पण मला असे वाटते, की परमेश्वर ग्रेससारख्या लोकांना मदत करण्यासाठी माझा साधन म्हणून उपयोग करत आहे. हे पण एखाद्या चमत्कारासारखेच नव्हे का? अशा प्रकारच्या कामासाठी कोणी मला एकदा जरी बोलावले तरी तो मी आयुष्याचा उपहारच समजतो. माझ्याकडे येणाऱ्या इमेल पत्रांची संख्या वाढत चालली आहे. लोक मला धन्यवाद देतात. पण खरं म्हणजे मीच त्याविषयी कृतज्ञ असायला पाहिजे, कारण त्यांनी माझ्यावर अनिर्बंध विश्वास ठेवून त्या बळावर मला सतत प्रेरणा दिली आहे.

काही पत्रे तर अद्भुत आहेत. विकलांगता किंवा व्याधी असतानाही त्यांनी आपल्या कर्मावर विश्वास ठेवला आहे. एड्रियानाने तर मला चकितच केले आहे. ती पंचवीस वर्षांची आहे. माझ्याप्रमाणेच तिचाही जन्म हातापायाविना झाला.

ईश्वराने मला प्रेरणा दिली आहे, की अपंगत्व आणि इतर समस्या असूनही मी इतर सामान्य लोकांप्रमाणेच आहे. निकप्रमाणे मलाही माझ्या दैनंदिन व्यवहारासाठी संघर्ष करावा लागतो पण मी माझ्या हिमतीच्या बळावर आयुष्याचा सुवर्णक्षणही पाहू शकते. जिझसच्या माध्यमातून ईश्वराने त्या जगाला अनेक चमत्कार दाखविले व स्वास्थ्य प्रदान केले. ईश्वराचे अस्तित्व आहे आणि त्याचेप्रमाणे मी त्याची

संतान म्हणूनच माझे अस्तित्व मानते. एड्रियानाला पहिली काही वर्षं जीवनरक्षक उपकरणांच्या आधारेच काढावी लागली. कारण नवजात शिशू असताना तिला श्वास घेण्याचा त्रास होता. तिलाही माझ्यासारखी पाठदुखी होती. तिच्या मणक्यांचे दोन ऑपरेशन झाले होते. दोन्ही बाजूंनी तिच्या मणक्यामध्ये स्टील रॉड घातले होते. तरीही ही विलक्षण स्त्री आपल्या त्रासापेक्षा आपल्या प्रार्थनेवर अधिक एकाग्र होती.

मला फक्त हात-पाय आहे. पण मी चलाख आहे. मला अनेक चांगली मित्रमंडळी आहेत. माझ्यासाठी माझ्या जीवनात माझा परिवार आहे. मी कॉलेजला जाते. कारण मला सल्ला-मदतगार व्हायचे आहे. ईश्वर जीवनात अनेक अद्भुत गोष्टी घडवत असतो. त्यांपैकीच मीदेखील एक चमत्कार आहे. जीवन चांगले होऊ शकते, जेव्हा आपण ते चांगले करण्याचे ठरवतो, तिने लिहिले होते.

एड्रियानापुढे अनेक बिकट समस्या होत्या पण तिने स्वतःबद्दल सहानुभूती आणि कडवटपणा टाळला. तिने आपला सकारात्मक विश्वास कायम ठेवला व जगातील चांगल्या गोष्टींकडे वळली. माझ्यासाठी ती प्रेरणादायी ठरली आणि तिचे शब्द तुम्हालाही प्रेरणा देतील, ही मला आशा आहे.

ईश्वराची इच्छा आहे, आपण जीवनाचा आनंद प्रसन्नतेने घ्यावा. जरी दिवसभर आपल्याला त्रास आणि कष्ट सहन करावे लागले तरी आपण ईश्वराविषयी कृतज्ञ असावे व त्याला धन्यवाद द्यावे. आपण जरी सगळे वेगवेगळे असलो तरी आपल्या परम पिता ईश्वरासाठी सगळे समान आहोत, अनोखे आहोत. यात ईश्वराची सर्वच जीवसृष्टी सामील आहे.

आपल्या आयुष्यात येणाऱ्या समस्या, विकलांगता, दुःख, पीडा हे सर्व असूनही आपण ईश्वराची विशेष संतान आहोत. संपूर्ण सृष्टीची रचना त्याच्या रूपातच सामावलेली आहे.

त्याची आज्ञा स्वीकारून आपण त्याच्याच समाजाची सेवा करण्याचे ध्येय पूर्ण करत आहोत. आपला परमप्रिय ईश्वर आणि त्याचा पुत्र जिझस यांच्या संदेश प्रचाराचे काम करत आहोत. मग ईश्वर खरंच आहे का? तुम्ही त्याला पाहू शकत नाही पण तुमच्या आत्म्यामध्ये त्याची छबी आहे.

संकटातून बोध

भजन संहिताच्या अध्याय ११९ मध्ये किंग डेव्हीडने सांगितले आहे, की संकटे

आणि पीडा यांतूनच त्यांनी आपल्या 'विश्वासाच्या' बळावर जीवनातील 'बोध' कसा मिळवला. ते लिहितात, आजारी पडण्यापूर्वी ते भरकटले होते. पण हे संकट त्यांच्यासाठी चांगलेच ठरले. यामुळेच ते ईश्वराच्या नीतिनियमांकडे परत आले. माझ्या आई-वडिलांनी मला ईश्वरावर प्रेम करायला शिकवले अर्थात त्याने मला हातपाय द्यावे किंवा सुरक्षित ठेवावे म्हणून नाही तर मी ईश्वराला जाणून घ्यावे. पृथ्वी आणि स्वर्ग दोन्हीकडील जीवनाचा भरपूर लाभ घ्यावा, मग काहीही होवो!

तुम्ही जेव्हा व्याधी, अपंगत्व किंवा इतर समस्यांनी घेरलेले असता तेव्हा ईश्वराच्या समीप जाण्यासाठी प्रार्थना करा. ईश्वर तुमच्यासाठी योग्य तेच करेल. तुमचा ईश्वराप्रति असणारा हा दृष्टिकोनच तुम्हाला सांगतो, तुमच्या हातात काही नाही. परमेश्वराच्या हातात सर्व आहे. या पद्धतीने जेव्हा तुम्ही प्रार्थना करता, तेव्हा तुमच्या कर्मावर विश्वास ठेवत असता आणि आपल्या सर्व आशा, इच्छा ईश्वराच्या हाती सोपवत असता. ज्यात हे पण सामील आहे. मला माहीत आहे, तुझ्याजवळ माझ्यासाठी विनाशाची नाही तर समृद्ध करण्याची योजना आहे, माझ्या आशापूर्ण सुखद भविष्यासाठीची योजना आहे.

ईश्वराची प्रार्थना करणे व त्याने आपल्याला दिलेल्या वचनांची आठवण करणे, हा सर्वांत चांगला उपाय आहे. मी तर तुम्हाला दररोज प्रार्थना करण्याचा 'खुराक' घ्यावा हा सल्ला देतो. मला तर वाटते, हे सर्वांत शक्तिशाली औषध आहे. जोपर्यंत ईश्वर तुमच्यासाठी असलेली योजना प्रगट करत नाही तोपर्यंत तुम्ही इतर कामे करू शकता.

मी माझ्या अनुभवांवरून सांगतो, व्याधी, विकलांगता, जखमा यांमुळे आपल्या मनात एकप्रकारचे भय निर्माण होते. आपण स्वतःला एकाकी, एकटे किंवा तणावग्रस्त समजू लागतो. माझ्यासाठी सर्वांत वाईट काळ हाच होता. मी आपल्याच लोकांकडून मिळणारी मदत नाकारून स्वतःलाच सांभाळण्याचा प्रयत्न करत होतो. आपल्या कुटुंबापासून किंवा स्नेहीजनांपासून दूर जाण्याची चूक कदापि करू नये. जर तुमच्या जीवनात स्नेहीजन आहेत तर नम्रपणे, कृतज्ञतेने त्यांची मदत स्वीकारा. त्यांना मोकळेपणाने सांगा, की तुम्ही जशी माझ्याशी मैत्रीची भावना ठेवली आहे तशीच मी तुमच्याबरोबर ठेवू इच्छितो. त्यांना तुम्हाला मदत करण्याची संधी द्या. म्हणजे ते आपल्या कुवतीनुसार तुम्हाला मदत करू शकतील. तुम्हाला जर सहानुभूती, मदत, दिलासा देणारे मित्र नसतील किंवा कुटुंबीय नसतील, तर अशा वेळी मदत करणाऱ्या व्यावसायिक संस्था, चर्च वगैरे ठिकाणी जा. तुमचे डॉक्टर

किंवा तुमच्या स्वास्थ्याची काळजी घेणारे लोक ही तुम्ही कोणाची मदत घेऊ शकता याचा सल्ला देतील. मोठ्या मोठ्या व्याधींसाठी किंवा त्यांच्या वैद्यकीय उपचारासाठी मदत करणाऱ्या संस्था असतात. इतकेच नाही, तर आजूबाजूचे सर्वसामान्य लोकही त्या गंभीर रोगातून बाहेर पडण्यास मदत करतात.

भावनिक स्तरावर तुम्हाला कोसळवून टाकणाऱ्या या वैद्यकीय चिकित्सेतून तुम्ही त्यात गुंतून गेलेले असता. तुमच्या डोक्यात तो रोग व त्याचे उपचार याशिवाय दुसरे काहीही चालू नसते. मात्र वैद्यकीय सल्लागारांचे म्हणणे असते, प्रथम तुम्ही रोगाचा स्वीकार करा व नंतर त्याच्या उपचाराची सोय करा. पण या सर्वांबरोबरच तुम्ही तुम्हाला स्वतःला विसरू नका, स्वतःशी ठाम राहा. तुम्ही जे काम आवडीने करत असता किंवा तुमच्या आवडीच्या लोकांबरोबर करत असता, त्यांना केवळ तुम्ही तुमच्या उपचारांमध्ये गर्क आहे म्हणून दूर करू नका. तुमच्या आयुष्यात जी समस्या आली आहे तिला तुमच्यावर भारी होऊ देऊ नका. स्वतःला व स्वतःच्या मूल्यांना नष्ट होऊ देऊ नका. तुमचे अस्तित्व या संकटापेक्षा कितीतरी महान आहे. जीवनातील काही काळ इतर दिवसांपेक्षा जास्त वाईट असू शकतो. कदाचित तुम्हाला तुमच्या पायाखालची जमीन सरकल्याचाही भास होईल. शारीरिक पीडा, दुःख जरी सहन करावे लागले, तरी भावनिक, आध्यात्मिक दृष्ट्या कधीही हार मानू नका. तुमची आशा व विश्वास दृढ असू द्या. नेहमी हसरी व आनंदी वृत्ती ठेवा. दिवसभरात असे क्षण शोधत राहा, ज्यातून तुम्हाला शांती व आनंद मिळेल. मग ते सकाळचे ऊबदार ऊन असू द्या किंवा जीवनातील आणखी एक दिवस मिळाल्याचा आनंद असू द्या. आनंद आपल्या प्रिय जनांबरोबर वाटत राहा. मग तो अर्धामुर्धा का असेना! जेव्हा मी लिहीत असतो किंवा बोलत असतो. तेव्हा माझ्या जीवनाचे वर्णन, हास्यास्पद स्तरावर छान आहे असे करतो. तेव्हा मी दररोज मिळणाऱ्या आनंदाविषयीच बोलत असतो. मग हवामान (वातावरण) चांगले असो, की वाईट, सर्व सुरळीत चाललेले असो, की कल्पनेपलीकडच्या सर्व वाईट, गोष्टी घडत असो. मी घरात असो की बाहेर, रस्त्यावर अपरिचितांमध्ये असो की चांगला असो, अथवा कुत्र्यासारखा आजारी असो, आयुष्य नेहमीच आनंदी, खेळीमेळीचे असू शकते.

येणारा प्रत्येक दिवस चांगला असतोच असे नाही. काही दिवस आनंदी असतात तर काही दुःखाचे असतात. कधी चांगले, कधी वाईट, कधी आजारी तर कधी स्वास्थ्यपूर्ण असतं. पण हे मजेशीर नव्हे का? तरीही आपण श्वास घेत असतो, खरं आहे ना? जीवन एक चमत्कारच आहे. शेक्सपियरच्या शब्दात, सांगायचं झालं

तर आपल्याला या जीवनाच्या गाडीमध्ये जायची एकदाच संधी मिळते. मग तुमची चढायची वेळ आली तर तुम्ही त्या वेळी काय कराल? पृथ्वीवरील हा आनंदाचा क्षण तुम्ही तुमच्या व्याधींना, अपंगत्वाला, जखमांना हिरावून घेऊ देणार आहात का? माझा तर तुम्हाला सल्ला आहे, की अशा वेळेस आपल्या व्याधी किंवा अपंगत्वाशी संबंधित समस्यांना विसरण्याचा प्रयत्न करा. आपल्या प्राथमिक गरजांना क्रमवार लावण्याचा प्रयत्न करा. जे तुमची देखरेख करतात, काळजी घेतात, त्यांना समजू द्या, की तुम्ही त्यांची किती पर्वा करता! तसंच आपली आस्थेवरची पकडही बळकट करा.

ईश्वराने तुमच्या आयुष्यात समस्या अशासाठी दिलेल्या असतात, की तुम्ही जास्त मजबूत, जास्त मैत्रीपूर्ण, जास्त साहसी, अधिक दृढ निश्चयी आणि विश्वासाने परिपूर्ण व्हावे, त्याच दृढतेने पुढे जावे. तुम्ही जरी व्याधींनी गलितगात्र झाला असाल तरी तुम्हाला कल्पनेची भरारी मारायला कोणीही रोखू शकत नाही. शक्यता असते, की तुम्ही अन्य जरुरी कामांमध्ये व्यस्त असू शकता. पण आता ही वेळ आली आहे, की तुम्ही बायबल किंवा तत्संबंधीची पुस्तके वाचावीत. इलाज, डॉक्टर, नर्स आणि वैद्यकीय तंत्रज्ञांचे येणे-जाणे सुरू असले तरी तुमचे आत्मबळ त्यामुळे प्रबळ राहील. आपल्या जीवनातील त्या भागाला मजबूत करून स्वास्थ्य देण्याचा प्रयत्न करा, जेथे दुसरे कोणी पोहोचू शकत नाही. निश्चय करा, की तुमच्या देहाला काहीही होवो, पण तुमचे मन, तुमची चेतना आणि आत्मा यांना नव्याने सावरून घ्या. ईश्वराकडून स्वतःसाठी दृढ विश्वासाचा उपहार मिळावा म्हणून प्रार्थना करा.

कोणतीही सुधारणा नाही – समस्या नाही

तुम्ही जर एखाद्या गंभीर रोगाने पीडित असाल अथवा माझ्यासारखा अपंगत्वाशी लढा देत असाल, तर तेथे सुधारणा होण्याची शक्यता नाही. उर्वरित आयुष्य असेच घालवावे लागणार आहे. तेव्हा शक्यता असते, उरलेले आयुष्य तुम्ही स्वतःविषयी राग, सहानुभूती, अपराधी भावना किंवा निराशा यांमध्येच व्यतीत करता. त्या संकटाचा सामना करायचा, हे स्वीकारता पण सर्वांत चांगली गोष्ट म्हणजे ईश्वराने दिलेल्या या संधीचा उपयोग करणे होय.

मी विकलांग असूनही ज्या पद्धतीने जीवन जगत आहे व लोकांची सेवा करण्याचा मार्ग निवडला आहे, यामुळे अनेक लोकांची प्रशंसा मी मिळविली आहे. अनेक लोकांना मी माझ्याकडे आकर्षित केले आहे. पण अशीही अनेक माणसे

आहेत, जे मुकाट्याने आपल्या रोगांचा, समस्यांचा सामना करत असतात. पण धैर्य, प्रेरणा, आस्था नि विश्वास यामध्ये तसूभरही कमी झालेले नसते.

रिबेका अल्बर्टचा जन्म झाला, तेव्हा ती माझ्यापेक्षाही अधिक अस्वास्थ्य, विकलांगता याचा सामना करत होती. घरगुती हिंसेने पीडित असणाऱ्या एका कुटुंबात वेळेआधीच नाजूक अवस्थेत रेबेकाचा जन्म झाला होता. तीन पौण्डापेक्षा ही कमी वजन असणाऱ्या या नवजात बालिकेने मृत्यूला हुलकावणी दिली होती. कारण तिला जगायचे होते. पण येणारा प्रत्येक दिवस तिच्यासाठी आव्हानात्मक समस्यांचा होता.

हळूहळू लक्षात आले, की रिबेका स्पास्टीक क्वाडरीप्लेजिक पाल्सी (Spastic Quadriplegic Cerebral Palsy) रोगाने पीडित आहे. तिच्या माता पित्यांचा घटस्फोट झाला होता. पण तिच्या आईने लॉरीनाने आपल्या मुलीला नेहमी विश्वास दिला, तिचा परिवार आणि ईश्वराची ती लाडकी आहे.

या विश्वासामुळेच रिबेका एका अद्भुत आनंददायी सकारात्मक भावनेने जगत होती. स्वतःला पीडित समजण्याऐवजी तिने संकटांचा सामना केला आणि इतरांसाठी आरोग्य प्रदान करणारी झाली. जेव्हा ती ग्रेड स्कूलमध्ये होती तेव्हा अफगाणिस्तानातील शरणार्थींसाठी पैसे जमा करण्यासाठी तिने एक मोहीम चालवली होती. आपल्या त्या तीन पायांच्या खुर्चीवरून बसून तिने अनेक ठिकाणी जाऊन पंधरा हजार डॉलर जमवले होते.

तिलाही बायबलमधील त्याच ओळी आवडायच्या ज्या तिच्या आजीला आवडायच्या : तो ईश्वर धन्य आहे, जो योग्य आणि पूर्ण क्षमतापूर्वक आम च्यासाठी कार्यरत आहे. तो एवढा समर्थ आहे, की आमच्या समजुतीपेक्षा कितीतरी पटीने अधिक काम करत आहे. इफिसीयों २०:३. रिबेकाने हायस्कूलमध्ये एका प्रॉजेक्टसाठी 'व्हील फॉर द वर्ल्ड'च्या विद्यमाने सार्वजनिक स्तरावर एक अशी मोहीम चालवली, जिच्याद्वारे २०१०च्या हैतीच्या भूकंप पीडितांसाठी जुन्या पद्धतीचे पाय असणाऱ्या खुर्च्या आणि काही वैद्यकीय चिकित्सा उपकरणे जमा करता यावी. तिची सकारात्मक वृत्ती आणि उत्साह या बळावर तिने शाळेत अनेक मित्र मिळविले. ती लोकांपर्यंत पोहोचली आणि लोकही तिच्या बहुढंगी व्यक्तिमत्त्वाने प्रभावित झाले होते.

माझ्या आयुष्यात जशा समस्या आल्या तशाच समस्यांशी रिबेकालाही झगडावे लागले. हायस्कूलमधील काळ असाच असतो. तेव्हाच तुम्हाला कळते, की तुम्ही

इतरांपेक्षा वेगळे आहात. पुढील आयुष्य हे समजून घेण्यात जाते, की आपण सगळे एकसारखेच आहोत. किशोरावस्था ही कोणालाही आव्हानात्मकच असते. मग आमच्यासारख्या विकलांगांसाठी तर ती अधिकच समस्यापूर्ण असते. जेव्हा तुम्ही शारीरिक, मानसिकदृष्ट्या परिपक्व होत असता, तेव्हा तुमच्यात बदल होत असतो. तो बदल शरीरातील हार्मोन्समुळे होतो. त्यामुळे तुमच्या भावनांमध्येही बदल होतो. हा खूप उलथापालथीचा काळ असतो. याच वेळेस तुमचे मित्र-मैत्रिणीही याच परिस्थितीतून जात असतात. सर्वांचा प्रयत्न हाच असतो, या बदलत्या स्थितीशी जुळवून कसे घ्यायचे? आणि भविष्यात काय दडलंय, हे पण जाणून घ्यायचा ते प्रयत्न करतात.

अशी काही कामे आहेत, जी माझे मित्र साथीदार करू शकतात पण माझा भरपूर दृढ संकल्प असूनही मी ते करू शकत नव्हतो, हे या वयातच मला समजले. त्याच सुमारास काही मित्रांच्या दुष्टतेचा, निदर्यतेचा सामना मला करावा लागला. अर्थात त्यांच्या बेपर्वा आणि थट्टामस्करीमुळे माझ्या हृदयाला ठेच लागली आणि माझ्या नैराश्यातून बाहेर येणे मला अधिकच मुश्कील झाले. रेबेकाच्या बाबतीतही असेच घडले. हायस्कूलमुळे तिला नवीन मैत्रिणी मिळाल्या. पण त्याबरोबरच नवीन समस्याही आल्या. ती इतरांपेक्षा किती वेगळी आहे हे तिला तेथेच जाणवले. तिच्या हसतमुख स्वभावामुळे सगळे तिच्याकडे आकर्षित होत असत. पण ती जवळ आली, की तिला वेगळे पाडले जाई. काहींनी तिच्याविषयी अभद्र शब्द उच्चारले तर काहींनी तिच्याशी मैत्री तोडली.

या गोष्टींचे रिबेकाला खूप वाईट वाटायचे. पण तरीही तिने आपल्या स्वभावात बदल होऊ द्यायचा नाही हे ठरवले. तिच्या मनात शंका निर्माण झाल्या होत्याः ईश्वराने मला चांगले का केले नाही? मला दुःखी करण्याची संधी तो इतरांना का देतो? मला या व्हीलचेअरवरच का अडकवून ठेवले आहे?

निराशा नि आत्मक्लेशामुळे ती ईश्वराच्या प्रेमावर पहिल्यांदाच शंकित झाली. 'हे ईश्वरा, तुला खरंच खात्री आहे का, की तू सर्वांवर प्रेम करतोस म्हणून? त्या यादीत मी आहे, हा विश्वास आहे का तुला?'

ईश्वराला जिव्हाळ्याने, प्रेमाने तुम्ही असे विचारले तर काहीच हरकत नसते. बायबलमध्ये लिहिले आहे, की मागाल तर मिळेलच! आपण विचारले तरच उत्तर मिळत असते. समस्या तेव्हाच निर्माण होत असतात जेव्हा आपण प्रामाणिकपणे उत्तर मिळविण्याचे कुतूहल सोडून त्यावर शंका घेत असतो, विश्वास नाहीसा करतो.

आपल्या प्रश्नांची उत्तरे मिळत नाही. याचा अर्थ, आपल्या प्रश्नांवर उत्तरेच नाही असा होत नाही. तुम्हाला काही काळ वाट पाहावी लागेल. त्यानंतर ईश्वर तुमच्यासाठी असणारी योजना तुमच्यासमोर प्रदर्शित करेल. कित्येक वेळा आपल्याला आपल्या प्रश्नांची उत्तरे मिळाल्यानंतर लक्षात येते, की ईश्वराचा आमच्या जीवनासाठी असणारा दृष्टिकोन हा आपल्यापेक्षा कितीतरी विशाल आहे. दुर्दैवाने आपल्या जीवनावर एका मागून एक दुःखाचे सावट पडतच असते. मग आपण कितीही त्याचा सामना केला तरी त्या ओझ्याखाली आपण दबून जातो. शाळेत अभ्यासात चांगले प्रदर्शन करूनही आणि वर्गात चांगले नेतृत्व करण्याची इच्छा ठेवूनही रेबेका सिनियर क्लासच्या ग्रॅज्युएशनच्या वेळेस विवादात अडकली. तिला ग्रॅज्युएट होण्याची खात्री होती व तिने प्रार्थना करण्याची योजनाही आखली होती. पण काही स्कूलनियमानुसार स्कूल बोर्डाने ग्रॅज्युएशनसाठी ती योग्य नाही असे म्हटले. तिच्या सहपाठींबरोबर तिला बसू दिले नाही. रेबेकासाठी हा खूप मोठा धक्का होता. यासाठी किती दिवसांपासून तिने तयारी केली होती. उत्साहाने वाट पाहत होती. यापूर्वी तिने अनेक घाव सोसले होते. प्रथम आजी निधन पावली व त्यानंतर ल्युकेमिया, कॅन्सर, पार्किन्सस, ब्रेन कॅन्सर आणि आत्महत्या या विविध कारणांमुळे तिचे नऊ मित्र एकामागून एक या जगातून गेले. रेबेकाने स्वतःला असहाय समजले. निराशा, दुःखाने तिची विचारशक्ती काम करेनाशी झाली. विश्वासाचे दार बंद झाले. तिच्या आत्म्याचे शत्रू प्रबळ झाले. इतरांच्या मदतीसाठी नेहमीच तयार असणाऱ्या या होतकरू तरुणीने अचानक जगण्याची आशाच सोडली. येणारा प्रत्येक दिवस गेलेल्या दिवसापेक्षाही जास्त निराशाजनक भासत होता. नकारात्मक बोलण्याने तिच्या विचारावर वाईट परिणाम झाला. 'तू एक ओझे आहेस... तुझी कुणालाही पर्वा नाही.... सगळ्यांना एका पांगळ्या मुलीविषयी फक्त सहानुभूती वाटत होती...!'

आता तिच्या मनात आत्महत्येचे विचार डोकावू लागले. अनेकदा स्वयंपाकघरातील चाकूकडे ती रोखून पाहायची. आई बाहेर गेल्यावर स्वतःचा प्राण घेण्याची कल्पनाही तिच्या मनात नकळत घोंगावू लागली.

रेबेकाच्या कुटुंबीयांनी तिला या निराशेच्या गर्तेतून काढण्याचा आटोकाट प्रयत्न केला. एकेदिवशी तिच्या आईने तिला चर्चला जाण्यासाठी विवश केले. खरं म्हणजे रेबेका नेहमी खुशीने चर्चला यायची, पण आता तिला अंथरुणावरून उठावेसे वाटत नव्हते. पण आईच्या आग्रहामुळे तिला जावेच लागले. तिच्या आईला

अजूनही आशा होती, इतकंच काय पण ही खात्री होती, की ईश्वराने रिबेकाला दूर केले नव्हते. रिबेकासाठी तिने ईश्वराच्या घरी म्हणजे चर्चमध्ये ईश्वराच्या लोकांमध्ये जावे, हे महत्त्वाचे होते.

लॉरीनाने रिबेकाला कपडे बदलण्यास, अंथरुणावरून उठण्यास व तिपाई खुर्चीवर बसण्यास मदत केली. त्या दोघी चर्चला गेल्या. त्यांनी आत प्रवेश केल्यावर तिच्या आईला तेथे एक पत्रक दिसले. त्यातील एक पान खाली पडले होते, ज्यात काही भावी प्रसंगाविषयी सांगितले होते.

रेबेकाच्या आईला त्या कागदावर एक ओळखीचा वाटणारा चेहरा दिसला. जो चेहरा तिची मुलगी निराशा येण्यापूर्वी नेहमी पाहत होती व त्यापासून प्रेरणा घेत होती. लॉरीनाने अश्रुभरल्या डोळ्यांनी माझा फोटो मुलीच्या हातात देत तिला म्हणाली, तिच्या शाळेत होणाऱ्या ग्रॅज्युएट कार्यक्रमाच्या आधी बाकलॉरिएटमध्ये मी एक वक्ता म्हणून येणार आहे. हा तोच ग्रॅज्युएट सेरेमनी होता, ज्यात तिला जायची आडकाठी होती.

'तुला अजूनही वाटते का, की ईश्वर तुला विसरला आहे?' लॉरीनाने विचारले.

रिबेका नेहमी माझे व्हिडिओज पाहत असे. कधीतरी, माझ्याशी तिची भेट व्हावी व दुसऱ्यांना मदत करावी, आपला विश्वास इतरांपर्यंत पोहोचवावा, असे तिचे स्वप्न होते. मला नेहमी सांगितलं जातं, की लोक माझ्यामुळे प्रभावित होतात. पण मला त्यावर कधी विश्वास बसत नव्हता. पण तिच्या बाबतीत मात्र ही गोष्ट खरी होती. काही महिन्यांनंतर रेबेकाला वाटले, तिच्या अंतःकरणात एक ज्योत प्रकाशित झाली आहे. ती एकदम शांत झाली. तिच्या मनातून विनाशकारी व आत्म हत्येविषयीचे विचार नाहीसे झाले. तिने तिच्या आईला समारोहाला चलण्यासंबंधी सांगितले.

ज्या दिवशी माझे भाषण संपले, त्या दिवशी रिबेका तिच्या आईबरोबर मला भेटण्यास आली होती. लॉरीनाने तिच्या मुलीच्या संघर्षाविषयी मला सांगितले. मी त्या दोघींबरोबर प्रार्थना केली. आम्ही एकांतात थोडे बोललो. तिने मला तिच्या मनाला त्रास देणारी गोष्ट सांगितली. ती मला समजली. मी तिला म्हणालो, 'रेबेका, मी पण हे सर्व सहन केले आहे.' मग मी तिला बायबलमधल्या काही ओळींची आठवण करून दिली. ज्या तिलाही आवडत होत्या. मी ख्रिस्तांच्या माध्यमातून सर्व काही करू शकतो. तो मला शक्तिशाली बनवतो.

मी तिला म्हटले, 'आपल्या विकलांगतेविषयी असणारी सर्व चिंता सोडून टाक आणि ईश्वराच्या क्षमतेवर विश्वास ठेवून आस्था कायम ठेव. परत एकदा जिझसवर लक्ष केंद्रित कर. सर्व काही त्याच्या हाती सोपव.'

ईश्वराने मला हातपायाविना का बनवलं? त्याने मला या स्थितीत का पाठवले? कारण मी त्या पूर्णपणे कोसळलेल्या भरकटलेल्या मुलीच्या मनात परत एक आशेचा किरण जागवू शकणार होतो! मला त्या दिवसाची प्रतीक्षा आहे, जेव्हा समोरासमोर बसून या प्रश्नांची उत्तरे मिळवू शकेन. शक्यता आहे, की तोपर्यंत ईश्वराच्या कारणांना मोल राहणार नाही, महत्त्व असेल ते केवळ परिणाम!

कुरीन्थियो २१:३-४ मध्ये पॉलने म्हटले आहे. आमचा प्रभू येशू मसीहचा ईश्वर आणि पिता यांना धन्यवाद! जो शांतीचा ईश्वर आहे. तो आमच्या त्रासात, क्लेशांमध्ये आम्हाला शांती प्रदान करतो. म्हणजे आपणही ईश्वराकडून मिळालेली शांती क्लेशपूर्ण, दुःखी असणाऱ्या लोकांना द्यावी. तुम्हाला सांगताना मला आनंद होत आहे, की एक वर्षाने रिबेका २०१० मध्ये ग्रॅज्युएट झाली. आपल्या सहपाठींच्या आग्रहामुळे तिने समर्पणावर प्रार्थना सादर केली. आता तुम्ही नक्कीच विश्वास ठेवू शकता, की त्या दिवशी व त्यानंतरही तिने अनेकांच्या अंतःकरणाला स्पर्श केला.

आता तिने आपल्या गैरलाभकारी संस्थांना आस्था व विश्वासाचे मूर्त स्वरूप दिले आहे आणि इतरांच्याही प्रयोजनासाठी कार्यरत आहे. कधी इतरांच्या सांत्वनावर अवलंबून राहणारी रिबेका आता दुसऱ्यांचे सांत्वन करत आहे. अपंग व पीडित लोकांच्या कुटुंबीयांसाठी काम करत आहे. त्यांना मार्गदर्शन करत आहे. तिने आपल्या आत्म्याचा आवाज ऐकला आणि त्या लोकांपर्यंत जाऊन पोहोचली. ज्यांनी आयुष्यात ठोकर खाल्ली होती, त्यांना ती जिझसचे प्रेम अर्पण करते. ईश्वराचा तो संदेश ती प्रसारित करत असते, जो जीवनाचा कायापालट करण्याची क्षमता ठेवतो.

6

आंतरिक संघर्षांवर मात

'माय लाइफ विदाऊट लिम्ब्ज'च्या वेबसाइटवर टेरीने स्वत:च्या आत्मविनाशक प्रवासाबद्दल लिहिले, तेव्हा तिचे वय एकवीस वर्षे होते. एका वेगळ्याच नशेत पडून राहण्याचे व्यसन तिला लागले होते. या नशेचे सुख तिला तेव्हाच मिळायचे, जेव्हा ती आपल्या शरीरावर कुठे न कुठे कापून जखमा करायची. तिला या भयंकर गोष्टीत एवढी मजा वाटायची, की ती शरीरावर अनेक ठिकाणी नसा व कातडी कापून स्वत:चे प्राण धोक्यात घालायची.

"मी अशीच होते..." स्वत:ला सतत जखमी करण्याच्या सवयीची शिकार झालेल्या टेरीने लिहिले होते.

मी माझ्या प्रवासात अशा अनेक प्रकारच्या गोष्टी ऐकल्या, ज्या माझ्यासाठी चिंतेचा विषय बनला होता. मानसिक स्वास्थ्यतज्ज्ञांचे म्हणणे आहे, की असे लोक शरीराला केवळ इजा करून स्वत:ला मारून टाकण्याचाच प्रयत्न करत नाही, तर ते स्वत:ला जोखमींमध्ये टाकू इच्छितात. ही एक प्रकारची 'वाचवण्याचीच' रणनीती आहे, जी अतिशय जखमी झालेल्या, फाटलेल्या नसांना, जखमांना परत बँडेज बांधून नीट करायचा प्रयत्न चाललेला असतो. शरीराला जखमी करण्याच्या या समस्येवर काही उपाय मिळत नाही, न ही सवय जाते! जे अशा प्रकारे स्वत:ला जखमी करून नुकसान करून घेतात ते काही गंभीर, भयानक तणावापासून स्वत:ला वाचवू पाहतात. त्यांना वाटत असते, आपल्याजवळ या दु:खातून तणावातून मुक्त होण्याचा दुसरा मार्गच नाही.

टेरीचे आणि तिच्यासारख्या अनेक लोकांचे मत आहे, की स्वत:च्या शरीराला नुकसान करून घेण्याची ही प्रवृत्ती म्हणजे एक प्रकारचे व्यसनच आहे. कारण अधिकतर लोक असे केल्यानंतर स्वत:ला शांत झालेले अनुभवतात. जरी आपण चुकीचे करत आहोत, हे त्यांना समजत असले तरी असे अनेक लोक स्वत:ला आनंद होईल असे मार्ग निवडण्यापेक्षा स्वत:ला जखमी करणे निवडतात. स्वत:ला अशा प्रकारचे नुकसान करून घेण्याच्या या सवयीला 'आवाजाशिवाय किंकाळी' असे पण म्हटले जाते.

टेरीने तिच्या आत्मपीडेविषयी लिहिले आहे, तिने स्वत:ला नाकारल्यामुळे आणि स्वत:ला घृणित समजल्यामुळे ती हीन होत गेली. खरंतर त्या क्लेशापासून सुटका मिळावी म्हणून ती असे करत होती. शेवटी तिने प्रशिक्षित तज्ज्ञांचा सल्ला घेतला. या आत्मघातक प्रवृत्तीमुळे स्वत:च्या जीवाला मुकण्यापूर्वीच तिने स्वत:ला सावरले.

तिच्या त्या व्यावसायिक सल्लागार तज्ज्ञाचा सल्ला आणि टेरीचा संकल्प या दोन्ही गोष्टींना वास्तवात धन्यवादच द्यायला पाहिजे. टेरीने जवळजवळ दीड वर्ष स्वत:वर संयम ठेवला आणि त्या काळात विपरीत असे काही घडले नाही. नंतर ती परत तज्ज्ञांकडे गेली, तेव्हा या जीवघेण्या सवयीपासून कायमस्वरूपी मुक्तता होण्यासाठी काही उपाय त्यांनी सांगितले.

या नवीन इलाजांच्या दरम्यान तिला 'निक वुईचिक'ची कहाणी व व्हिडिओज पाहण्यास सांगितले. टेरीने तिच्या इमेलमध्ये मला लिहिले, माझ्या जीवनप्रवासाबद्दल वाचून तिला तिचा 'जीवनप्रवास' समजण्यास मदत झाली.

'निक'च्या जीवनकहाणीपासून, जीवन कितीही कठोर वाटले किंवा स्वत:ला जखमा करून घेण्याची लालसा उत्पन्न झाली तरी प्रथम एका गोष्टीचे आभार मानले पाहिजे. ''मला हातपाय आहेत, बोटे आहेत, ज्यांनी मी आज टाईप करू शकत आहे. मी एवढी समर्थ नक्कीच आहे, की स्वत:च्या हाताने खाऊपिऊ शकते, कपडे बदलू शकते, अगदी सहजपणे स्वत:ची देखभाल करू शकते.'' पुढे तिने लिहिले, ''मग ईश्वराने मला दिलेल्या 'अनमोल वरदानाला' मी नष्ट का करावे? टेरीची कहाणी थोडी भयप्रद होती खरी, पण त्याचबरोबर प्रेरकही होती. भयप्रद यासाठी, की तिच्या स्वत:च्या शरीराला जखमा करून घेण्याच्या सवयीबद्दल सर्व जाणत होते आणि प्रेरक यासाठी, की तिने समंजसपणे तज्ज्ञांची मदत घेऊन आपले जीवन वाचविले होते.

तरीही मी टेरीसारख्या लोकांपर्यंत पोहोचू इच्छितो. अशा घातक सवयीमुळे स्वत:ला किंवा आपल्या प्रियजनांना त्यांनी काही नुकसान करण्यापूर्वीच मी त्या लोकांपर्यंत जाऊ इच्छितो. त्यांच्या मनाची पीडा मला समजते म्हणून असेही वाटते, की आपल्या स्वत:च्या शरीराला जखमा करून दु:खापासून पलायन करण्याऐवजी त्यांनी त्यातून मुक्त होण्यासाठी इतर उपाय स्वीकारले पाहिजे. मी पण लहान असताना आत्महत्येचा विचार केला होता. तेव्हा मला वाटत असे, माझ्यासारखे दु:ख कुणालाच नाही. मी एकटाच या जगात क्लेषात, त्रासात आहे. पण मनाला गुदमरून टाकणारे सत्य तर हे होते, की मीही त्या असंख्य लोकांपैकी एक होतो, जो स्वत:ला क्लेष देत होतो. आत्महत्या करून स्वत:चे जीवन संपविण्याच्या विचारात होतो.

शरीरावर चाकूने कापून घेऊन स्वत:ला जखमी करायचे किंवा शरीराला त्रास द्यायचा अशी कामे अशा प्रकारचे लोक एकांतातच करत असतात. अशांची आकडेवारी जरी कमी पाहायला मिळत असली तरी त्यात, स्वत:ला ओरबाडणे, चाकूने जखमा करून घेणे, डोके आपटून घेणे, केस ओढणे, विष पिणे, जाळून घेणे या गोष्टीही सामील आहेत. यू. एस.मधील काही विद्यार्थ्यांवर संशोधन केले असता बत्तीस टक्के विद्यार्थी अशा सवयींचे शिकार झालेले आहेत, असे आढळून आले आहे. आत्मविनाशक प्रवृत्तींचा अभ्यास करणाऱ्या विशेषज्ञांचे अनुमान आहे, की किशोर आणि वयस्क दोघांमध्येही पंधरा ते वीस टक्के लोकांनी केव्हा ना केव्हा स्वत:ला हानी करण्याचा प्रयत्न केला आहे. आत्महत्येचा प्रयत्न किंवा त्यामुळे मरणाऱ्यांची आकडेवारी सहज उपलब्ध आहे. ती पाहून आपण अचंबित होतो. दरवर्षी या पृथ्वीतलावर जवळजवळ एक मिलियन/दशलक्ष लोक आत्महत्या करतात. तसे पाहिले तर दर चाळीस सेकंदाला एक व्यक्ती जाणून बुजून स्वत:ला मृत्यूच्या तोंडात ढकलत असतो. पंधरा ते चोवीस वयोगटातील लोकांच्या मृत्यूची कारणे पाहिली तर तिसरे प्रमुख कारण 'आत्महत्या' हे आहे. गेल्या पंचेचाळीस वर्षांत आत्महत्येचा दर साठ टक्क्यांनी वाढला आहे, असा दावा स्वास्थ्य संघटनांनी केलाय.

नुकताच मी वॉशिंग्टन डी. सी.च्या एका हायस्कूलमध्ये भाषण देत होतो. तेव्हा तेथील विद्यार्थ्यांना मी म्हटले, 'सर्वांनी आपले डोळे बंद करावे व हात वर करावे. जर त्यांच्या मनात कधी आत्महत्येचा विचार आला होता, तर त्यांनी आपली मूठ बंद करावी. आठशे मुलांमधील जवळजवळ पंचाहत्तर मुलांनी आमच्या मनात हा

विचार आला होता असा संकेत दिला.' नंतर मी म्हणालो, 'जर त्यांनी खरोखरच आत्महत्येचा प्रयत्न केला असेल तर त्यांनी मूठ बंद ठेवावी आणि बाकीच्यांनी मूठ उघडावी. त्या वेळी जवळजवळ ऐंशी टक्के मुलांनी आपण जीव द्यायचा प्रयत्न केला होता', असा संकेत दिला. काय हे सर्व भयावह नाही का?

जे लोक आत्महत्येसारख्या घातक प्रवृत्तीचे शिकार होतात, त्यांना नेहमी असेच वाटत असते, की आता त्यांच्या स्वत:च्या जीवनाचे काही प्रयोजन नाही. त्यांच्या जीवनाला काही अर्थच उरला नाही. भविष्याविषयीही त्यांना कोणतीही आस नाही. कारण असे लोक नात्यातील दुरावा, शारीरिक रोग, आवडत्या व्यक्तीचा वियोग किंवा अशक्य वाटणाऱ्या समस्या वगैरेंनी ग्रस्त असतात. आपण सगळेच आपापल्या पीडेच्या ओझ्याखाली दबलेलो असतो. मला माहीत आहे 'आशा' आणि 'उमेद' यांशिवाय जगणे कसे शक्य असते? अगदी आजसुद्धा जेव्हा मी मागे वळून माझ्या आत्महत्येच्या घटनेकडे पाहतो तेव्हा मी कितीही चुकीचे वागलो होतो, तरी माझे नैराश्य किंवा अवयवविहीनता ही माझी समस्या नव्हती तर आस्था आणि विश्वासाचा अभाव हे समस्येचे मूळ कारण होते.

माझा जन्मच हातापायाविना झाला होता. त्यामुळे मला त्याची फारशी उणीव पुढे भासली नाही. मी प्रत्येक काम 'हातापायां'शिवाय करायला शिकलो. माझे लहानपण आनंदात गेले. स्केट बोर्डिंग करणे, मासे पकडणे, किंवा भावा-बहिणीबरोबर खोलीत सॉकर खेळणे, या सर्व गोष्टी मी लहानपणी केल्या. मग कधीतरी डॉक्टर किंवा थेरपिस्ट येऊन माझ्या शरीराबरोबर काहीतरी 'झटापट' करत. पण माझी माझ्या शरीराविषयी फारशी तक्रार नव्हती. कित्येकदा मला सुखद अनुभव पण आले आहेत. ऑस्ट्रेलियाच्या वर्तमानपत्रांनी आणि टीव्हीवाल्यांनी माझ्यावर फिल्म काढून माझ्या प्रयत्नांची प्रशंसाच केली. मी 'अवयवांशिवाय' किती मजेत राहतो, हे त्यांनी दाखविले.

अनेकदा वयाचा एक टप्पा असा असतो, की सगळ्या मुलांना मैदानावर, कँटीनमध्ये, बसमध्ये इतरांची टोमणी किंवा अभद्र बोलणी ऐकावी लागतात. माझ्या बाबतीतही हे घडले होते. पण मी तेव्हा माझा आत्मविश्वास गमावला होता. ईश्वराकडून मिळालेल्या 'वरदानांची' उपेक्षा करून अशा गोष्टींसाठी रडत होतो, ज्या माझ्याजवळ नव्हत्या. त्यामुळेच माझ्या मनात स्वत:ला संपवून टाकण्याची एक विनाशक प्रवृत्ती निर्माण झाली. कारण मला जे समोर होते तेवढेच दिसत होते. भविष्याविषयी उमेद राहिली नव्हती. माझा दृष्टिकोनच संकुचित झाल्यामुळे समोर

येणाऱ्या सर्वच गोष्टींना मी नाकारत होतो.

माझ्यासाठी कुणी खेद करू नका किंवा स्वत:च्या समस्यांची तुलना माझ्याशी करू नका. आपल्या सगळ्यांच्याच जीवनात संकटे येतात, संघर्ष असतो. पण जर तुम्ही माझ्या समस्यांशी तुलना करत असाल, तर तुम्हाला थोडीफार मदत मिळू शकते. पण तुम्ही मनात एक गोष्ट दृढ केली पाहिजे, की आपल्यासमोर येणाऱ्या कोणत्याही समस्येपेक्षा ईश्वर महान आहे. टेरी व तिच्यासारख्या इतर लोकांनी माझ्यापासून प्रेरणा घेऊन स्वत:च्या जीवनात एक नवीन सकारात्मक दृष्टिकोन मिळवला, याबद्दल मी ईश्वराला धन्यवाद देतो. पण माझ्या मर्यादा येथेच संपत नाही.

माझ्याजवळ सर्वसामान्य लोकांकडे असणाऱ्या अवयवांसारखे सगळे अवयव नाहीत. पण माझे जीवन तसे मजेशीर आणि छान आहे. खरे म्हणजे माझी तुलना मी जेव्हा इतरांशी करत होतो, तेव्हा माझ्या आत्मस्वीकृती व स्वाभिमानाचा चक्काचूर झाला होता. मी काय करू शकतो? याऐवजी माझे साथीदार काय काय करत आहेत, यावरच अधिक लक्ष देऊ लागलो. ज्या गोष्टी माझ्या हाताबाहेरच्या होत्या, त्या समजून न घेता स्वत:ला एक सक्षम म्हणून जगण्याचा मी अट्टाहास करत होतो. जो मी कधी नव्हतोच! माझी दृष्टीच बदलली होती. मी मलाच नाकारले होते. मी माझ्या कुटुंबावर एखाद्या ओझ्यापेक्षा कमी नाही, हे माझ्या लक्षात येत होते. माझ्या मनात आता भविष्याविषयी कोणतीही उमेद उरली नव्हती.

नकारात्मक विचार आणि मनोभावना आपल्याला भावुक करतात व त्यामुळे आपला दृष्टिकोन बदलू शकतो. वेळीच जर हे थांबवले नाही तर तुमचा विनाश अटळ असतो. दुसरा कोणताही मार्ग उरत नाही.

मी जर स्वत:ला मृतवत मानतो, तर प्रत्यक्षात मृत्यू का नाही स्वीकारत? मी केवळ बाह्य वेदनेच्या बळावर रोखू शकतो अंतर्वेदना!

अनेक लोक असे आहेत, की कधी ना कधी आत्महत्येचा विचार त्यांच्या मनात आलेलाच असतो. अशा वेळी स्वत:चे जीवन वाचविण्याचा एकच उपाय असू शकतो, तो म्हणजे तुम्ही स्वत:वरचे तुमचे लक्ष काढून तुमच्यावर प्रेम करणाऱ्या प्रियजनांवर ते केंद्रित करावे. स्वत:च्या दु:खाकडे दुर्लक्ष करून भविष्यातील उज्ज्वल शक्यतांवरच लक्ष ठेवावे. तरीही तुमच्या मनात आत्महत्येचे विचार येत असतील तर तुमचे भविष्य नक्कीच उज्ज्वल आहे आणि तुमचा ईश्वर, तुमचे प्रियजन या वादळातून सावरण्यास तुम्हाला मदत करणार आहेत, असा विश्वास मनात बाळगा

असा सल्ला मी तुम्हाला देतो. जिझसने म्हटले आहे, ''चोर येतो चोरी करण्यासाठी, ठार मारण्यासाठी किंवा तुम्हाला उद्ध्वस्त करण्यासाठी! पण 'तो' येतो यासाठी की तुम्हाला तुमचे जीवन अनुभवता यावे आणि तेही भरपूर जीवन!''

आपल्या बघण्याचा दृष्टिकोन बदला

वयाच्या दहाव्या वर्षी माझ्या मनात उद्भवलेल्या आत्महत्येच्या विचारांचा अंत तेव्हाच झाला, जेव्हा मी माझ्या नैराश्यातून माझे लक्ष काढले. मी माझ्या परिजनांना, मित्रांना माझ्या आत्महत्येच्या रूपाने अपार दु:खात टाकत आहे, या विचारावर केंद्रित केले. मी माझे दु:ख विसरून त्यांच्या दु:खाचा विचार करू लागलो आणि मला माझ्या आत्मविनाशक वृत्तीपासून आपोआपच सुटका मिळाली. इतरांच्या दु:खापुढे मला माझे दु:ख क्षुद्र वाटू लागले. तुमची कर्मं इतरांनाही प्रभावित करतात. जरा तुम्ही विचार करा, जे तुमच्यावर प्रेम करतात, तुमच्याविषयी आशा ठेवतात, तुमच्यावर विश्वास ठेवतात अशा लोकांच्या मनाला तुमचे एखादेही चुकीचे पाऊल ठेच लावू शकते.

डॅरेनने आमच्या वेबसाइटवर लिहिले तेव्हा त्याची नोकरी गेली होती. प्रेम संबंधात त्याला फसविले गेल्याने एका वर्षाच्या आत त्याला आर्थिक संकटांचा सामना करावा लागला. त्याला आत्महत्येचे विचार दिवसरात्र छळू लागले. पण माझे व्हिडीओज पाहून आणि मुलाबाळांच्या विचाराने त्याने नकारात्मक विचारांशी लढा दिला व त्यातून मुक्ती मिळवली.

''माझ्याशिवाय माझ्या मुलाबाळांचे पोषण, हा विचारही मी करू शकत नाही.'' असे त्याने लिहिले आहे. संघर्ष हा प्रत्येकाच्या आयुष्याचा भाग आहे'' हे आता त्याला समजले आहे. फक्त तुम्हाला एक करायचे असते ते म्हणजे ''तुम्ही उठा, धूळ झटका नि समजून घ्या, की जीवन सुंदर असते व ते अव्याहत चालू असते.''

तुम्हाला असेही वाटू शकते, की कुणालाच तुमची पर्वा नाही. पण तरीही मी तुम्हाला सांगू इच्छितो, ज्याने तुम्हाला निर्माण केले त्याला तुमची पर्वा आहे व त्यानेच तुम्हाला इथपर्यंत आणले आहे.

मग हा उर्वरित मार्ग तुम्हाला कुठपर्यंत घेऊन जाणार आहे हे तुम्हाला बघायचे नाही का? शक्यता आहे, की तुमच्याकडे आध्यात्मिक बैठक नाही. तुम्ही स्वत:ला

इसाई मानत नसाल, पण जोपर्यंत तुम्ही जिवंत आहात, श्वास घेत आहात, तोपर्यंत चांगल्या दिवसांची संभावना नक्कीच आहे. जोपर्यंत मनात ही आशा आहे, तुम्ही तुमच्या 'विश्वासावर' पुढची वाटचाल करू शकता.

तुम्ही घाबरला तर नाही ना? की मी तुम्हाला खोटी आशा दाखवतोय म्हणून? जरा विचार करा, मी हातापायाविना असूनही माझ्या दुसऱ्या पुस्तकाचे लेखन करत आहे. ज्याला अठरा वर्षांपूर्वी स्वत:चा जीव देण्याची इच्छा होती, तो आज मी २९व्या वर्षी पूर्ण जगाचा प्रवास करत आहे. लाखो लोकांपर्यंत माझी मते पोहोचवीत आहे. मी आता असा माणूस झालो आहे, जो अनेकांच्या प्रेमाने वेढला गेलाय.

तुम्ही प्रेमास लायक आहात

ईश्वराला आपले प्रत्येक संतान सुंदर व मूल्यवान दिसत असते. म्हणून तुम्ही हे कधीही विसरू नका, की ईश्वराच्या प्रेमामुळेच आपण सर्व येथे आहोत. तुम्ही स्वत:ला भय, एकटेपण आणि हृदयभंग यापासून वाचवू शकता. तुम्ही प्रेमास लायक आहात. तुम्हाला काही उद्देशपूर्तीसाठी निर्माण केले आहे. जे वेळ येताच, तुमच्यासमोर प्रदर्शित होणार आहे. 'विश्वास' आणि 'आस्था' समजून घ्या. तुम्ही जेव्हा स्वत:ला कमकुवत समजाल तेव्हा ईश्वर तुम्हाला शक्ती प्रदान करेल. तुम्ही कर्मावर विश्वास आणि आस्था ठेवली पाहिजे. म्हणजे तुम्ही तुमच्या त्या प्रियजनांपर्यंत पोहोचू शकाल, जे तुम्हाला मदत करू इच्छितात. तुम्ही तुमचा निर्माता ईश्वराला तुमच्या जीवनात प्रार्थनापूर्वक पाचारण केले पाहिजे, हे सर्वाधिक महत्त्वपूर्ण आहे.

आत्मविनाशक विचारांना नाकारा! त्यांना संपवून टाका. त्या जागी प्रार्थना आणि सकारात्मक विचार आणा. कटुता, क्रोध आणि दु:ख मनातून काढून टाका. ती जागा ईश्वराच्या प्रेमाने भरून टाका. बायबल सांगते, जेव्हा आपण प्रार्थना करतो, तेव्हा स्वर्गातून देवदूत खाली येतात आणि आपल्यासाठी अंधकाराच्या राक्षसाशी लढा देतात. सैतानाची सेना तुम्हाला धोका देत असते. तुमच्या मनातील खोटेपणा, नकारात्मकता यांसह तुम्हाला ती नष्ट करणार असते. पण घाबरू नका, ईश्वर तुमची प्रार्थना ऐकत असतो. जिझसपेक्षा शक्तिशाली नाव इतरत्र नाही.

काही लोक तुम्हाला दुखावतात. काहींना तुम्हाला हानी पोहोचवायची असते. पण ईश्वराची योजना अशी आहे, की तो असे काही होऊ देत नाही. आणि यालाच मुक्तिमार्ग म्हणतात. मी जे सांगतो ते तुम्ही लक्षात ठेवा, की या 'जगात' आणि त्या शाश्वत 'स्वर्गात' आपल्यासाठी काय वाढून ठेवले आहे, हे पाहण्यासाठी आपण येथे

टिकून राहणे महत्त्वाचे आहे.

नकारात्मक विचारांशी झुंज देणाऱ्या लोकांमध्ये मी एक गोष्ट प्रामुख्याने पाहिली, ते ईश्वराला 'प्रेमस्वरूप' रूपात पाहत नाही. त्यांना वाटत असते, जे ईश्वराच्या नियमांचे पालन करू शकले नाही त्याला ईश्वर शिक्षा करत असतो. जर त्यांच्याकडून काही चूक झाली असेल तर ते ईश्वराच्या प्रेमास पात्र राहत नाही, पण हे खरे नाही. तो प्रेमळ पितास्वरूप ईश्वर तुम्हाला क्षमा करून नेहमीच तुम्हाला त्याच्याजवळ नेण्यास तयार असतो.

जेनीने इमेलच्या माध्यमातून मला कळवले होते, तिने आत्महत्येचा प्रयत्न यासाठी केला होता, की तिला वाटत होते ईश्वर तिच्या बाजूने नाही. साउथ कोरियन लोकांमध्ये ती एकटीच अशी नाही. आर्थिक सुबत्ता असतानाही तिच्या देशात आत्महत्येची टक्केवारी गेल्या दशकापासून दुप्पट झाली आहे. औद्योगिक देशांमध्ये तर या देशाने उच्चांक गाठला आहे. दक्षिण कोरियामध्ये वीस ते चाळीस वर्ष वयाच्या लोकांमधील मृत्यूचे कारण आत्महत्या हेच आहे. तेथील निवासी लोकांमध्ये मृत्यूचे हे चौथे कारण आहे. शिवाय कॅन्सर, हार्टअॅटॅक ही कारणे पण त्यात सामील आहेत. इंटरनेटवर सामुदायिक आत्महत्या करण्याच्या योजना करणाऱ्या घटनाही वाढत आहेत. नुकतेच आढळून आले आहे, की दक्षिण कोरियात रोज पस्तीस लोक जीव देत असतात. सतरा हजार लोकांनी एका महिन्यात आपले प्राण दिले. २००८मध्ये एका प्रसिद्ध अभिनेत्रीच्या आत्महत्येनंतर 'सिंपथेटिक' आत्महत्यांची लाटच आली. त्यानंतर एका भूतपूर्व दक्षिण कोरियन प्रेसिडेंटच्या आत्महत्येचा सार्वजनिक स्तरावर प्रचार चालला होता. त्यांनी एक चिठ्ठी लिहून उंचावरून उडी मारली होती. त्या चिठ्ठीत त्यांनी लिहिले होते, ''जीवनात येणाऱ्या संकटांचा सामना करण्याचे साहस उरले नाही.''

दक्षिण कोरियन लोकांच्या बोलण्यात नेहमी शाळा किंवा कामकाजांतील तणावांच्याच गोष्टी असतात. पण सार्वजनिक स्तरावर हे मान्य करणे अशा गोष्टींना बंदी आहे. मनोरोगतज्ज्ञांची मदत घेणे हे कमीपणाचे लक्षण मानले जाते. चारित्र्यालाच दोष दिला जातो व ही लाजिरवाणी गोष्ट मानली जाते.

मी नेहमी दक्षिण कोरिया, चीन, जपान आणि भारत या देशांतील प्रवृत्तींविषयी आत्महत्येच्या प्रवृत्तीविषयी बोलत असतो. कारण या देशांमध्ये आत्महत्येचा टक्का खूपच जास्त आहे. लोक मला म्हणतात, ते स्वत:ला एकटे, असहाय समजतात.

त्यांना हे समजत नाही, की ईश्वर क्षमाशील आहे. आणि दयावान आहे. जेनीने लिहिले आहे, ''जीवनातील दु:खांमुळे, तणावामुळे मी आत्महत्या करण्याचा अनेक वेळा प्रयत्न केला. देव दयाळू आहे, उदार आहे, चांगला आहे पण दुसऱ्यांच्या, इतरांच्याबाबतीत, माझ्या बाबतीत नव्हे. तिने जीव देण्याचे अनेक प्रयत्न केले पण ते सफल झाले नाहीत. त्यामुळे तिला वाटते, देवाला तिची पर्वा नाही. तिच्या बाबतीत तो अतिशय कठोर आणि तिच्याकडे दुर्लक्ष करणारा आहे.

बायबलमध्ये परत परत सांगितले आहे, की ''ईश्वराला घाबरले पाहिजे.'' म्हणजे आपण एखाद्या भित्र्यासारखे त्याच्या क्रोधाला घाबरून दूर कोपऱ्यात अंग चोरून बसावे, असा याचा अर्थ नाही. उलट आपल्यासाठी ती एक अशी संधी आहे, ज्याची महानता अनुभवताना त्याच्याविषयी नम्रता व आदरभाव बाळगावा. बायबलमध्ये असे पण म्हटले आहे, ''ईश्वर म्हणजे प्रेम'' याचाच अर्थ, तो आपल्यावर प्रेम करतो, हे आपण कधीही विसरू नये. त्याने त्याच्या पुत्राला आपल्यासाठी पृथ्वीवर पाठविले आहे, तेही सुळीवर प्राण देण्यासाठी! तेव्हा एक लक्षात ठेवावे, की तोही आपल्यावर तेवढेच प्रेम करतो.

तो तुमच्या प्रतीक्षेत आहे. तेव्हा त्याला तुम्हाला 'सावरू' द्या. तो तुम्हाला शारीरिक स्वास्थ्य देणार नाही. पण तुमचे हृदय आनंद, प्रेम, शांती यांनी ओतप्रोत भरून टाकेल. तो तुमची प्रार्थना ऐकत असतो. त्यामुळे तुम्ही प्रार्थना करीत राहा. तुमच्या प्रार्थनेला जरी तुमच्या इच्छेप्रमाणे प्रतिसाद मिळत नसेल पण तरीही त्याचे 'असणे', त्याचे अस्तित्व पुरेसे आहे.

जीवनात जर तुमच्या मनासारखे काही घडत नसेल तर प्रार्थना करत राहा. ईश्वराला विचारा, 'त्याला तुमच्याकडून काय अपेक्षित आहे?' तुम्हाला मनोआरोग्य देण्याची संधी द्या. त्याला माहीत आहे तुम्ही आणि मी परिपूर्ण नाही. तरीही त्याला अंत:करणात स्थान द्या.

ईश्वराची कृपा आणि प्रेम तुम्हाला शांती मिळवून देते. तुम्ही त्याच्या कृपेस पात्र नाही, हे तुम्हाला कोणी सांगितले? माझा सल्ला आहे, की तुम्ही आणखी कुणाला तरी विचारा! तुमच्या स्वर्गीय पूर्वजांना प्रार्थना करा. त्यांचे स्नेह आणि प्रेम मिळवा. शक्य असेल तर माझ्या जीवनकहाणीपासून प्रेरणा घ्या. पण लक्षात ठेवा, धीराने घ्या. तुम्ही नक्कीच तुमच्या नैराश्यातून बाहेर याल व आशेचा किरण तुम्हाला दिसेल. कदाचित तुम्हाला हे समजणे कठीण जात असेल, की ईश्वर तुमच्यावर कशा प्रकारे

प्रेम करतो? बायबलमध्ये जॉबला त्याच्या संघर्षमय काळात व दु:खात हीच समस्या आली होती. तो म्हणतो, ''मी पूर्वेकडे जातो तेव्हा तेथे तो नसतो. मी पश्चिमेकडे जातो तर तेथेही तो नसतो. तो उत्तरेत क्रियाशील असतो पण मला दिसत नाही. तो दक्षिणेकडे वळतो पण मी त्याची एखादीही झलक पाहू शकत नाही.''

मात्र जॉबला नंतर जाणीव झाली, ईश्वराचे प्रेम तर सतत आपल्याबरोबरच असते. ईश्वराला आपण पाहू शकत नाही, हे त्याने मान्य केले. त्याने म्हटले आहे, ''ईश्वराला माझा मार्ग माहीत आहे, त्याने माझी परीक्षा घेतली तेव्हा मी सोन्यासारखा उजळून निघालो.''

तुमचा भूतकाळ कसाही असो किंवा कितीही दु:ख सहन केलेले असो, तुम्ही ईश्वराच्या अस्तित्वावर विश्वास ठेवा. ईश्वर त्याच्या कृपेने तुम्हाला नक्की सावरेल. जिनीला शेवटी हे समजलेच. कारण तिने ईश्वराकडे एक भयप्रद प्रतिमा म्हणून पाहणे सोडून टाकले. जेव्हा जिनीने माझे 'लाइफ विदाऊट लिमिट्स' हे पहिले पुस्तक वाचले, तेव्हा तिला या गोष्टीतील 'तथ्य' समजण्यास मदत झाली. म्हणून तिने मला धन्यवाद दिले. मी तिच्या मनोस्वास्थ्यासाठी एक कारण ठरलो त्यामुळे मी कृतज्ञ आहे. जेव्हा ती मला म्हणाली, 'स्वत:वर किंवा परिस्थितीवर हसण्याचे बळ वा क्षमतेची किल्ली मी तिला सोपवली आहे.' तेव्हा मला आश्चर्य याचे वाटले. तिला ते योग्य वाटले व ते तिने लगेच स्वीकारले. माझ्या जीवन कहाणीत तिने प्रभूचे हास्य अनुभवले, असे तिने मला सांगितले. ती म्हणते, 'मी आता ईश्वराच्या निकट येऊ शकते, कारण त्याने मला हसवले आहे. माझे मन आता शांत झाले आहे. जरी फारसे काही बदलले नसले तरी माझ्या मनाला शांती मिळाली आहे. जिनीप्रमाणे तुम्हीही ईश्वरावर विश्वास ठेवायला शिका म्हणजे संकटे आली तरी तुमच्या मनालाही शांती लाभू शकते. एकामागून एक येणाऱ्या प्रत्येक समस्येवर तुम्ही मात करू शकाल.

तुम्ही एकटे नाही

मी लहान असताना जेव्हा आत्महत्येचा विचार करत होतो, तेव्हा मी एक चूक केली होती. या धोकादायक, भयंकर विचारांना स्वत:पुरतेच मर्यादित ठेवले. मी खूप उदास आणि निराश होतो. माझा ईश्वरावर राग होता. मला वाटायचे, माझे दु:ख कोणीच समजून घेत नाही. माझे नकारात्मक विचार मी माझ्या मनातच ठेवले. कारण मला नेमके हे कळत नव्हते, अशा दुर्दैवी घटना या नकारात्मक विचारांमुळेच घडतात.

अर्थात मी एकटा नव्हतो तर माझ्या प्रियजनांच्या प्रेमाच्या बंधनात गुरफटलेला होतो. जेव्हा मी जीव देण्याचा विचार केला होता, तेव्हा त्यांच्याविषयीच्या प्रेमानेच मला त्यापासून रोखले होते. त्यांना दुखवायचे व त्यांच्यावर अपराधीपणाची भावना लादायची हा विचार माझ्या सहनशक्तीच्या पलीकडे होता.

जेव्हा माझ्या आईवडिलांना माझ्या आत्महत्येच्या विचाराविषयी समजले, तेव्हा त्यांनी पटकन सावधगिरीचे पाऊल उचलले. खरे म्हणजे पाच वर्षांत त्यांना ही गोष्ट कळली नव्हती, की मी यापूर्वीही एकदा जीव देण्याचा प्रयत्न केला होता. त्या रात्री मी माझे तोंड बराच वेळ बाथटबमध्ये बुडवून ठेवले होते. नंतर मी बाहेर काढले. मी माझ्या भावाला ॲरोनला एकदा म्हणालो, 'मी कदाचित २१व्या वर्षीच मला स्वत:ला संपवून टाकले असते. कारण मला आईवडिलांवर ओझे होऊन जगायचे नव्हते.' त्याने लागलीच आईवडिलांना ही गोष्ट सांगितली. पण त्यांनी समंजसपणे काही विशेष प्रतिक्रिया दाखविली नाही. उलट मला माझा परिवार माझ्यावर किती प्रेम करतो हे समजावून सांगितले. माझी आई व माझा परिवार मला 'ओझे' समजत नव्हता हेदेखील सांगितले. माझ्या मनावरचे निराशेचे ढग निघून गेले पण तरीही मन कधीतरी उदास व्हायचे. त्यानंतर माझ्या मनात आत्महत्येचा विचार कधी आलाच नाही. आणि आता तर माझ्यासोबत कानाए आहे. तिला एक क्षणही सोडून राहण्याचा विचार मी स्वप्नातही करू शकत नाही. मी नशीबवान आहे, मला आयुष्यात भरपूर प्रेम मिळाले. ज्या लोकांनी स्वत:ला नुकसान करून घेतले किंवा आत्महत्येचा विचार केला, त्यांना कदाचित त्यांच्या कुटुंबीयांचे किंवा मित्रांचे प्रेम, सहकार्य मिळाले नसावे.

तुम्हीसुद्धा अशा परिस्थितीतून जात असाल तर एक लक्षात ठेवा, तुम्ही कधीच एकटे नसता! आपल्यापैकी कोणीही कधी एकटे नसते. तुमचा ईश्वर तुमच्यासोबत आहे. त्याच्या मदतीची आस धरा. तुमच्या आध्यात्मिक गुरूंशी बोला. मग तो कुणी का असेना, पादरी, मिनिस्टर, पुरोहित, पुजारी किंवा अशी कोणीही व्यक्ती जी तुम्हाला आध्यात्मिक आणि भावनिक स्तरावर मदत करेल. तुम्ही तुमच्या उदास, निराश नि धोकादायक विचारांशी एकटेच झुंजत बसू नका. जर तुमच्याजवळ तुमचे दु:ख वाटून घेण्यास परिवारातील सदस्य अथवा मित्र नसेल तर एखादा स्थानिक डॉक्टर, नर्स, हॉस्पिटल, स्कूल किंवा मानसिक स्वास्थ्य विभाग वगैरेंच्या माध्यमातून तुमच्या मदतीसाठी कुणालातरी शोधा. मानसिक रोगतज्ज्ञांचा सल्ला किंवा आत्महत्येपासून परावृत्त करणाऱ्या अशा अनेक संस्था 'ऑनलाइन' पण उपलब्ध

आहेत. तेथून तुम्हाला निश्चितच मदत मिळू शकते. हालने मला असेच शोधून काढले, याचा मला आनंद वाटतो. हाल माझ्यासारखाच वागला होता. आपल्या दु:सह कठीण परिस्थितीत स्वत:ला सगळ्यांपासून दूर करून तो उदास व एकाकी झाला होता. मात्र नंतर त्याला त्याच्या वागण्याचा पश्चात्तापही झाला होता.

''मी कोणालाही काही सांगितले नाही, ही माझी सर्वांत मोठी चूक होती,'' असे त्याने त्याच्या इमेलमध्ये लिहिले. ''जर मी या त्रासांविषयी इतरांशी विश्वासाने बोललो असतो, तर माझ्या या अस्थायी समस्येसाठी कायमस्वरूपी उपाय किंवा मदत मागण्याचे धैर्य मला मिळाले असते.''

हाच तर महत्त्वाचा मुद्दा आहे, की तुमचे दु:ख, त्रास किंवा निराशा हे सर्व कायम राहणारे नाहीत. तुम्ही माझ्या जीवनाकडे पाहिलं तर समजेल, तुमच्याही जीवनात नाट्यमय रीतीने अचानक बदल होऊ शकतो. तुम्हाला जर वाटत असेल तुमचे जीवन त्रासदायक आहे, मग येणाऱ्या चांगल्या भविष्याला जाणण्यासाठी तुम्ही धीर धरणार नाही का? मी लहान होतो, तेव्हा कधीही अशी कल्पना केली नव्हती, की पुढे एवढे अद्‌भुत अनुभव व प्रेमळ स्नेहीजन माझी वाट बघत आहेत. ईश्वर तुमचेही चांगले करण्याच्या मार्गावर असतो.

सुदैवाने हालजवळ आपल्या आत्महत्या करण्याच्या प्रवृत्तीशी लढा देण्याचा समंजसपणा होता. त्यासाठी त्याने 'इंटरनेटेची मदत घेतली. जो सर्वांसाठी चांगला मार्ग आहे. अर्थात इंटरनेटचा वाईटही उपयोग होऊ शकतो. पण तुम्ही त्याचा कसा उपयोग करून घेता यावर सर्व अवलंबून असते. त्याला त्याच्या आईकडून इमेल आले होते. तिने ओळखले होते, की हालला प्रेरणेची गरज आहे. (अजून तर खूप दूर जायचे आहे हाल! हालची मॉम आणि त्यानी जे मला इमेल पाठवले होते त्याचे सुंदर आणि साधे शीर्षक होते 'व्वा!' (Wow!)

माझा व्हिडीओ पाहिल्यानंतर त्याने ते इमेल लिहिले होते. तो अक्षरश: रडला होता. नंतर त्याने स्वत:लाच असंख्य प्रश्न विचारले. आणि या निकषावर पोहोचला, की 'मी माझ्या प्राणाचे रक्षण केले पाहिजे. स्वत:चे जीवन चांगले करण्यासाठी येणाऱ्या बदलांचे स्वागत केले पाहिजे. मी एवढा स्वार्थी का झालो? यावर आत्महत्या हे एकच उत्तर आहे असा का विचार केला? माझ्याजवळ प्रेमळ कुटुंब आहे. खाणेपिणे, कपडालत्ता सगळे मुबलक आहे. मी युनिव्हर्सिटीचा विद्यार्थी आहे. मी स्वत: असे शिक्षण घेत आहे, जे लोकांसाठी 'स्वप्न' असते. मी प्रेमसंबंधात पण

गुंतलेलो आहे. अनेक अद्‌भुत अनुभव घेतलेले आहेत... मग मी या सर्व चांगल्या गोष्टींना का विसरलो? 'निक'नी माझ्यासाठी एक चांगले केले ते म्हणजे त्याने मला आठवण करून दिली, की जीवन हा सुंदर 'उपहार' आहे. ती एक सुविधा आहे, आपला 'अधिकार' नाही.'

हालने शेवटी जे म्हटले, ते मला खूप आवडले, ''मी धार्मिक माणूस कधीच नव्हतो पण चमत्कारांवर विश्वास ठेवतो आणि मी जो कुणी आहे तो यामुळेच!'' असे त्याने लिहिले होते.

मी जेव्हा ही कहाणी सांगतो, तेव्हा भावुक होतो. मी हे येथे एवढ्यासाठी सांगितलं आहे, की तो माझ्या एका व्हिडीओशी जोडला गेला आहे. आता तुम्ही विचार करा, एकेकाळी मीसुद्धा त्याच परिस्थितीत होतो. ज्यातून हाल गेलेला आहे. माझा आत्महत्येचा प्रयत्न सफल झाला असता तर मी तो व्हिडीओ कधीच केला नसता. तो पाहून हालला आपल्या नैराश्यातून बाहेर येण्यास मदत झाली होती. आता हेही लक्षात घ्या, की हालमुळे कितीतरी लोकांचे कल्याण होऊ शकते. या पुस्तकातील त्याची कहाणी वाचून कितीतरी लोकांना धडा व प्रेरणा मिळू शकते. आज त्याचे जीवन किती सार्थक झाले आहे, याची त्याने कल्पनाही केली नसेल. तुमच्या बाबतीतही असे घडू शकते. ईश्वराने तुमच्यासाठी काय काय योजिले आहे, याची तुम्हीदेखील कल्पना करू शकत नाही. जर तुमच्या मनात स्वतःला नुकसान करून घेण्याचे किंवा आत्महत्येचे विचार आले तर तुम्हीही हाल आणि माझ्याप्रमाणे प्रयत्न करा. आस्था आणि विश्वास मनात दृढ असू द्या, सर्वकाही ईश्वरावर सोपवा. हिब्रु बायबलचे हे प्रार्थनागीत माझ्यासाठी शक्ती व प्रेरणा देणारे आहे.

तू माझे शरणस्थान, परमश्रेष्ठाला तू मानले आपले धाम ।

आता तुझे न होणार काहीही नुकसान ।।

मदतीचा हात

हालने मला परत एकप्रकारे आठवणच करून दिली आहे. तुम्ही ज्या गोष्टीसाठी प्रार्थना करत असता, त्याबाबतीत काही चमत्कार घडला नाही तर तुम्हीच इतरांसाठी चमत्कार ठरणे हे अधिक चांगले. तुम्ही तुमच्या आत्महत्येच्या कृती-प्रवृत्तीतून बाहेर आला असाल, तर मी तुम्हाला गरजू लोकांपर्यंत कसे पोहोचावे यासाठी प्रेरित करू इच्छितो. त्यांना त्यांच्या संकटांचा सामना करण्यास मदत करा, ज्या संकटांचा सामना तुम्हालाही करावा लागला होता.

अशी शक्यता असू शकते, की तुमची कोणी परिचित व्यक्ती उदास आणि निराश आहे. मग ती तुमच्या कुटुंबातील असो, मित्र असो किंवा तुमच्या बरोबर काम करणारी सहकारी असो. त्याच्या खांद्यावर दिलासा देणारा आश्वासक हात ठेवावा. तुम्ही एवढे तर नक्की करू शकता. म्हणजे त्याला समजेल, की त्याच्या कठीण काळात तो एकाकी नाही. पुष्कळदा नात्यांमध्ये दरी, आर्थिक विवंचना, गंभीर रोग किंवा असफलता, म्हणजे नोकरी जाणे, परीक्षेत अपयश, भयानक अपघात, युद्धसदृश परिस्थिती वगैरे गोष्टींमुळे आत्महत्येचे विचार मनात येतात. प्रिय व्यक्तीचा वियोग किंवा मृत्यूही आत्महत्येस कारणीभूत ठरतात. बायबलमध्ये पॉलच्या म्हणण्यानुसार, 'आपल्या कष्टाची तुलना चांगुलपणा किंवा यशाशी होत नाही, तर ती 'त्याच्या' माध्यमातून प्रदर्शित होणार असते.' जर कोणी व्यक्ती, 'निक'सारखा मनुष्य असं करत असेल तर मीही करू शकतो, असं म्हणतो. तेव्हाच अपंग म्हणून केलेल्या माझ्या संघर्षाचे सार्थक होईल. आपण एकमेकांसाठी 'उपहार' आणि 'चमत्कार' दोन्हीही होऊ शकतो. याचे मूर्तिमंत रूप म्हणजे आशेचा किरण तेथे सदैव जागृत असतो.

खरे म्हणजे इतरांच्या मनात काय चाललेय, हे आपल्याला कळत नाही. पण बरेचदा समोरची व्यक्ती आत्मविनाशाच्या काठावर उभी आहे, याचा आपल्याला संकेत मिळतो. त्यावरून आपल्याला कळू शकते, की जर असे काही आढळले तर माझी तुम्हाला विनंती आहे, त्या व्यक्तीला गरज असेल तर तुम्ही मदतीसाठी नेहमी तयार असावे.

तज्ज्ञांच्या मते काही विशेष प्रकारची लक्षणे वा व्यवहार जर व्यक्तीमध्ये आढळला तर ती व्यक्ती गंभीर समस्या किंवा नैराश्याची शिकार झालेली आहे, असे समजावे. कदाचित ती आत्महत्येच्या प्रवृत्तीनेही ग्रस्त असू शकते. यात खालील लक्षणे सामील आहेत.

* खाणेपिणे आणि झोपण्याच्या क्रियेत अचानक बदल.
* परिवार, मित्र आणि नेहमीच्या व्यवहारापासून दूर जाणे.
* हिंसक वृत्ती, विद्रोही किंवा पळपुटा व्यवहार.
* स्वत:ची उपेक्षा.
* व्यक्तिमत्त्वात बदल.

* सतत निरसतेची जाणीव, लक्ष एकाग्र होण्यास त्रास, अभ्यासावरील लक्ष उडणे.
* शारीरिक तक्रारी, पोटात, डोक्यात दुखणे, थकवा वाटणे.
* आवडीच्या गोष्टींपासून 'विन्मुख' होणे.
* पुरस्कार वा प्रशंसेविषयी असहनशीलता.
* आवडीचे सामान फेकून देणे किंवा दुसऱ्यांना देऊन टाकणे.
* अचानक उदास, अचानक आनंदित होणे.

याशिवाय इतरही लक्षणे आहेत. मात्र या लक्षणांनाच प्रमाणभूत मानले नाही तरी आपली कोणी परिचित व्यक्ती या स्थितीत दिसली तर तिला सांभाळून घेतले पाहिजे. अशी व्यक्ती 'जीवन नरक आहे... वाईट आहे... सगळे जगच माझा द्वेष करते... मी सगळ्यांकडून नाकारला गेलो आहे... मला आता काही सहन होत नाही...' वगैरे सतत नकारात्मक बोलत असते.

खरे मित्र

बऱ्याच वेळा उदासीनता किंवा नैराश्याने ग्रस्त लोक आपल्या समस्यांबद्दल बोलू इच्छित नाहीत. अशा वेळेस तुम्ही तुमच्याकडून कुठलीही जबरदस्ती करू नये. पण संवादाचा मार्ग मात्र मोकळा असावा. फक्त सल्ला देऊ नये किंवा विनाकारण स्वत:चा निर्णय त्यांच्यावर लादू नये. फक्त त्यांच्या अवतीभवती राहावे. त्यांच्याबरोबर हिंडा फिरा, तुम्ही त्यांची पर्वा करत आहात, हे त्यांना समजू द्या! या गोष्टींनी खूप फरक पडतो.

केटने मला इमेलद्वारा कळविले होते. माझ्या एका भाषणाच्या दरम्यान मी तिच्या मैत्रिणीला मदत करण्यात सफल झालो होतो. केटने पण तिच्या मैत्रिणीला अशा वेळी साथ दिली, जेव्हा साथ देणे सोपे नव्हते. तिने सांगितले की, ती व तिची मैत्रीण हायस्कूलला गेले तेव्हा अचानक तिची मैत्रीण रस्ता भरकटली. ती नैराश्याची शिकार झाली होती. स्वत:लाच हानी करून घेत होती. तिने आत्मविश्वास गमावला होता. आणि सर्वांत कठीण गोष्ट ही होती की, मला तेव्हा त्याबद्दल काहीच माहीत नव्हते...' केटने लिहिले होते.

नैराश्याने घेरलेल्या व्यक्तीच्या कुटुंबीयांना किंवा मित्रांना ते स्वत:ला अशी ते का हानी करून घेतात, हे कळत नसते. कदाचित निराशाग्रस्त लोकांच्या

अंत:करणातील दु:ख एवढे तीव्र असते, की इतरांबरोबर ते वाटूनही घेऊ शकत नाही. केटच्या एका गोष्टीने मात्र मी प्रभावित झालो, ती म्हणजे केटला तिच्या मैत्रिणीच्या भावना व कृती दोन्हीही समजत नव्हत्या. पण तरीही ती तिच्याशी एकनिष्ठ होती, जरी तिला तिच्याकडून उपेक्षाच मिळत होती.

''त्या काळात माझ्याकडून मी तिला तिच्या नैराश्यातून बाहेर काढण्याचा सतत प्रयत्न करत होते. कारण मी स्वत: आनंदी वृत्तीची व उत्साहाने जगणाऱ्यांपैकी होते. आणि त्यामुळेच तिला माझी साथ नको होती. पण मी माझा प्रयत्न चालू ठेवला.'' केटने लिहिले होते.

त्या वर्षी तिच्या मैत्रिणीने दोनदा आत्महत्येचा प्रयत्न केला होता. केटला खूप वाईट वाटत होते. तिच्या मैत्रिणीला वाटायचे, या जगात जगण्यासारखे काही उरलेले नाही. मात्र तिच्या दुसऱ्या प्रयत्नांनंतर मला वक्ता म्हणून तिच्या शाळेत जाण्याची संधी मिळाली.

''मी तिच्या जवळच बसले होते. तिने क्षणभरही तुमच्यावरची नजर काढली नाही. तुम्ही जे सांगत होता ते तिच्या अंत:करणाला भिडले असावे. कारण तुमच्या भाषणाच्या वेळी ती हसली होती. अगदी मनापासून होते ते हास्य! किती दिवसांनी एवढे 'दिलखुलास' हसली!'' केटने इमेलमध्ये लिहिले होते. ''जेव्हा कार्यक्रम संपला तेव्हा तिला तुम्हाला मिठी मारून भेटायचे होते. आणि तिने तसे केलेही! तुम्ही त्या रात्री तेथून निघून गेल्यावर ती म्हणाली, तुम्ही तिच्या मनात ईश्वराविषयी विश्वास आणि आस्था रुजवली.''

खरे म्हणजे बऱ्याच वेळा उदासीनता व निराशेने घेरलेल्या आपल्या मित्रांना किंवा कुटुंबातील सदस्यांना साथ देणे सोपे नसते. जणू तुमच्या प्रामाणिकपणाची ती कसोटीच असते. तुम्ही दुखावलेही जाऊ शकता. तुम्हाला असेही वाटू शकते, की समोरची व्यक्ती तुमच्याकडे दुर्लक्ष करत आहे. लोकांनी तुमच्याशी वाईट वागावे, असे मला कधीच वाटणार नाही. पण तसे घडत असेल तर एक विशिष्ट अंतर ठेवूनच तुम्ही मदत करण्याचा प्रयत्न करावा. कदाचित त्यांची समस्या ऐकून घेणे व त्यांना प्रेमाने दिलासा देणे एवढेही पुरेसे असते. किंवा त्यांना स्मरण करून द्या, की ते एकटे नाहीत. जगात त्यांचे मोल आहे आणि लोक अजूनही त्यांची पर्वा करतात.

तुम्हाला जर वाटत असेल काही व्यक्तींना तुम्ही सावरू शकत नाही, त्यांना सावरणे हाताबाहेरचे आहे, तर तुम्ही एखाद्या मार्गदर्शकाची किंवा सल्लागाराची मदत

घ्यावी. तो सल्ला हॉस्पिटल, चर्च, स्वास्थ्यकेंद्रातून, भरवश्याचा असावा. अनेक ठिकाणी अशा लोकांची काळजी घेणाऱ्या संस्था असतात. त्यांना मदतीसाठी विनंती करावी.

लोकांपर्यंत पोहोचा

तुम्हाला जर तुमच्या परिचितांमध्ये कुणी स्वत:ला हानी करून घेण्याच्या प्रवृत्तीत गुंतलेला आहे असे आढळले तर त्यासाठी तज्ज्ञांची मदत घ्या, अशी माझी तुम्हाला विनंती आहे. जर ती व्यक्ती तुमच्याशी बोलू इच्छित असेल तर तुम्ही जरूर बोला. ही खूप दिवसांपूर्वीची गोष्ट आहे. एकदा मी एका चर्चमध्ये लोकांसमोर बोलत होतो. त्यानंतर मला खूप थकवा जाणवला. त्यामुळे मला घरी जायचे होते. मला भूकपण लागली होती. बाहेर खूप थंडी होती. मी जेव्हा आमच्या कारमध्ये बसायला निघालो तेव्हा बाहेर उघड्या जागेवर एक मुलगी बसलेली दिसली. तिने मान खाली घातली होती, असे वाटत होते, की ती रडत असावी. खरंतर त्या क्षणी मला गरम गरम जेवण आणि आराम हवा होता. पण ईश्वराने माझ्या मनाला जणू स्पर्श केला व तिच्याकडे जाण्याचा संकेत दिला.

तिचे नाव नताले होते आणि त्या क्षणी ती आत्महत्येचा विचार करत होती. चौदा वर्षांची ती मुलगी घरातून पळून आली होती. कोणीतरी अनोळखी व्यक्ती तिला येथे सोडून गेला होता. मी तेथे भाषण करण्यासाठी आलो होतो हा योगायोगच नव्हता का? ईश्वराने परत मला एकदा जाणीव करून दिली, की त्याने अनेक वर्षांपूर्वी मला आत्महत्येपासून परावृत्त का केले होते!

नतालेने माझ्यासमोर आपले मन मोकळे केले. तिला वाटत होते, तिच्या आयुष्याला आता अर्थच उरला नाही. ती एवढी उदास होती, की तिला जीव द्यावा असे वाटत होते. मी तिच्या व्यवहाराविषयी कोणतीही शंका प्रगट केली नाही. फक्त तिची समस्या सोडविण्यासाठी तिला माझी कहाणी ऐकवली. तिला सांगितले, मी लहान होतो तेव्हा दु:खाने, त्रासाने व्यथित होतो पण तरीही मी माझे सर्वस्व जिझसवर सोपवले. त्याने वेळ येताच मला योग्य मार्ग व माझ्या जीवनाचे प्रयोजन माझ्यासमोर प्रदर्शित केले. मी तिला म्हणालो, 'एकवेळ अशी होती, की माझीही स्थिती तुझ्यासारखीच होती. पण त्यानंतर माझे जीवन कायमस्वरूपी बदलून गेले.'

माझे बोलणे तिच्या हृदयाला भिडले. नतालेला त्या क्षणी अशा साथीदाराची गरज होती, जो तिचे म्हणणे समंजसपणे ऐकून घेईल. चूक काय आणि बरोबर काय हे तिला न सांगता तिची निंदाही करणार नाही. मी तिला सांगितले, की माझ्याप्रमाणे

तीही दु:खाला आनंदात बदलू शकते. मी तिच्याबरोबर प्रार्थना केली. चर्चच्या पाद्री व कर्मचाऱ्यांनीही तिच्याशी बोलून आईवडिलांकडे परत जाऊन नव्याने जीवन सुरू करावे म्हणून तिला सहकार्य केले.

आज नताले स्वत:ला नुकसान करण्याच्या वा आत्महत्येसारख्या घातक विचारांपासून फार दूर आहे. 'लाइफ विदाउट लिमिट्स'च्या वेबसाईटवर 'पासिंग ऑन द टॉर्च'मध्ये आम्ही तिचा व्हीडिओ दाखवला. आता तुम्ही कल्पना करू शकता, मला किती धन्य आणि कृतज्ञ वाटले असेल. त्यादिवशी मी सरळ गाडीत बसून घरी निघून आलो नाही तर ईश्वराने मला नतालेकडे पाठवले; कारण मी आस्थेच्या, विश्वासाच्या बळावर कर्म करावे म्हणून! व तिलाही तसे करण्याची प्रेरणा द्यावी. जर तुम्हालाही अशी व्यक्ती भेटली, जी अशाच परिस्थितीत स्वत:शी झगडत असेल तर तुम्ही तिला दिलासा द्यावा. तुम्हाला जमत नसेल तर योग्य मार्गदर्शकाकडे त्या व्यक्तीला पोहोचवावे. लक्षात ठेवा, तुम्ही पण इतरांसाठी 'चमत्कार' बनू शकता. जो एका वरदानापेक्षा निश्चितच कमी नसेल. किती महान वरदान आहे हे!

मला चिंता या गोष्टीची वाटते, की नतालेसारखे आणखी कितीतरी लोक असतील, ज्यांना मदत मिळत नाही. या भांबावलेल्या पिढीला स्वत:ला हानी करून घेण्याशिवाय दुसरा कोणताही मार्ग दिसत नाही. कारण त्यांच्याकडे कर्माविषयी आस्था आणि विश्वास नसतो. बर्ना ग्रुपच्या संशोधनानंतर असे दिसून येते, की जवळजवळ पाचजणांपैकी तीन ख्रिश्चन (५९ प्रतिशत) लोक वयाच्या १५ वर्षांनंतर चर्च जीवनापासून पूर्णपणे दूर गेले किंवा काही काळासाठी तरी निश्चित.

मी त्यांना परत ईश्वराशी जोडू इच्छितो. कारण ईश्वराने मला अशा तरुण पिढीपर्यंत पोहोचण्याची तीव्र इच्छाशक्ती दिली आहे. माझ्या पिढीला येशू ख्रिस्ताकडे वळविण्याचे आव्हान देण्यास मी वचनबद्ध आहे. शिवाय येशू ख्रिस्ताविषयीच्या माझ्या भावनाही मला त्यांच्यापर्यंत पोहोचवायच्या आहेत. माझे 'लक्ष्यच' हे आहे, की दररोज कमीतकमी एक व्यक्ती तरी प्रभूच्या प्रकाशात उजळून निघावी. अशा प्रकारे ही शृंखला वाढतच जावी. मी याला 'पासिंग टॉर्च' म्हणतो. म्हणजेच 'दिव्याने दिवा लावणे!'

जिझसने म्हटले आहे, 'तुम्ही जगाचा प्रकाश आहात. तुमच्या प्रकाशाने दुनिया उजळू दे! म्हणजे तुमची चांगली कामे जगाला दिसतील. स्वर्गस्थ पिताही तुमच्या कामाची प्रशंसा करेल. मला मनापासून वाटते, तुम्ही गरजू व्यक्तीला मदत करण्याची

संधी कधीच गमावणार नाही. बऱ्याच वेळा काही लोकांकडे पाहून वाटते ते खूप कठोर असावेत. त्यांच्या हृदयापर्यंत तुम्ही पोहोचणे अवघड वाटते. पण खरंतर त्यांनाच तुमची जास्त गरज असते.

जिझसने श्रीमंत किंवा चांगल्या लोकांची वकिली केली नाही. उलट ते अपराधी किंवा पापी लोकांजवळ गेले व त्यांना मुक्तिमार्ग दाखवला. मी शाळा किंवा जेलमध्ये जेव्हा भाषणे देतो, तेच लोक अतिशय मनोभावे माझ्या संदेशाचे उत्तर देतात, जे आधीच आपल्यापासून दूर झालेले असतात. थोडे विचित्र दिसणाऱ्या माझ्यासारख्या व्यक्तीच्या तोंडी ईश्वराविषयी ऐकून तेही त्याच्या बाजूने होतात.

मात्र जीना ही अशी मुलगी होती, जिला कोणाचीही मदत नको होती. पण खरे म्हणजे तिलाच त्याची नितांत गरज होती. जिनाने तिची कहाणी मला भावुक इमेलने कळवली. तिचे बालपण अतिशय कष्टात गेल्याचे तिने वर्णन केले आहे. ''मी माझी भावनात्मक कोमलताच हरवून बसले आहे. मी स्वत:च माझ्याभोवती एक अदृश्य कुंपण घालून घेतले आहे, सर्वांपासून दूर झाले आहे.'' म्हणजे वयाच्या बाराव्या वर्षी तिने स्वत:ला सर्वांपासून अलिप्त केले होते.

सैतान माझ्या कानात सारखे सांगत असतो. या जगात 'दु:ख' ही एकच गोष्ट सत्य आहे. मी त्यावरच विश्वास ठेवला. माझ्या मनातील दु:खाला दु:खानेच मारायचे ठरवले आहे. मला वाटत होते मी अशी दु:खावर मात करू शकते. तिने लिहिले होते, ''मी चार वेळा स्वत:ला मारण्याचा प्रयत्न केला. पण सफल झाले नाही. कारण ईश्वराला पण मी एवढ्या सहजतेने दु:खातून मुक्त व्हावे असे वाटत नसावे.''

कठोर स्वभाव, भावनिक समस्या असूनही जीना तिच्या चर्चच्या ग्रुपबरोबर राहत होती. ते तिच्यासाठी एक 'वरदान'च ठरले होते. कारण त्यातून मी तिला भेटलो होतो. तिच्या चर्चमध्ये मी भाषणास गेलो होतो.

''जेव्हा तुम्ही बोलायला सुरू केले, तेव्हा मी ते ऐकत होते. माझा स्वत:चा प्रयत्न हाच होता तुमच्या भाषणाकडे गंभीरपणे लक्ष देऊ नये. पण मला ते अशक्य झाले.'' तिने सांगितले.. बाकीच्या गोष्टी धूसर होत गेल्या. ईश्वर माझ्यावरही प्रेम करतो, असे तुम्ही मला सांगत होता. माझ्या जीवनाचे काहीतरी प्रयोजन आहे. मी परिस्थितीला बदलू शकते... मी सुंदर आहे...''

खरंतर मी त्या दिवशी एक साधा संदेश दिला होता. जो बायबलमधील आहे. पण तो त्या किशोरीच्या हृदयाला स्पर्शून गेला होता.

तुम्ही सांगत होता, जर तुम्ही आतूनच तुटलेले असाल, तर बाहेरूनही पूर्ण असण्याचा काही उपयोग नाही. त्याच वेळेस माझ्या अंत:करणाच्या अवतीभवती असणाऱ्या सगळ्या भिंती ढासळत गेल्या.'' जीनाने इमेलमध्ये लिहिले. ''तुम्ही जे सांगितले त्यानंतर एकेक वीट पडत गेली. माझा संपूर्ण चेहरा अश्रूंनी भिजला. मी एकदम उत्साहित होऊन उठले. जेव्हा माझी प्रार्थना संपली तेव्हा सगळ्या शृंखला तुटून पडल्या व मी मुक्त झाले.''

पुढे जीनाने म्हटले, ''तुमच्या साध्या शब्दांनी माझ्या मनात जगण्याची आस निर्माण झाली. अचानक मी सगळे करू लागले. मी जीवन जगू शकत होते. आता मी 'खास' झाले होते. माझ्या जीवनाचा शेवटचा दिवस का असेना, पण मला हिंमत मिळाली होती किंवा आता तो फार दिवसांनी उगवलेला पहिला दिवस होता. मला त्या दिवशी हरायची इच्छा नव्हती... तुम्ही माझ्यापर्यंत आला. माझ्या हाताला स्पर्श केला नाही पण माझ्या वडिलांप्रमाणे तुम्ही माझ्या अंत:करणाला स्पर्शिले आहे. माझे डॅडी मला कधीही दुखवत नव्हते. मी जशी आहे त्याच स्वरूपात त्यांनी माझ्यावर प्रेम केलं आणि माझ्या गुणदोषांसकट माझी प्रशंसा केली.''

जीनाने खूप त्रासदायक अनुभव घेतले होते. पण मला आज आनंद वाटतो, की ती तिच्या विश्वास आणि आस्थेच्या बळावर दृढ आहे. आता ती आपल्या मनाचे ऐकते.

अजून सगळे ठीक नाही, पण मला याचा आनंद वाटतो, की मी आता योग्य मार्गावर आहे. मला वाटते, भविष्यात मीही स्वत:च्या अनुभवांना साक्षी ठेवून सर्वांसमोर येऊ शकेन. मी पण लोकांना सांगू शकेन, की ते एकटे नसतात. त्यांच्याही जीवनाचे प्रयोजन आहे. त्यांच्यावरही कोणीतरी प्रेम करणारे आहेच. तुम्ही मला सर्वांत मोठी गोष्ट दिली ती म्हणजे आशा!

जर तुम्ही पण जीनासारखे भावनिक समस्यांचे शिकार झालेले असाल तर तिने लिहिलेले लक्षपूर्वक वाचा. विश्वास व आस्थेनुसारच चालत राहा. जर तुम्हीही अशा भावनिक पीडेशी झुंजणाऱ्या व्यक्तीला ओळखत असाल आणि ती व्यक्ती आत्म विनाशक प्रवृत्तींनी घेरलेली असेल, तर त्या व्यक्तीपर्यंत जाऊन पोहोचा. 'आशेचा' एक छोटासा संदेश पण त्या व्यक्तीसाठी 'चमत्कार' घडवू शकतो. शिवाय ईश्वराच्या एका संतानाचे तरी तुम्ही प्राण वाचवू शकता.

निक वुईचिक पत्नी कानाए बरोबर

7

अन्यायाशी लढा

माझा मित्र डॅनियलची भेट होणं म्हणजे माझ्या आयुष्यातील एक सुखद क्षणच आहे. मी 'लाइफ विदाउट लिमिटस्'मध्ये लिहिले आहे, की लाँगबीचच्या क्रिस आणि मॅट्रीनेझने त्यांच्या एकोणीस महिन्यांच्या मुलाला २००८साली चर्चमध्ये आणले होते, जेथे मी भाषण करत होतो. गर्दीमध्ये ते दोघे खूपच मागे उभे होते पण क्रिसने त्याच्या हातातील छोट्या डॅनियलला हवेत असे उंच धरले होते. त्यामुळे मला ते बाळही माझ्यासारखेच 'हातापायाविना' जन्मले होते हे लगेच दिसले.

प्रथमच मला माझ्यासारखी व्यक्ती दिसली, जिला माझ्यासारखेच 'हातपाय' नव्हते. भेटल्यानंतर काही वेळ आम्ही भावुकपणे बोललो, ज्यायोगे मॅट्रिनेझ कुटुंबाचे व माझे छानच ऋणानुबंध जुळले. मला वाटत होते, त्यांची एकट्यांची भेट घ्यावी म्हणजे मी त्यांना थोडे प्रोत्साहित करू शकेन, माझे अनुभव त्यांना सांगू शकेन. काही दिवसांतच माझे आईवडील ऑस्ट्रेलियाहून आले आणि माझा आनंद द्विगुणित झाला. त्यांचेही पॅटी आणि क्रिसबरोबर छान सूत जमले.

तेव्हापासून आम्ही कायम संपर्कात आहोत. मी लहानपणी होतो त्या तुलनेने डॅनियल जास्त धीट आणि साहसी होता. तो माझ्याकडे कधी राहिला नाही. पण ईश्वराने मला त्याच्या जीवनात 'रोल मॉडेल'च्या भूमिकेत पाठविले होते. जेव्हा जेव्हा मी त्याच्याबरोबर असतो, मी स्वत:ला नशीबवान समजतो. महिन्यापूर्वी मॅट्रिनेझ कुटुंबाने सांगितले, की सध्या डॅनियल इयत्ता पहिलीमध्ये शिकत आहे. पण वर्गातील

मुले त्याला त्रास देत आहेत, त्याला चिडवतात. माझ्यासाठी ही केवढी चिंतेची 'बाब' आहे, याची आता तुम्ही कल्पना करू शकता.

ही गोष्ट खरंच अस्वस्थ करणारी आहे. मी जगात कुठेही म्हणजे चीन, चिली, ऑस्ट्रेलिया, भारत, ब्राझील, कॅनडा वगैरे ठिकाणी प्रवास करत असतो. तेव्हा तरुणवर्ग मला सांगत असतो, की ते बसेस, शाळा, मैदान किंवा ऑनलाइनवरसुद्धा इतरांच्या छळाचे किंवा हिंसेचे शिकार झालेले आहेत. आपण दररोज एखादी तरुण व्यक्ती कुणाच्या तरी छळाने आत्महत्येस प्रवृत्त झाल्याचे किंवा कुणाच्या तरी हिंसेची शिकार झालेली ऐकतो. जेव्हा मी शाळांमध्ये भाषणास जातो, तेव्हा मला आवर्जून या विषयावर बोलावयास सांगतात. कारण ही वाईट प्रथा नष्ट व्हावी आणि माझ्यासाठीही हा मुद्दा महत्त्वाचा आहे. माझ्या लहानपणी काही व्रात्य व लबाड मुले मला त्रास देत होती पण मिडिल स्कूलपर्यंत त्यातील बरेचजण माझे मित्र झाले. मात्र मन दुखविणाऱ्या अपमानास्पद घटना माझ्या बाबतीत घडतच होत्या. अशाच व्रात्य मुलांमध्ये एक मुलगा होता, ज्याचे नाव अँड्र्यु होते. मी तेव्हा तेरा वर्षांचा होतो. तो नेहमी माझ्याजवळ येताच, एक वाक्य असे बोलायचा जे ऐकायला मला लाजीरवाणे वाटायचे. तो म्हणायचा, 'तुला हे सांगण्यासाठी कोणतेही सभ्य शब्द नाहीत माझ्याकडे! त्यामुळे तुला असेच सांगावे लागते. तो जेव्हा माझ्याजवळून जायचा तेव्हा एक गोष्ट बोलायचा, 'निकच्या जवळ ... हे पण नाही...'''

साधारणत: या वयातील मुले एकमेकांशी अशा आचरट गोष्टी बोलतच असतात. त्यामुळे त्याने एक दोनदा तसे काही म्हटले असते तर मी दुर्लक्ष केले असते किंवा हसून टाळलेही असते. पण तो हा जुलूम सतत करत होता. माझ्याजवळ आधीच 'हातपाय' नव्हते आणि आणखी 'एक गोष्ट नसल्याचा' आरोप तो करत होता. या किशोरवयात कुणी त्यांच्या पौरुषत्वाविषयी शंका घेणारे टोमणे मारत असतील तर मुले जास्तच संवेदनशील होतात. अँड्र्यूचे काही मित्र त्याला साथ देत होते, त्यामुळे माझ्यासाठी ही गोष्ट जास्तच त्रासदायक होत चालली होती. इतर मुलेही त्याला काही म्हणत नव्हती. त्यामुळे तर मला काळजी वाटत होती. मला वाटायचे, कोणीतरी त्याला असे वागण्यापासून थांबवावे. पण तसे होत नव्हते. त्यामुळे माझ्या मनाला खूप त्रास व्हायचा व रागही यायचा.

तुम्ही खरे म्हणजे कधीही कुणाला, तुम्हाला टोमणे मारायची किंवा त्रास द्यायची संधी देऊ नका. पण मला माहीत आहे, हे सांगणे जरी सोपे असले तरी

कृतीत आणणे अवघड आहे. ती गोष्ट खोटी आहे हे माहिती असते तेव्हा तर मनाला खूपच यातना होतात. विशेषत: मित्र, तुमचे साथीदार तुम्हाला जो त्रास देत असतात, तो जेव्हा रोखू शकत नाही तेव्हा तर आणखी त्रासदायक होते.

मी लोकांना नेहमी एक सांगत असतो, मी 'आर्मलेस' (बिनहातांचा) आहे, पण मला 'हार्मलेस' (साधा, गरीब) समजू नका. एकदा एका मुलाने मला जोरात धक्का मारला. तेव्हा मी माझ्या डोक्याने त्याला एवढ्या जोरात मारले, की त्याच्या नाकातून रक्तच आले होते. तो माझ्यापेक्षा मोठाही होता पण हायस्कूलमध्ये खोड्या काढणारा हा मुलगा तर माझ्यापेक्षाही खूप मोठा होता. (माझ्या ऑस्ट्रेलियन मित्रांना सांगू इच्छितो, की अँड्र्यु हे मी काल्पनिक नाव दिलंय. त्यांनी त्या मुलाला शोधायचा प्रयत्न करू नये.)

मला तेव्हा हे समजत नव्हते, की ही गोष्ट कॅन्सरप्रमाणेच जीवघेणी आहे. तेव्हा मला एकच कळायचं, की त्या मुलाचे नाव घेताच माझ्या पोटात गोळा उठत होता व माझा मूड खराब व्हायचा. जवळजवळ दोन आठवडे हे सुरू होते. मग मात्र माझी सहनशक्ती संपली. सकाळी उठताच त्या मुलाचा विचार डोक्यात यायचा. एवढंच काय पण मला शाळेत जायला पण भीती वाटायची. मी त्याला भीत होतो, हे माझ्या लक्षात आले. मी वर्गात उशिरा जाऊ लागलो. माझा अर्धाअधिक वेळ त्याचा बदला कसा घ्यायचा याचा विचार करण्यातच जात होता. मला वाटायचे, त्याच्यावर हल्ला करावा. माझ्या मित्रांनी तर ठरवले सगळ्यांनी मिळून त्याला खूप बदडायचे. पण माझी तशी इच्छा नव्हती. मात्र त्याने असे बोलू नये, याची त्याला समज द्यावी, असे मला वाटायचे. शेवटी मीच त्याच्याशी सामना करण्याचा निर्णय घेतला. एकदा तो माझ्याजवळ येऊन ते वाक्य म्हणाल्याबरोबर माझा राग व भीती दोन्ही एकवटून मी माझी खुर्ची एकदम त्याच्यासमोर जोरात आणली. अँड्र्यु जवळून मोठा दिसत होता. मला वाटले, माझ्या खुर्चीला असे काहीतरी पाहिजे होते, ज्याचा त्याला घाबरविण्यासाठी उपयोग झाला असता. पण तरीही मला दिसले, की माझ्या या कृतीने त्याला आश्चर्यचकित केले होते.

''तू असे का करतोस?'' मी विचारले.

''मी काय करतो?'' त्याने विचारले.

''तू मला त्रास देण्यासाठी असे का बोलतोस?'' मी विचारले.

''का, तुला ते ऐकून वाईट वाटते का?''

''हो, तू जेव्हा असे घाणेरडे बोलतोस तेव्हा मला लाजिरवाणे वाटते.''

''अरेच्चा! मला तर कधी असे वाटले नाही. मी तर थट्टेने म्हणत होतो. मला माफ कर!''

मला वाटले, तो खरंच चांगल्या मनाने माफी मागत होता म्हणून मी त्याला माफ केले.

''खरंच... मी थट्टा करत होतो...''

मी त्याला माफ केले पण या गोष्टीचे मलाच नवल वाटत होते. त्यानंतर त्याने मला कधी त्रास दिला नाही. तो मला त्रास देतो, या गोष्टीचा त्याने कधी विचारही केला नव्हता. असे लोक विचार करत नाहीत, की त्यांच्या वर्तनामुळे दुसऱ्यांना काय वाटत असेल! ते थट्टामस्करीच्या रूपात किंवा वेळ घालवण्यासाठी असे वागत असतात. त्यांना हे कळत नाही, की त्यांचे हे वर्तन इतरांना दुखावत असते.

अँड्र्यू अशा लोकांपैकी होता, ज्यांना अपंगांविषयी दया नसते. कदाचित अशा वर्तनाने त्याला आम्हा दोघांतील अंतर संपवायचे होते, अशीही शक्यता होती. कारण काही का असेना, मी मात्र दुखावला जात होतो. त्याच्या अशा वागण्याने माझ्या शालेय जीवनात एक प्रकारचा कडवटपणा आला होता.

जेव्हा डॅनियलच्या आईवडिलांनी त्याला शाळेत मुले त्रास देत असल्याचे सांगितले, तेव्हा माझ्या मनात त्या जुन्या आठवणी पुन्हा ताज्या झाल्या. परत एकदा ते घाव उभारून आले, जखमा भळभळून वाहू लागल्या. आमच्या दोघांत बऱ्याच गोष्टींमध्ये समानता होती. नुसत्या शारीरिक दृष्टीने नाही तर स्वभावानेपण!

डॅनियल पण खूप आनंदी व खिलाडूवृत्तीचा होता. पण अशा घटनांनी त्याचा आनंद हिरावून घेतला होता. तो पण त्याच असुरक्षित भावनेने घेरला गेला, जे मीही कधी अनुभवले होते.

त्यानंतर मी त्याच्या शाळेत गेलो व मुलांना समजावून सांगितले, की असे वर्तन इतर मुलांसाठी किती धोकादायक व दुष्टपणाचे ठरू शकते. स्कूलच्या अधिकारीवर्गाने मला अगदी लहान वर्गापासून ते पाचव्या इयत्तेपर्यंतच्या मुलांशी बोलण्याची संधी दिली तेव्हा मला खूप आनंद झाला. अधिकारीवर्ग पण या बाबतीत आपल्या परीने

सहकार्य देत होता. डॅनियल पण सर्व मुलांशी बोलला. त्याने मुलांना तो काय काय करू शकतो, हे सांगितले. काही विशेष कामे तो हातापायाशिवाय कसे करू शकतो व त्याशिवाय कसे जगू शकतो, हे पण सांगितले.

डॅनियलसाठी तो दिवस विशेष होता. त्याच्या शाळेतील सगळ्या मित्रांना समजले, की मी डॅनियलचा चांगला मित्र आहे. आणि जर कोणी त्याला त्रास दिला तर ते मला आवडणार नाही. तुम्ही सर्वांनी चांगले राहावे, दुष्टपणा करू नये. शिवाय दुसऱ्यांना त्रास दिल्याने काय परिणाम होतात याविषयी माझे विचारही मी त्यांच्या समोर मांडले. मी त्यांना एखाद्याशी वाईट वर्तन होत असेल तर त्याचा त्यांच्यावर कसा परिणाम होतो, हे पण सांगितले. अशा गोष्टी जर आसपास घडत असलेल्या तुम्हाला दिसल्या तर लागलीच वडीलधाऱ्यांच्या कानावर घालावे म्हणजे योग्य ती कारवाई होऊ शकते. असे सांगून मुलांना प्रेरित केले.

जागतिक समस्या

'दादागिरी'चा माझा अनुभव हा माझ्या बालपणापर्यंतच सीमित होता असे नाही. नुकताच मी माझ्या मित्रांबरोबर प्रवासाला गेलो होते. तेथे हॉटेलमधील तलावात मी पोहण्याचा आनंद घेत होतो. तेवढ्यात तेथे एक मद्यपी मनुष्य आला व त्याने अतिशय तारस्वरात माझ्याविषयी घाणेरडे टोमणे मारले. आपला गैरसमज असतो, की फक्त लहान मुलांनाच अभद्र टोमण्यांची शिकार व्हावे लागते. पण एखाद्या महिला पोलिस अधिकाऱ्याला विचारले तर समजेल, तिची कशी टर उडविली जाते, त्रास दिला जातो, धमक्या दिल्या जातात, तिचेच सहकर्मी तिला कसे दुर्लक्षित करतात किंवा एखाद्या ज्येष्ठ, वृद्ध व्यक्तीला विचारा, तो त्याच्या अपार्टमेंटमध्ये युवावर्गाच्या त्रासामुळे कसा घाबरून राहतो. किशोरवयीन मुलांनाही विचारा, एफ.बी.वर त्यांच्यावर किती अभद्र, लाजिरवाणी, घाणेरडी शेरेबाजी केली जाते!

एखाद्या व्यक्तीवर दादागिरी करण्याच्या अनेक पद्धती आहेत. त्यात चिडवणे, अभद्र बोलणे, वाईट अफवा पसरविणे, शारीरिक त्रास देणे किंवा इंटरनेट, सोशल नेटवर सेलफोन वगैरेंच्या मदतीनेही त्रास देण्याचे सत्र सुरू असते. बऱ्याच अभ्यासानंतर लक्षात आले आहे, की पंचवीस ते चाळीस टक्के मुलांना शाळेतच अशा वाईट अनुभवातून जावे लागते. २०११च्या रिपोर्टमध्ये म्हटले आहे, की मनाला त्रास देणारे असे अनुभव अधिकतर मुलांमध्येच पाहायला मिळतात. ज्यामुळे सामाजिक,

भावनिक, मानसिक व शारीरिक स्वास्थ्याशी संबंधित समस्या निर्माण होऊ शकतात. 'दादागिरी' दाखविण्याची ही समस्या फक्त मुलांपुरतीच मर्यादित नाही. आपण सगळेच आपल्या लहानपणी अशा घटनांचे शिकार झालेलो असतो. मैदानामधील 'दादागिरी' तर कितीतरी रोगांचे कारण बनली आहे. तेथे व्यक्तीला प्रत्यक्ष तोंडावर अपमान सहन करावा लागतो. विश्व स्वास्थ्य संस्थांनी तर शाळा, ऑफिसेस किंवा संपूर्ण समाजासाठीच अतिशय धोकादायक व गंभीर स्वास्थ्य समस्या मानली आहे ही! मग त्यात अल्पसंख्याक किंवा समलैंगिक यांना तर या गोष्टींचा खूप सामना करावा लागतो.

ऑफिसमध्ये पण असे अनुभव येतात. यात तोंडी वा शारीरिक रूपाने त्रास दिले जातात. एखाद्याविषयी उगाचच काहीतरी वाईट अफवा पसरावयाची किंवा त्याच्या कामाचे श्रेय स्वत: घ्यायचे, पाठीमागे निंदानालस्ती करायची, अशा बॉसची नियुक्ती सहन करायची, जो तुमच्याकडून अशी कामे करून घेतो जी तुमच्या कामाच्या सूचीमध्ये नसतात. 'वर्क प्लेस बुलिइंग इन्स्टिटट्यूट'च्या अभ्यासानुसार सदतीस टक्के अमेरिकन लोकांना आपल्या अशा दादागिरीचा सामना करावा लागतो. त्यातील चाळीस टक्के लोक आपल्या बॉसजवळ याची तक्रार पण करत नाही. ते अशी दादागिरी सहन करतात. त्यातील अर्धे लोक तणावामुळे स्वास्थ्य बिघडवून घेतात. त्यात नैराश्य, चिंता, तणावदेखील सामील आहेत.

बऱ्याच अभ्यासानंतर हे लक्षात आले, की अशा अनुभवातून जात असताना त्यांना एकांतात किंवा एकटे राहण्याची सवय लागते. मद्य किंवा गुंगी आणणारे मादक पदार्थ खाण्याचे व्यसन लागते. ते नैराश्य किंवा तत्सम अनेक स्वास्थ्यसंबंधित रोगाच्या जाळ्यात अडकतात. स्वत:ला हानी करून घेतात. त्यांच्या हिंसक वृत्तीमध्ये वाढ होऊन इतर निरपराध लोकांना नुकसान पोहोचवू शकतात.

साधारणत: अतिशय शांत प्रदेश समजल्या जाणाऱ्या फिनलँड येथे २००७मध्ये एकदम गोंधळ माजला. जेव्हा एका अठरा वर्षाच्या विद्यार्थ्याने आठ लोकांना गोळ्या मारून कंठस्नान घातले. वीस गोळ्या झाडल्या व नंतर स्वत:ही आत्महत्या केली. प्रमुख शिक्षक, शाळेची नर्स आणि विद्यार्थी एवढेजण मृत्युमुखी पडले. त्याला इमारतीस आगही लावायची होती. पुढे पोलिस चौकशीत कळले, तो शाळेतील दादागिरीचा शिकार झाला होता. मारण्यापूर्वी त्याने केलेल्या व्हिडिओत एक बंदूक दाखविली होती. त्याच्या टी-शर्ट वर लिहिले होते, 'ह्युमॅनिटी इज ओव्हररेटेड'.

(मानवतेला जरुरीपेक्षा जास्त महत्त्व दिले जाते.)

काही वर्षांपूर्वी कॅलिफोर्नियाच्या पंधरा वर्षांच्या एका किशोरवयीन मुलाने सेंटानाच्या स्कूलमधील शौचालयात आठ गोळ्या झाडल्या. त्यानंतरच तो बाहेर आला. तेव्हा कुठे त्याचे डोके शांत झाले. पण त्या आधी दोघांचे प्राण त्याने घेतले व तेरा व्यक्ती जखमी केल्या. खुनी ॲण्डी विल्यम बुटक्या बांध्याचा होता. त्यामुळे त्याच्या नव्या व जुन्या दोन्ही शाळेत त्याची टर उडवली जात होती. अर्थात त्रास फक्त शाळेपुरताच मर्यादित नव्हता. त्याच्या घरी जाऊन त्याच्या सामानाचीही मोडतोड केली होती. त्याचा व्हिडिओ गेम्स बॉक्स चोरला होता. त्याच्या होमटाऊन पार्कमधील स्टेट पार्कमधून त्याचे बूट पळवून नेले होते. इतकेच नाही तर त्याने 'शूटिंग' करण्यापूर्वी त्याला खूप मारले होते. २००२मधील यू. एस. सिक्रेट सर्व्हिस रिपोर्टमध्ये म्हटले आहे, की शाळेत होणाऱ्या गोळीबारीतील सदतीस घटनांमधील ७१ टक्के घटना दादागिरीचाच परिणाम होत्या. 'हल्ला' करणाऱ्यांना इतरांकडून अपमान सहन करावा लागला होता. मार खावा लागला होता. लज्जित व्हावे लागले होते. ज्याचा बदला त्यांनी अशा प्रकारे घेतला होता. अशा कितीतरी घटनांमध्ये दिसून आले आहे, की विद्यार्थ्यांनी अपमानाचा बदला घेण्यासाठी इतर मुलांना ठार मारण्याचा निश्चय केला होता.

ही खरोखरच गंभीर समस्या आहे. जेव्हा तुम्हाला समजते, की ८५ टक्के केसेसमध्ये वरिष्ठ अधिकारी दखलच घेत नाही. अभ्यासानंतर तर असे आढळले, की 'बुलिंग' करणारा (त्रास देणारा) वयाच्या २४व्या वर्षी वारंवार जेलमध्ये जातो, प्रौढ वयात तर पाच पटीने अधिक अट्टल गुन्हेगार होतो. तज्ज्ञांचे म्हणणे आहे, शाळांमध्ये दादागिरी करणारे पुढे समाजासाठी हिंसक व्यक्ती बनतात. मी लहान असताना आणि मोठा झाल्यावरही मला अशा दादागिरीचा अनुभव आलेला आहे. माझी भीती इतरांच्या तुलनेने कमी आहे. पण दररोजच माझ्या इमेल बॉक्समध्ये 'बुलिंग'बद्दलच्या तक्रारी वाढतच आहे. हे तक्रारींनी भरलेले वेबपेज पाहून माझे मन चिंतित होते. कित्येक कहाण्या माझ्या प्रवासात किंवा भाषणाच्या वेळी भेटलेल्या लोकांनी प्रत्यक्षही सांगितल्या आहेत. कॅलिफोर्नियातील नॉर्थरीजच्या सॅन फरनांडो ॲकॅडमीच्या एका भल्या मोठ्या विद्यार्थ्यांच्या ग्रुपसमोरील या विषयावरील भाषण मी नुकतेच संपवले आणि अचानक पांढऱ्या केसांचा एक मोठा माणूस माझ्याकडे आला. मी बाहेर जात होतो.

'निक माझ्याशी एक मिनिट बोलण्यास तुझी काही हरकत नाही ना?' त्याने स्वत:ची ओळख 'जेफ लास्टर' म्हणून करून देत मला विचारले.

त्याचे डोळे दु:खी, उदास होते. मी त्याला 'मला मिठी मार' असे सांगितले. त्याच्या डोळ्यांतून अश्रू वाहत होते. त्याने मुलांना 'बुलिंग' (त्रास देणे) पासून थांबविण्यासाठी प्रेरित केल्याबद्दल माझे आभार मानले. मला वाटले त्याला तेवढेच सांगायचे होते. पण पुढे त्याने सांगितले, त्याच्या मुलाने- जेरमिहने २००८मध्ये मुलांनी शाळेत त्याला बुलिंग केल्यामुळे आत्महत्या केली होती.

त्याची ती दु:खदायक कहाणी ऐकून 'बुलिंग' किती धोकादायक असू शकते हे समजते. एखाद्यासाठी जी व्यक्ती दादागिरीची शिकार होते ती परिस्थिती किती तणावाची व हानिकारक होऊ शकते, याची कल्पना न केलेली बरी. मग ती लहान असो वा मोठी! दादागिरी करण्यासाठी जेरमिह हा काही साधासुधा माणूस नक्कीच नव्हता. वयाच्या चौदाव्या वर्षी तो सहा-साडेसहा फूट उंच, २७५ पौंड वजनाचा, ज्युनियर युनिव्हर्सिटी टीममधील ६०० मुलांमधील ताज्या दमाचा खेळाडू गडी होता.

दादागिरी करणारें असुरक्षितता पाहतात, जी आपल्याजवळ असतेच आणि 'बुलिंग' करणारे मग तुमच्याकडे वळतात. कधी कधी शारीरिक हल्लाही करतात. भावनिक, मानसिकरीत्या पण ते एखाद्याला छिन्नभिन्न करतात.

मला त्रास देणारे जे होते, त्यांच्यापेक्षा मी शारीरिकदृष्ट्या वेगळ्या रूपात होतो. मला हातपाय नव्हते म्हणून ते माझी 'टर' उडवत होते. मी त्यांच्यासारख्या सर्व गोष्टी करू शकत नव्हतो. त्यांच्या दादागिरीला मी सहजपणे बळी पडू शकत होतो. पण जेरमिहचा आकार आणि सभ्यपणा या गोष्टी त्यांना दादागिरी करण्यास प्रवृत्त करत होत्या.

जेरमिहामध्ये दोन उणिवा होत्या. त्यामुळे त्याच्यावर दादागिरी व्हायची. एकतर तो अभ्यासात कमी पडत होता. म्हणून 'शाळा' त्याच्यासाठी कठीण झाली होती. आपल्या शक्तीचा तो दादागिरीविरुद्ध वापर करण्यास नाखूश होता. कारण झगडण्याबद्दल त्याला ग्रेड स्कूलमधून काढले होते. दादागिरीच्या विरोधात उभे राहण्याऐवजी शिक्षक किंवा इतर शाळेच्या अधिकाऱ्यांना सांगण्याऐवजी त्याने माघार घेऊन मनात राग ठेवला. त्याचे मित्र त्याला लढा देण्यास असमर्थ समजत, तो फारच सौम्य व साधा आहे असे मानत. त्या शिवाय त्याचे आकारमान हेदेखील इतरांच्या

दादागिरीसाठी एक कारण होते. आम्ही त्याच्यासारख्या भल्या मोठ्या मुलाला भीत नाही, हेही त्यांना दाखवायचे होते.

त्याच्या एका मित्राने सांगितले, ''जेरमिहला एकदा वर्गामध्ये एवढे अपमानित केले गेले, की शेवटी उभे राहून त्याने म्हटले, 'मला एकटे राहू द्या.' दादागिरी करणाऱ्यांच्या जेव्हा तो विरोध करत नाही हे लक्षात आले, तेव्हा त्यांनी आणखीनच त्रास द्यायला सुरुवात केली. मित्राने सांगितले, 'त्याच्या ग्रेड स्कूलपासूनच त्याला जी त्रास द्यायला सुरुवात झाली होती, ती पुढे हायस्कूलला आल्यावर वाढतच गेली. नोव्हेंबर ८ला त्याच्यावर कोणीतरी जेवणाच्या वेळी तिखटाची पूड फेकली. दुसऱ्या मुलाने त्याची पँट ओढली, असे जेरमिहच्या वडिलांनी सांगितले. लज्जित आणि अपमानित होऊन हा किशोरवयीन मुलगा कँटीनच्या रूममध्ये गेला व स्वत:ला कोंडून घेतले. नंतर त्याने पॉकेटमधून 'हँडगन' काढली व स्वत:च्या डोक्यात गोळी झाडली.

जेरमिहचे भावनिक दु:ख, मानसिक त्रास कोणीच समजू शकले नाहीत. अनेक मुलांप्रमाणे जे नैराश्यात, अपमानित होतात त्यांच्यामध्ये मीदेखील आहे. त्या तरुण मुलाने आपली निराशा, आपली समस्या, आपले मित्र आणि आईवडिलांपासून लपवून ठेवली होती.

''मला एक वर्षापासून काळजी वाटत होती. तो अशा परिस्थितीतून जात होता जेथे मुले अलिप्त होतात, बोलणं बंद करतात.'' जेरमिहच्या शिक्षकाने एका पत्रकारास सांगितले, 'त्यापेक्षा मुलांनी बोलावे' असे मला वाटते.

स्कूल अधिकाऱ्यांनी सांगितले ''खरंतर जेरमिह शाळेत चांगली प्रगती करत होता. शुक्रवारी त्याने त्याच्या फुटबॉल गेममध्येही चांगले प्रदर्शन केले.'' पण एक गोष्ट लक्षात ठेवा, जर तुम्ही कुणावर दादागिरी करत असाल किंवा एखाद्यावर दादागिरी होत आहे हे तुम्हाला माहीत आहे, तेव्हा त्या व्यक्तीचा केव्हा कडेलोट होणार आहे हे तुम्हाला समजणारही नाही. जेरमिहला त्याच्या वर्गातील आणि फुटबॉलमधील प्रगतीबद्दल खूपच आनंद होता. त्याने त्याचे जीवन का संपवले, हे आपल्याला कधीही कळणार नाही. तो प्रगती करत असतानाही 'बुलिइंग' चालूच राहिले. चांगल्या गोष्टी करत असूनही! त्याला 'बुलिइंग' करणारे कधीच सोडणार नाहीत असे कदाचित त्याला वाटले असावे.

आणखी अशा कितीतरी दु:खद घटना घडल्या.

जानेवारी २००२मध्ये न्यूयॉर्क स्टेटन द्वीपसमूहातील पंधरा वर्षांची किशोरी अमांडा क्युमिंग्सने चालत्या बसखाली आपले प्राण दिले. तिच्या खिशात आत्महत्येसंबंधी चिठ्ठी मिळाली, तेव्हा पोलिसांना समजले, तिचे सहपाठी तिला फेसबुकवर चिडवत होते. एका वर्षापूर्वी या शाळेचे सर्वेक्षण झाले तेव्हा समजले, की या शाळेतील ऐंशी टक्के मुलं वाईट वर्तनाची शिकार झाले होते. त्यांना धमकावले गेले होते. मिडियाच्या रिपोर्टनुसार अमांडाच्या एका मैत्रिणीने फेसबुकवर लिहिले होते, ''अमांडाच्या मृत्यूमुळे कदाचित त्यांना 'धडा' मिळेल ज्यांनी तिला ठासून सांगितले होते, की सर्व जग तिच्या विरोधात आहे.''

जेरमिहच्या शोकसभेत सामील झालेल्या आणखी एका मुलाच्या आईने रिपोर्टरला सांगितले, ''बुलिइंगच्या अशा घटना घडतच राहतील, जर त्यासाठी काही ठोस उपाय केले नाही तर! दादागिरी किंवा दुसऱ्यांवर दबाव टाकणे हा मनुष्यस्वभावाचा 'काळा' पैलू आहे. जिझसला पण इतरांकडून छळ सहन करावा लागला होता. जेव्हा जिझसला बंदी केले, तेव्हा श्रेष्ठ पुरोहित आन्सने त्याच्या अनुयायांविषयी आणि त्याच्या शिकवणीविषयी विचारले. जिझसने सांगितले तो नेहमी सर्वांसमोर बोलला आहे. त्यामध्ये लपवण्यासारखे काहीच नाही. तो आन्सला म्हणाला, ज्यांनी 'त्याला' बोलताना ऐकले होते, त्यांना विचारावे. पण लागलीच दुसऱ्या एका मंदिराच्या अधिकाऱ्याने जिझसला तोंडावर मारले. आणि म्हटले, 'श्रेष्ठ पुरोहिताशी बोलण्याची तुझी ही पद्धत आहे का?'''

जिझस त्या मंदिराच्या पुजाऱ्यांपुढे 'वाकला' नाही, हे मला आवडले. उलट अधिकाऱ्याने त्याला का मारले, ते त्याने सांगावे याची मागणी केली. ''जर मी काही चुकीचे सांगितले असेल तर ते चूक का आहे सांगावे हेही सांगावे आणि मी जर खरे सांगितले तर मला का मारले?'' जिझस म्हणाले.

मला वाटते, या उदाहरणातून आपण हा धडा घेतला पाहिजे, की विनाकारण कुणी आपल्याला दण्डित करता कामा नये! जे आपल्याशी किंवा इतरांशी वाईट वागत असतात, त्यांच्या सामना केला पाहिजे. त्यांनी आपल्याबरोबर चांगली वर्तणूक करावी म्हणून आग्रह धरला पाहिजे. पुष्कळदा थोड्याशा थट्टामस्करीनीही सहनशक्ती संपुष्टात येते. अमांडा किंवा जेरमिहसारख्या मुलांसाठी तर तो जीवनमरणाचा प्रश्न होऊन जातो.

तुम्ही तुमच्यासमोर अशा घटना होऊ देणार की अशा अनावश्यक दुःखद घटना

होऊ न देण्याचे माध्यम बनणार? मी म्हणतो, तुम्ही तुमच्या कर्मावर निष्ठा ठेवा. जे लोक 'बुलिइंग' छळवाद किंवा इतर सामाजिक अन्यायाच्या विरोधात उभे आहेत त्यांना पाठिंबा द्या.

जेफ लास्टरने तर मला निक्षून सांगितले, 'अशा प्रकारच्या दादागिरीच्या विरोधात त्याला जे काही करता येईल, ते तो नक्की करेल. जे त्याच्या मुलाच्या मृत्यूस कारणीभूत झाले होते.' जेरमिहच्या मृत्यूनंतर काही काळातच त्याच्या वडिलांनी 'जेरमिह प्रॉजेक्ट ५१' (www.jeremih51.com) ची स्थापना केली. ही संस्था बुलिइंगच्या विरोधात काम करणारी महत्त्वाची संस्था आहे.

त्यांचे म्हणणे आहे, 'बुलिइंग' हा कॅन्सरसारखा आहे. त्याला समाजातून हद्दपार करणेच योग्य आहे. जेरमह प्रॉजेक्ट ५१ (जेरमहाच्या फु टबॉलच्या जर्सीचा नंबर ५१ होता.) हे एका वेळेस एका शाळेतून बुलिइंग पूर्ण काढण्याचे काम करते. त्यांनी टोल फ्री नंबर (८६६-७२१-७३८५) दिला आहे. पालक आणि विद्यार्थी यांना 'बुलिइंग' होत असल्याची माहिती असेल तर फोन करून तसे कळवावे, असे सांगितले जाते. फोन करणाऱ्याचे नाव गुप्त ठेवले जाते. संगठनांचे लोक शाळांना फोन करतात. त्यांना चौकशीसाठी चोवीस तास देतात.

पालकांना जर वाटत असेल शाळेचे अधिकारी त्यांचे म्हणणे ऐकून घेत नाहीत, तर ते संघटनेकडे निवेदन देऊ शकतात. शक्यतो शाळांनी अशा घटनांची दखल घ्यावी असा संघटनेचा प्रयत्न असतो. त्यांचे म्हणणे आहे, शाळांमध्ये अशा प्रकारच्या कार्यक्रमांचे आयोजन व्हावे. ज्यायोगे या विषयावर मोकळेपणाने चर्चा होऊ शकेल. जेरमह प्रॉजेक्ट ५१ ने एक मार्गदर्शक कार्यक्रम तयार केला आहे. त्यात अशा विद्यार्थ्यांना त्यांच्यापेक्षा मोठ्या विद्यार्थ्यांशी परिचय करून दिला जातो. जेणेकरून ती मोठी मुले त्यांची मदत करू शकतात. अशा गोष्टी तुमच्या आयुष्यात घडल्या नसतील तर तुम्ही नशीबवान आहात! फार थोड्या लोकांच्या जीवनात अशा गोष्टी एकदाही घडलेल्या नसतात (ज्याला 'ऑस्ट्रेलियन बुलिइंग' म्हणतात) पण एखाद्या वेळेस असे काहीतरी घडणे, दीर्घकाळासाठी छळवणूक, द्वेष किंवा शारीरिक त्रास दिला जाणे या दोन्हीत फरक आहे.

ॲड्र्यूने अभद्र टोमणे मारून माझा केलेला छळ फक्त दोन आठवडे चालू होता. जेरमिहने शांतपणे खूप दिवस त्रास सहन केला. तो भरभक्कम अंगापिंडाचा असूनही त्याला गंभीर शारीरिक, मानसिक छळ खूप वर्षे सहन करावा लागला, असे

त्याच्या वडिलांचे म्हणणे आहे. त्याच्या विरोधात उभे राहण्याची त्याची असमर्थता आणि त्याला पाठिंबा देणाऱ्या मित्रांची उणीव यामुळे परिस्थिती जास्तच बिघडत गेली.

चांगला माणूस व्हा

ज्यांची बराच काळ छळवणूक होते, असे लोक न्यूनगंडाने पछाडतात. ते अलिप्त राहतात. प्रतिकार करण्याऐवजी ते माघार घेतात, त्यापासून पलायन करतात. त्याचप्रमाणे अल्पसंख्याक आणि मानसिक आणि शारीरिकदृष्ट्या अपंग असणाऱ्यांनाही इतरांच्या दादागिरीचा त्रास सहन करावा लागतो.

माझ्या लहानपणी अशा घटनांकडे गंभीरपणे पाहिले जात नव्हते. साधारणत: लोकांची अशी समजूत असायची, की हा जगण्याचाच एक भाग आहे. त्याच्याशी तडजोड करणे किंवा जुळवून घेणे शिकले पाहिजे. पण हळूहळू अशा गोष्टी वाढत चालल्या आहेत. लोक आत्महत्येला प्रवृत्त होत आहेत, आपले जीवन संपवू इच्छित आहे.

तुमचा मित्र, नातलग, सहकारी वगैरे अशा 'छळवणुकीचा' बऱ्याच काळपासून शिकार होत असेल तर माझा सल्ला आहे, तुम्ही त्याला मदत करा. तज्ज्ञांचे म्हणणे आहे, अशा 'दादागिरी'ची शिकार झालेल्या माणसांची काही लक्षणे दिसतात. त्यावरून ती व्यक्ती ओळखता येते. ती लक्षणे खालीलप्रमाणे आहेत.

* शाळेत किंवा ऑफीसला जाण्याची इच्छा न होणे. सहकाऱ्यांपासून दूर राहणे.
* घरी आल्यावर दिवसभरातील घडामोडींवर बोलण्यास नकार देणे.
* फाटके कपडे, शरीरावर जखमा किंवा जवळ असणाऱ्या वस्तूंची चोरी होणे.
* शाळेत जाण्यासाठी जरुरीपेक्षा जास्त पैशांची मागणी.
* शाळेत हत्यार घेऊन जाणे.
* डोकेदुखी, पोटदुखी वगैरेंची तक्रार. शाळेत जाण्यायेण्याची भीती वाटणे.
* झोप न येणे व वाईट स्वप्न पडणे.
* एकाग्रतेचा अभाव.
* खाण्यापिण्याच्या सवयीत बदल.

* मित्रांशी कुठलेही संबंध न ठेवणे.
* शाळेत जाताना व येताना वर्तणुकीत चमत्कारिक बदल.
* सतत आत्मनिंदा किंवा नकारात्मक बोलणे. जीवनाचा कंटाळा, सहनशक्तीचा अभाव, इतर लोक आपला द्वेष करत आहे ही भावना, घराच्या बाहेर पडण्यास भीती वाटणे.
* शाळा किंवा ऑफीसमधील कामात अकार्यक्षमता.
* घरातून पळून जाणे.
* स्वत:ला जखमी करणे, कापून घेणे, ओरबाडणे, केस ओढणे किंवा इतर पद्धतीने स्वत:ला त्रास देणे.

मी माझ्या अनुभवांवरून सांगतो, अशा त्रासाला बळी पडलेले लोक स्वत:चे नैराश्य, नाराजी त्यांच्या कुटुंबांपासून, मित्रांपासून लपवून ठेवतात. कारण त्यांना लाज वाटत असते. किंवा परिस्थिती जास्तच बिघडून जाईल या भीतीनेही ते ही गोष्ट लपवतात. पण त्यामुळे त्यांना त्याचे गंभीर परिणाम भोगावे लागतात. जसे जेरमिह व अमांडाच्या बाबतीत घडले होते. माझी अशी छळवणूक होत होती तेव्हा मीही आईवडिलांना काहीही सांगत नसे. कारण त्यांना काळजी वाटेल, मी त्यांच्यावर ओझे होईन असे मला वाटायचे. मी ठरवले होते सर्व विसरून जायचे किंवा स्वत:च त्यावर काहीतरी उपाय शोधायचा. वास्तवात वाईट किंवा अपमानास्पद वर्तणुकीचे शिकार झालेल्या पीडित लोकांना मदतीची गरज असते. ते तुम्हाला मदत मागत नसले तरी जो मदतीला येतो त्याचे ते स्वागतच करतात. माझ्या आणि अँड्र्युच्या बाबतीत घडलेल्या घटनेत मला सर्वांत जास्त खेद या गोष्टीचा वाटत होता. माझ्या सहपाठी मित्रांनी अँड्र्युने माझ्याविषयी उच्चारलेले अभद्र बोल ऐकूनही तिकडे दुर्लक्ष केले. अँड्र्युची दयाहीन वृत्ती मला सारखी सलत होती. मित्रांनी पुढे येऊन मला मदत केली नाही. पण मला खुशी आहे, की मीच त्याचा सामना केला. शिवाय मी कृतज्ञही आहे, कारण त्याने माघार घेतली व चूक कबूल केली. पण मला नवल वाटते, चांगले लोक आजकाल कुठे पाहावयास मिळतात?

बायबलमध्ये सांगितले आहे, की नियम, कायदे करणाऱ्या पंडितांनी जिझसची परीक्षा घेण्यासाठी त्याला विचारले, ''शाश्वत जीवन जगण्यासाठी काय करावे?''

जिझसने पंडिताला विचारले, 'नियमावलीत काय लिहिले होते?'

पंडित म्हणाले, 'आपल्या ईश्वरावर मन:पूर्वक, हृदयपूर्वक, पूर्ण सामर्थ्यानिशी प्रेम करा. शिवाय शेजाऱ्यावरही तेवढेच प्रेम करा, जेवढे तुम्ही स्वत:वर करता!'

पंडिताने जिझसला विचारले, 'माझा शेजारी कोण आहे?'

जिझसने एक कहाणी सांगून त्याचे उत्तर दिले. एका चांगल्या सामरियाच्या माणसाची-ज्याला चोरांनी लुटले होते, मारले होते. जेरुसलेम ते जेरिकोच्या रस्त्यावर मरण्यासाठी फेकून दिले होते, त्याची गोष्ट सांगितली. दोन माणसे तेथून गेली तरी त्यांनी कोणतीही मदत केली नाही. मात्र तिसरा माणूस जो सामरियाचा होता त्याने मदत केली. त्याने त्याच्या जखमेवर मलमपट्टी केली. त्याला गाढवावर बसवून हॉटेलवर आणले, तेथे त्याची देखरेख केली. जाण्यापूर्वी बरे होत असणाऱ्या सामारियनला थोडे पैसे दिले व परत येऊन त्याला भेटण्याचे वचनही दिले.

ही कथा सांगितल्यावर जिझसने त्या पंडिताला विचारले, 'त्या तिघांपैकी त्या लुटल्या गेलेल्या सामारियन माणसाचा शेजारी कोण होता?'

पंडिताने उत्तर दिले, 'अर्थात तोच ज्याने त्याला मदत केली.'

त्यावर जिझस म्हणाले, 'जा आणि त्याच्यासारखेच व्हा.'

म्हणून मीदेखील तुम्हाला विनंती करतो, तुम्हीही तसेच व्हा.

बायबलमध्ये सांगितले आहे, 'लोकांनी तुमच्याशी जसे वागावे असे तुम्हाला वाटते तसेच तुम्हीही लोकांशी वागावे.' हा सोनेरी नियम असून ख्रिश्चनांचा पायाभूत नियम आहे. हा नियम ईश्वरीय आदेशास अनुकूल आहे. त्यानुसार शेजाऱ्यावरही तेवढेच प्रेम करा, जेवढे स्वत:वर करता. आपण इतरांशी जसे वागतो तसेच ईश्वरही आपल्याशी वागेल, अशी निष्ठा बाळगा.

आपल्या विश्वासावर दृढता हवी

ईश्वराची इच्छा असते, आपण चांगले काम करावे. जर इतरांना तुम्ही मदत करू शकत असाल तर मागे राहू नका. सामरिया नागरिकाला जो प्रवासी दिसला, त्याला लुटल होतं, अर्धमेली अवस्था केली होती, पण त्याने करुणा दाखवून त्याची सेवा केली. जिझसने म्हटले आहे, 'आपणही गरजवंतांची मदत करावी. त्यांनी कहाणीत लुटल्या गेलेल्या व्यक्तीचे सविस्तर वर्णन केले नाही तर ज्याने मदत केली

त्याच्याविषयी अधिक लिहिले. ईश्वराची संतान म्हणून आपणा सर्वांकडून एकमेकांना मदत करण्याची अपेक्षा ठेवली जाते. जर कुणाला मारहाण होत असेल किंवा त्या व्यक्तीची टर उडवली जात असेल तर तेथे उभे राहून नुसता तमाशा पाहणे ही इसाई पद्धत नाही, माणुसकी नाही. अधिकतर लोकांना असा व्यवहार जनावरांशीही करू नये असे वाटत असते. मग मनुष्याची गोष्ट तर फार दूरची.'

त्या चांगल्या सामरिया नागरिकाने त्याला फक्त उमेदच दिली नाही तर आपला प्रवास थांबवला, त्याला चांगल्या जागेवर नेऊन पोहोचविले. मालकाला पैसे देऊन तो ठीक होईपर्यंत ठेवून घेण्यास सांगितले. बायबलने लुटलेल्या प्रवाशाचे वर्णन केले नाही. म्हणून मला वाटते, आपणही सामारियनसारखे चांगले वागावे, अशी जिझसची इच्छा आहे. ज्याला गरज आहे त्याला मदत करावी. मग ते आपल्यासारखे असो किंवा नसो! हे लक्षात घेऊनच मी तुम्हाला प्रेरित करू इच्छितो. जर तुम्हाला असा कोणी माहिती आहे, जो 'दादागिरी'चा शिकार झाला आहे त्याला त्वरित मदत करा. स्वत: कोणत्याही प्रकारचा धोका न पत्करता तुम्ही त्याला मदत करू शकता. जर तुम्हाला तुमच्या सुरक्षिततेविषयी भीती किंवा शंका वाटत असेल, तर एखाद्या भरवश्याच्या प्रशिक्षकाची, अधिकाऱ्याची, बॉसची किंवा या संबंधातील व्यावसायिक तज्ज्ञाची मदत घेऊ शकता. त्यासंबंधी त्यांना लक्ष देण्यास सांगा. कारण आजकाल अशा घटना शाळेत, ऑफिसांत घडत आहे. त्यामुळे तुम्ही दाखविलेल्या दक्षतेने योग्य ते पाऊल उचलले जाऊ शकते.

तशी प्रत्येकाची 'केस' वेगळी असते. छळ झालेल्या व्यक्तीचा त्या गोष्टींचा सामना करण्याच्या किंवा न करण्याच्या पद्धतीही अनोख्याच असतात. अधिकतर तज्ज्ञ शारीरिक हल्ल्याच्या बाबतीत लगेच कारवाईचा सल्ला देतात. अशा छळाच्या विरोधात तुम्ही एकदा यशस्वी झालेला असला तरी पुन्हा तसे घडणार नाही याची खात्री देता येत नाही.

या ठिकाणी काही उपाय सुचविले आहेत

* त्या व्यक्तीचा वाईट वर्तणुकीचा लिखित पुरावा तयार ठेवावा. त्यासाठी शाळेचे अध्यापक, अधिकारी, सुरक्षा अधिकारी, स्थानिक कायदेतज्ज्ञ आणि मानवतावादी संघटनेचे लोक यांना सामील करू शकता.
* त्या व्यक्तीच्या मित्रांशी संवाद साधा. त्यांच्याकडून त्याने 'दादागिरी' थांबवावी म्हणून आग्रह धरा.

* त्या व्यक्तीने केलेल्या छळाची, अपमानाची सविस्तर माहिती ठेवा. छळाच्या संदर्भातील स्थान, वेळ, तारीख यांची नोंद ठेवा. म्हणजे पुनःपुन्हा होणारी 'छळवणूक' तुम्ही थांबवू शकता. प्रत्येक वेळेस त्या व्यक्तीच्या छळाने तुम्हाला मानसिक, शारीरिक, भावनिक झालेल्या पीडेचीही नोंद असू द्या. जर तीच व्यक्ती इतर आणखी कुणाला त्रास देत असेल तर तीही कागदपत्रे जवळ बाळगा.

सायबर छळवणूक, मेसेजद्वारे त्रास देणे

'दादागिरी'साठी इंटरनेट, सेलफोन, इमेल वगैरे माध्यम ही समाजात रूढ होत आहे. त्याला साधारणत: 'सायबर दादागिरी' म्हणतात. यात छळणारी, धमकावणारी व्यक्ती प्रत्यक्षात समोर नसते. पण त्रास देण्याची ही पद्धत अतिशय हानिकारक आहे. बरेचदा इंटरनेटवर त्रास देणारी व प्रत्यक्षात त्रास देणारी व्यक्ती एकच असू शकते. बहुतेक वेळा दोन्ही पक्षाचे लोक संदेशाद्वारे एक दुसऱ्यांना अभद्र शिव्या देतात, धमकावतात, शेरेबाजी करतात, अफवा पसरवतात असे दिसून येते.

'सायबर दादागिरी' ही अलीकडे अनेक तरुणांच्या आत्महत्येच्या अनेक कारणांपैकी एक प्रमुख कारण झाले आहे. २००३ मध्ये आठव्या इयत्तेत शिकणाऱ्या रेयॉन हॅलिगनने इंटरनेटवर त्याच्याविषयी पसरलेल्या अफवेमुळे आत्महत्या केली. त्याच्या वडिलांनी सांगितले, की त्यांचा मुलगा असा नव्हता. एका रात्रीत त्याला त्या बातम्यांशी जोडले गेले होते, ज्याच्याशी त्याचा काहीही संबंध नव्हता. आणखी एक घटना, २००६मध्ये मिसोरीच्या मेगन मीयरने आपले प्राण दिले. कारण त्याच्या सहपाठीच्या आईनेच त्याचा 'ऑनलाइन' छळ केला होता.

आत्महत्या व सायबर बुलिइंगमुळे फोन, इंटरनेट वगैरेंसाठी विशेष नियम व कायदे बनवले आहेत. इंटरनेट फोन वगैरेद्वारे जर तुम्हाला कोणी छळत असेल वा धमकावत असेल आणि तुम्ही घरात असाल तर आपल्या आई वडिलांना सतर्क करा म्हणजे ते तुम्हाला मदत करतील.

तुम्ही जर अशा 'छळवणुकीचे' शिकार होत असाल तर सर्वांत महत्त्वाची गोष्ट ही करा, आधी स्वत:शी संघर्ष करून त्यात विजयी झाले पाहिजे. इतरांनी तुम्हाला काही म्हणणे अथवा न म्हणणे यावर तुमचे व्यक्तिमत्त्व अवलंबून नसते. ईश्वराने तुम्हाला काही प्रयोजनांसाठी निर्मिले आहे. त्याच्या नजरेत तुमची किंमत आहे.

त्यावरच तुमचा विश्वास असू द्या. तुमच्या कर्मावर निष्ठा ठेवा. कोणतीही टीका, शिव्या किंवा वाईट भूतकाळ यातून प्रथम बाहेर या. कोणाच्याही व्यर्थ बोलण्याकडे लक्ष देऊ नका.

तुम्ही आहे त्यापेक्षाही आणखी गर्तेत जावे, अशी तुम्हाला मागे ओढणाऱ्यांची इच्छा असते. तुम्हाला कमी लेखून ते स्वत:ला श्रेष्ठ म्हणवू इच्छितात. पण तसा खेळ खेळायची तुम्हाला गरज नाही. तुम्ही तुमची प्रतिभा, कौशल्य दाखविण्याचा प्रयत्न करा. ईश्वर स्वत: सर्व पाहतच असतो. तो योग्य ती काळजी घेईल. तुम्ही जर ईश्वराने तुमच्यासाठी रचलेल्या मार्गावरून चालत राहिलात तर तुमच्या आयुष्यात भरपूर आनंद व समाधान असेल.

अती शोषण

तुम्ही जर 'बुलिइंग'च्या विरोधात सकारात्मक पाऊल टाकू इच्छित असाल, इतरांना मदत करण्याची तुमची इच्छा असेल, इतरांच्या जीवनात चांगला बदल घडवू इच्छित असाल, तर तुमच्यासाठी ही सुवर्णसंधी आहे, हे मी तुम्हाला खात्रीपूर्वक सांगतो. तुमच्याही आयुष्यात त्यामुळे सुंदर बदल घडून येईल.

मी माझ्या प्रवासात असे अनेक समर्पित व नि:स्वार्थी लोक पाहिले, जे स्वत:च्या संघर्षातून वर आले, इतरांना मदत करत आहे. त्यातील काहीजण हिंसा आणि शोषणाचे शिकार झालेले आहेत. त्यांना धमक्याही येतात पण तरीही ते आपल्या कामाप्रति दृढ आहेत.

मी यापूर्वीही हे सांगितले आहे, की जगात लोकांना अनेक तऱ्हेने त्रास दिला जातो. जर तुम्ही कुणाची सुरक्षा, स्वातंत्र्य किंवा त्याच्या मन:शांतीला हिरावून घेत असाल तर हे मानवी अधिकारांचे उल्लंघन आहे.

बऱ्याच वेळा लोक अशा प्रकारचे त्रास भोगत असतात. संपूर्ण जगाचा विचार केला तर आज अशी अनेक माध्यमे आहेत, ज्यातून मानवी अधिकारांची पायमल्ली होत असते. जसे, जनसंहार, जातीयवाद, धार्मिक नीतिनियमांसाठी दंडित करणे, वेश्या, गुलामी, मनुष्याची तस्करी वगैरे.

मी या जगात अशा अनेक भयानक गोष्टींचा साक्षीदार झालो आहे. मी 'लाइफ विदाऊट लिमिट्स'मध्ये 'स्ट्रीट ऑफ केव्हज'विषयी लिहिले आहे. हे भारतातील मुंबई शहरातील झोपडपट्टीतील वेश्यावृत्ती व गुलामीचे केंद्र आहे. तेथे बाँबे टीम

चॅलेंज (B.T.C.) चे संस्थापक के. के. देवराज स्त्रियांना व मुलांना गुलामी, यौनशोषण, गरिबी व यौन रोगांपासून मादकद्रव्य पदार्थ सेवनापासून मुक्त करण्याचा प्रयत्न करत आहे.

माझी संस्था त्यांना या कामात मदत करत आहे. मला आनंद आहे, की आणखी एका सज्जन व्यक्तीचा त्यात सहभाग झाला आहे. जानेवारी २०११मध्ये न्यूयॉर्क मेट्सच्या मेजर आर. ए. डीकेने इ.ढ.उ.च्या फं डासाठी पैसा जमा करण्यासाठी आफ्रिकेतील १९ हजार फूट उंच पर्वत किलिमांजारो चाळीस मैल पायी चढला. तेव्हा त्यांनी संदेश दिला, 'ईश्वर खूप चांगला आहे!'

मी त्यांच्या या प्रयत्नांचे अभिनंदन करतो. ते देव अंकल नावाने आपल्याकडून भरपूर योगदान देत असतात. मेट्स सांगतात, त्यांचा प्रसिद्ध मेजर या अभियानात हरला असता तर त्यांचे ४.५ मिलियन डॉलर्स व्यर्थ गेले असते.

जगात असे अनेक लोक आहेत, जे जीव तोडून निर्धन आणि शोषित लोकांसाठी काम करत असतात. मी अशा एका तरुणीला ओळखतो, जी कॅलिफोर्नियात चांगला वकिली व्यवसाय करू शकली असती. तिचे नाव जॅकलीन इसाक आहे. एवते व व्हिक्टरमुळे माझी तिच्याशी भेट झाली. ती त्यांची मुलगी होती, जी माझ्याच वयाची होती. ती अतिशय समर्पित आणि धैर्यवान अशी इसाई प्रचारक आहे. तिची एक 'नॉन प्रॉफीट' संस्था आहे, जी अरब जगतात 'रोड ऑफ सक्सेस' या नावाने काम करते. त्यांनी अरबी भाषेत ख्रिश्चन टेलिव्हीजन कार्यक्रमात 'मारा फदेला' (Maraa Fadela-virtuous woman) नावाचा टीव्ही शो केला. एवतेने तो केला आहे. त्यातून शैक्षणिक आणि प्रेरणादायी गोष्टी दाखवतात. अरबी जगत सॅटेलाइटद्वारे हा 'शो' पाहते.

इजिप्तमध्ये एवतेला भेटण्याच्या अगदी थोडा काळ आधी एक अपंग व्यक्ती चाकाच्या खुर्चीवर बसून चर्चबाहेर एवतेकडे आला. त्याने तिच्या हाताला हिसका देऊन विचारले, "तुझे सगळे लक्ष स्त्रिया आणि मुलांच्या गरजांवरच केंद्रित आहे. आमचा विचार कधी करणार आहेस? आम्हाला पण मदतीची गरज आहे!"

एवतेला खूप वाईट वाटले. पण तिने त्याला समजावून सांगितले, अपंगांविषयी काम करणाऱ्या संस्थांशी किंवा असे काम करणाऱ्या व्यक्तींशी ती संबंधित नाही.

व्हिलचेअरवर बसलेला व्यक्ती म्हणाला, "मग हा ईश्वराचा संदेश तुझ्याकडे

अशा व्यक्तीला पाठवेल, जो तुला अपंगांसंबंधी काम करण्याच्या कार्यात मदत करेल. पण इतरांसारखे करू नकोस, आम्हाला लागणाऱ्या गरजांवर खरोखरच कार्यरत हो!''

जवळजवळ एका आठवड्यानंतर पाद्रीने एवतेला सांगितले, त्याने एका नवयुवकाचा व्हिडीओ पाहिला, जो तिच्या टीव्ही शोसाठी 'पाहुणा' होऊ शकतो. अर्थात तो मीच! एवतेने 'लाइफ विदाऊट लिमिट्'शी संपर्क केला आणि तिच्या 'शो'मध्ये येण्याचे मला आमंत्रण दिले. मी लवकरच तिचा मित्र झालो. मी तिला इजिप्तची 'आई' म्हणतो. (इजिप्तची ममी नाही).

खरे म्हणजे त्या काळी इजिप्तचे सरकार त्यांच्या देशात इसाईमत प्रचारकांना येऊ देत नव्हते. पण एवते समाजात खूप प्रसिद्ध व आदरणीय होती. त्यामुळे माझा 'दौरा' आयोजित करण्यात सफल झाली. विकलांगता आणि त्यासंबंधीच्या समस्यांशी संघर्ष करून त्यातून बाहेर पडण्याविषयीचा माझा संदेश मिडियावरून विस्ताराने दाखविला गेला. त्याचा फायदा म्हणून मला अनेक मोठमोठे सरकारी अधिकारी व इतर मोठ्या व्यक्तींना भेटण्याची संधी मिळाली. ज्यात अलेक्झांड्रीयाचे मेयर, कतारची राजकुमारी शेख हिस्सा खातिमा बिन अहमद अलतानी ही पण सामील होती. ती संयुक्त राष्ट्रसंघाच्या बरोबर अपंगांबाबतच्या समस्यांवर काम करत होती.

अनेक महत्त्वाच्या नेत्यांच्या सहकार्याने २००८मध्ये माझा एक कार्यक्रम आयोजित केला. कैरोच्या जवळजवळ दोन हजार लोकांना मी संबोधित करणार होतो आणि ती दुभाष्याचे काम करणार होती. पण प्रत्यक्षात तेथे वीस हजार लोक उपस्थित होते. देशाच्या इतिहासातील सर्वांत मोठा इसाई मेळावा होता. त्या सभेच्या यशाने माझ्यासाठी मिडल ईस्टमधील/ मध्य आशियातील अनेक देशांचे दरवाजे उघडले, ज्यात कुवेत व कतार पण सामील होते. इसाक परिवाराने मला स्वीकारले. जगभरच्या अपंगांच्या कामासाठी मला सहयोग दिला. ते अतिशय प्रामाणिकपणे काम करतात. अरब देशातील मानवी अधिकारांचे उल्लंघन करणाऱ्या प्रथा संपविण्यासाठी ते काम करत होते. उच्च शिक्षणासाठी बंधन, स्वास्थ्यास धोका किंवा महिलांवर जुलूम, शोषण करणाऱ्या त्या प्रथा होत्या. आपल्या टीव्ही आणि इंटरनेट मिनिस्ट्रीद्वारे ते इसाई प्रोग्रॅम, समाचार, मिशन दौरे वगैरे कार्यक्रम आयोजित करतात. प्रार्थनांसाठी आग्रही असतात. जॅकलीन इसाक माझी मानलेली बहीण आहे.

ती आता प्रसिद्ध आंतरराष्ट्रीय व्यक्ती आहे. तेरा वर्षांपर्यंत ती कॅलिफोर्नियात राहिली. त्यानंतर तिच्या जीवनात बदल झाला. एका सर्वसाधारण अमेरिकन मुलीपेक्षा ती एकदम वेगळी होती. आतापर्यंतचे तिचे जीवन शाळा, मित्रमैत्रिणी, चर्च, घर यांतच व्यतीत झाले होते.

''मी जेव्हा तेरा वर्षांची होते तेव्हा एकदा मी शाळेतून घरी आले, तर माझी आजी जमिनीवर पडली होती आणि ती मृत झाली होती. ती माझे जीवन होती. तिनेच माझे पालनपोषण केले होते. रात्री मी तिच्याजवळच झोपायची. माझ्या मनाच्या सगळ्या गुजगोष्टी मी तिला सांगत असे. खरे म्हणजे मी घाबरले होते, गडबडले होते. रागाने मी देवालाच तिच्या मृत्यूसाठी दोष दिला.'' जॅकलीन सांगत होती. आजीच्या मृत्यूने ती पूर्णपणे कोसळली होती. त्याच वेळेस तिच्या आईवडिलांनी इजिप्तला जायचा निर्णय घेतला. त्या बातमीने ती आणखीच बेचैन झाली पण तिने इजिप्तला जायचे ठरवले. तेथे ती इसाई मत प्रचारकाचे काम करू शकत होती.

''मी माझ्या आजीला गमावले होते. माझे जीवन सर्वप्रकारे बदलून गेले. मी जीवनात हारले होते, निराश झाले होते. मला आठवते, माझा देवावरचा विश्वासही उडाला होता. मी नेहमी खोलीत बसून ओरडून देवाला विचारत होते, ''देवा, तू कोठेही असला तरी तू माझी प्रत्येक आवडती गोष्ट हिरावून का घेत आहेस?'' जॅकलीनने सांगितले.

आज जॅकलीन मागे वळून पाहते तेव्हा तिला समजते, की त्या वेळेस ईश्वराने तिच्यासाठी एक मोठे प्रयोजन आयोजित केले होते, हे तिला समजले नव्हते.

एक दिवस एका पाद्रीची गाठ पडली. तो मला समजावत होता. तो म्हणाला, ''तुला समजले नाही का त्याने तुझ्याकडून सर्वकाही हिरावून घेतले कारण त्याला पाहायचे होते, तू अजूनही त्याच्यावर विश्वास ठेवतेस की नाही? बस्स! आता तुला त्याच्यावर विश्वास ठेवण्याशिवाय दुसरे काही करायचे नाही.'' आणि त्याचवेळेस जॅकलीनला उमजले की ईश्वराला तिच्याकडून काय हवे आहे ते! त्या वेळी तिला समजले, परिस्थिती कशीही आली तरी ईश्वरावर विश्वास व आस्था ठेवायलाच पाहिजे, निष्ठेने कर्म करायला पाहिजे.

जॅकलीन म्हणाली, ''हे सगळे पाहिले तर तशी स्थिती वास्तविक माझ्यासाठीच निर्माण झाली होती. मी ईश्वराची 'हाक' स्पष्टपणे ऐकावी. शेवटी मला समजले, विश्वास आणि आस्थेनुसार चालणे म्हणजे काय असते ते!''

त्यानंतर आणखी एक धर्मप्रचारक टेक्सासहून इजिप्तला आली. तेव्हा जॅकलीन एका इसाई संमेलनाचे नेतृत्व करत होती. प्रवचन संपले. प्रार्थनेसाठी अवधी होता. ती जॅकलीनजवळ येऊन म्हणाली, ''बेटी, ईश्वर तुला एक चांगला उद्देश पूर्ण करण्यासाठी 'साद' देत आहे. मी तुला जगाचे भ्रमण करताना पाहत आहे. तू यू.एस. ला परत गेलीस तरी तुला इजिप्तला परत यावे लागेल. लोकांना विशेषत: महिलांना त्रासातून बाहेर काढावे लागेल. मी बघते, तू मोठ्या मोठ्या लोकांबरोबर बोलत असतेस. मात्र तू जेव्हा बोलशील तेव्हा सर्वच ऐकतील. ईश्वर तुझ्या बाजूने आहे. मग तू स्वत:लाच विचारशील, मी अशी कोण आहे, की 'मला या लोकांशी बोलण्याचे भाग्य मिळाले?' ''

जॅकलीनला ईश्वराकडून आलेले हे बोल ऐकून आश्चर्य वाटले. ती चकित झाली. ''मला 'त्याच्या' वचनाचा मान ठेवून खऱ्या अर्थाने भरवसा करायचा होता. माझ्याकडे जरी मोठे पद, शिक्षण वगैरे गोष्टी उपलब्ध नव्हत्या. तरी ईश्वर स्वत:च माझ्याकडून काम करवून घेईल.'' जॅकलीनने विचार केला.

जॅकलीनला पंधराव्या वर्षी यूएसच्या एका कॉलेजमध्ये प्रवेश मिळाला. पण एक मार्गदर्शक म्हणाला, तिने 'राजदूत' व्हायला पाहिजे. तेव्हा तिने जीवविज्ञान सोडून डॉक्टर व्हायचा निर्णय घेतला. तो व्यक्ती म्हणाला, ''तू दोन देशातील 'दरी' कमी करशील. तू जे बोलशील, ते लोक ऐकतील.''

जॅकलीनला वाटले, आईवडिलांच्या जुन्या इजिप्तच्या घरासाठी जायलाच पाहिजे.'' ईश्वर मला परत इजिप्तला पाठवू इच्छितो, हे ठाऊक होते. मी माझ्या कॉलेजच्या दिवसात आस्था आणि विश्वास यांना सोडले नव्हते. आस्थेनुसार काम करत होते. खरे म्हणजे हे ऐकायला थोडे अविश्वसनीय वाटते. पण ईश्वरावर विश्वास ठेवायलाच हवा. कारण ईश्वर अशक्य वाटणाऱ्या स्वप्नांना व कार्याला संभाव्य करून दाखवतो.''

अशा प्रकारे जॅकलीनने आपले स्वप्न पूर्ण केले. इजिप्तमध्ये चांगला बदल व्हावा म्हणून ती आध्यात्मिक आणि धार्मिक नेत्यांबरोबर काम करत आहे. ती किशोरवयीन असताना तेथे गेली होती. तेव्हा स्त्रियांचे शोषण पाहून दुःखी झाली होती. तिच्या वयाच्या मुलींना काही परंपरांना सामोरे जावे लागत होते. जननेंद्रियांसंबंधित काही विचित्र प्रथांना त्यांना तोंड द्यावे लागत होते. तिने तेथील वरिष्ठांना, पाद्रींना त्या बाबतीत विचारले तेव्हा त्यांनी त्याविषयी बोलणे नाकारले. आता येथे असे काही

नाही म्हणून सांगितले. पण हे सर्व यासाठी केले जात होते, की मुलींनी विवाहपूर्व लैंगिक व्यवहारापासून स्वतःला वाचवावे, असे इतरांकडून कळले.

युनिसेफच्या म्हणण्यानुसार संपूर्ण जगभर १४० मिलियन स्त्रियांना या निर्दयी सांस्कृतिक परंपरांची शिकार व्हावे लागले. जी इजिप्त, इथिओपिया, सुदान, केनिया व सेनेगलच्या काही भागात अद्याप चालू आहे. त्या देशातील काहींचे म्हणणे आहे, पंधरा वर्षापर्यंतच्या मुलींसाठी असे करणे त्यांच्या धर्मानुसार आवश्यक आहे. खरे म्हणजे कोणत्याच प्रमुख धर्माला याची आवश्यकता नाही. लोकांचे म्हणणे आहे, ही परंपरा मुलींना विवाहापर्यंत योग्य होईपर्यंत कामजीवनापासून दूर ठेवते.

मला फक्त हे माहीत होते, की मुलींच्या गुप्तांगाचा काही भाग कापून काढला जात असे. हे खूपच भयानक होते. जॅकलीन म्हणाली, ''हे सर्व ऐकून मी घाबरून गेले. माझ्यावर जर प्रभूची कृपा नसती तर माझीदेखील गणना या शेकडो मुलींमध्ये झाली असती. मी नशीबवान होते, की 'इजिप्शियन अमेरिकन' होते. पण आता माझे कर्तव्य होते, मी माझ्या देशाच्या मुलींच्या स्वातंत्र्यासाठी, त्यांच्या अधिकाराच्या रक्षणासाठी झगडावे, काहीतरी करावे.''

जॅकलीन जेव्हा लॉ डिग्री पूर्ण करण्यासाठी यूएसला आली, तेव्हा ती इजिप्त, आशिया, आफ्रिका आणि मिडल ईस्ट/मध्य आशियातील अनेक देशांतील मानवी अधिकारासंबंधी बोलणारी व्यक्ती बनली. ती आपल्या या अभियानासाठी इजिप्त व इतर देशांतील ग्रामीण भागात जाऊ लागली. कित्येक वेळा पंडे, पुजारी, सार्वजनिक नेते किंवा अभ्यासक याबाबतीत खोटे सांगत. इतकेच नाही तर मुलीही या गोष्टीवर बोलू इच्छित नव्हत्या. एकदा एका सभेत एक पंडित किशोरवयीन मुलींच्या आयांना समजून सांगत होता, की त्यांनी मुलींना या परंपरेचे पालन करण्यास सांगावे. जॅकलीनला हे समजले तेव्हा ती त्यांच्याशी बोलण्यास गेली. तो म्हणाला, ''तुझे पूर्ण शरीर नरकाच्या आगीत जळेल. त्यापेक्षा त्यापूर्वीच शरीराची उजवी बाजू कापून टाकणे चांगले.'' त्याच्या म्हणण्याचा अर्थ विवाहापूर्वी लैंगिकतेचा धोका झेलण्यापेक्षा विकृत करणे चांगले. हॉस्पिटल किंवा डॉक्टरकडून अशी गैरकृत्ये होऊ शकत नव्हती. म्हणून कित्येकदा सुईणी, न्हावी वगैरेंकडून केली जात असत. मग मुलींना इन्फेक्शन किंवा मेडिकल समस्या उत्पन्न होत. रक्तस्राव किंवा इतर गंभीर समस्या निर्माण होत. या परंपरेच्या विरोधात बोलून जॅकलीनने आपले प्राण धोक्यात आणले होते. पण आपल्या देशातील महिलांना या पीडेपासून ती वाचवू इच्छित होती.

''एकदा मी, डॉक्टर व पाद्री एका गावात तेथील लोकांशी बोलण्यासाठी जात होतो. माझ्या हृदयात धडधड होत होती, तेही घाबरले होते. आम्हाला माहिती होते, की विरोध होऊ शकतो. मी देवाची प्रार्थना करत होते त्या लोकांना माहिती नव्हते, मी काय बोलणार आहे ते. पण मी त्यांच्या त्या परंपरेच्या विरोधात बोलले तर ते माझा जीवच घेऊ शकतात, हे मला माहिती होते.''

जॅकलीनला वाटते, प्रार्थनेच्या माध्यमातून आपण कोणत्याही भयातून बाहेर येऊ शकतो. ईश्वराची प्रार्थनाच तुम्हाला कोणत्याही कठीण परिस्थितीत 'विजयाची' माळ घालू शकते. ''आम्ही चर्चपासून दोन मिनिटांच्या अंतरावर होतो तेव्हाच मला जाणवले, त्या पवित्र आत्म्याची शांती माझ्या मनात विराजमान झाली आहे. मला वाटले, या पुढे मी जे बोलणार आहे ते शब्द माझे नसून ईश्वरच माझ्या माध्यमातून बोलणार आहे. ईश्वर मला 'यश' देणार आहे. तो मला अनुकूल होणार व या सर्वांच्या हृदयाला स्पर्श करून जाणार!'' जॅकलीनने सांगितले.

ती जेव्हा लोकांसमोर बोलायला उभी राहिले, तेव्हा ईश्वराने कमालच केली. ती ज्यांना घाबरत होती त्याच लोकांकडून देवाच्या कृपेने सकारात्मक प्रतिक्रिया मिळाली. त्यांनी आपले हात वर केले आणि गुढघे दुमडून बसले. ते ईश्वराजवळ आपल्या कर्मासाठी क्षमायाचना करत होते. कारण त्यांनी त्यांच्या मुलींवर अन्याय केला होता. जॅकलीन म्हणाली, ''मी विचार केला, त्या दिवशी मी 'भयाला' माझ्यावर भारी होऊ दिले असते, तर ईश्वराने आपल्या अकल्पित रूपाने माझ्याकडून हे काम करवून घेतले नसते.''

जॅकलीनने त्या पुरुषांना सांगितले, त्यांच्यामधील अधिकतर पुरुषांच्या पत्नींना त्यानंतर कामवासना राहिली नाही. कारण लहान वयात त्यांना त्या जीवघेण्या भयंकर परंपरेचे पालन करावे लागले होते. खरंतर एखादी अनोळख्या स्त्रीने पुरुषांबरोबर लैंगिक विषयावर बोलणे चांगले समजले जात नाही. पण तिने त्यांची क्षमा मागितली व त्यांनीही शपथ घेतली, की त्यांच्याकडून कधीही त्या दुष्ट परंपरेला पाठिंबा दिला जाणार नाही.

''मला वाटले, ईश्वर त्या दिवशी माझ्या बाजूने होता. हे सगळेच मला भावविभोर वाटले. त्या लोकांना त्यांच्या 'करणीचा' पश्चात्ताप झाला होता.'' जॅकलीन म्हणाली.

आणखी एकदा जॅकलीन एका गरीब पण मागासलेल्या गावात ह्या परंपरेच्या विरोधात स्त्रियांचे मत जाणून घेण्यासाठी गेली. तेव्हा तर तेथे या विषयावर

बोलण्याचीदेखील मनाई होती. अनेकांनी तिला तेथे न जाण्यासंबंधी सुचवले. पण ती म्हणाली, ''वाईट आणि गरिबीने भरलेल्या त्या गावात संदेश देण्यासाठी ईश्वराने मला तेथे पाठविले आहे, असे मला वाटते. मी माझ्या मनाची 'हाक' ऐकली. मनात भीती असूनही तेथे गेले.'' ती तेथे दोन तीन स्त्रियांशी बोलत असताना दोन तीन पुरुष तिथे आले. एकाच्या हातात चाकू होता. ते आपापसात जॅकलीनने त्यांच्याशी बोलावे की नाही यासाठी भांडू लागले. जेव्हा ते एकमेकांशी झटापट करत होते तेव्हा जॅकलीनच्या पायाशी चाकू पडला. ''मी ईश्वराला प्रार्थना करत होते, आता ईश्वरानेच परिस्थिती नियंत्रणात आणावी. मी मनोमन जिझसचे स्मरण केले आणि अचानक त्या माणसांनी माझ्याकडे पाहिले आणि ते पळून गेले.'' यालाच जॅकलीन विश्वास आणि आस्थेचा चमत्कार मानते.

मला हे कळले, ईश्वर आपल्याकडून काहीतरी 'महान' करून घेणार असतो, यासाठीच आपल्यावर संकट येत असते. पण सैतान तुमच्या रस्त्यात अडथळे आणू पाहत असतो. अशा वेळेस प्रश्न पडतो, की याचा सामना कसा करावा? आपल्याला ख्राइस्टच्या कृपेसह सैतानाचा सामना करायला हवा.

त्या दिवशी मी तेथे राहिले, याचा मला आनंद आहे. मी फक्त त्या स्त्रियांचे विचारच ऐकले नाहीत, तर त्यांना मदत करण्याचे माध्यम बनले. किमान काही लोक तरी त्या परंपरेपासून दूर जातील, असे मला वाटले. त्या गावातील प्रमुखाने इतर लोकांशी बोलणी केली व सांगितले, सर्वांनी या परंपरेपासून दूर राहावे, अंधारातील निरर्थक कर्मांना सर्वांसमोर आणावे, असे बायबलमध्ये लिहिले आहे.

मी स्वत:ही जॅकलीनच्या आईवडिलांबरोबर इजिप्त व इतर देशांत त्यांची मदत करत आलो आहे. पण सगळ्या धोक्यांना, संकटांना तोंड देत आपले अभियान धैर्याने पुढे नेणाऱ्या या शूर तरुणीला कोणी साथीदार नाही.

इजिप्तच्या स्प्रिंग क्रांतीने २०११मध्ये इजिप्तमध्ये शासन करणाऱ्या पक्षास सत्तेवरून पदच्युत केले. मात्र जॅकलीन शांती, सर्वसहमती मानवी अधिकारांसाठी नेहमी कार्यरत आहे. ती इसाई व मुस्लीम नेत्यांबरोबर काम करण्याशिवाय शाळा, कॉलेज, समाजसेवा आणि युवाक्रांती करणाऱ्यांबरोबरही काम करत राहिली. कारण शांती व मानव अधिकारांचा अनुबंध तयार करता येऊ शकतो. तसे तिचे प्रयत्न बऱ्याच अंशी सफलही झाले. त्याला 'कॅन्स पीस अॅकॉर्ड' आणि 'प्लॅन ऑफ अॅक्शन' असे नाव दिले. सर्व इजिप्तच्या लोकांची एकजूट करण्यासाठी 'गॉड

क्रिएटेड ऑल' संगठन केले. इजिप्तमधील कामाच्या प्रगतीमुळे जॅकलीनला एक फायदा झाला तो म्हणजे जॅकलीनला सर्वांत मोठ्या शेखकडून आमंत्रण आले. तिने 'फॅमिली हाउस'साठी यूएसचे प्रतिनिधित्व करावे. फॅमिली हाऊस ही अशी कमेटी आहे, जी इजिप्तमधील धार्मिक नेत्यांनी इसाई व मुस्लीम परस्परांमध्ये सहयोग व प्रोत्साहन देण्यासाठी केलेली आहे.

''ईश्वराने माझ्यासारख्या एका तरुण मुलीला दिलेली वचने एकेक करत पूर्ण होत आहेत. खरे आहे बरेच वेळा ही कामे धोकादायक असतात पण ती माझ्या हृदयातील उद्रेकासारखी आहेत. मी जे करते त्यात काळजी आहे, भय आहे. पण मी माझ्या तीव्र इच्छाशक्तीला सोडू शकत नाही. इजिप्तमध्ये क्रांतीनंतर आलेल्या बदलांमुळे अनेक इतर मार्ग मोकळे झाले आहेत. त्यामुळे मी दर पावलागणिक पुढे जात आहे.'' जॅकलीन म्हणाली.

दुसऱ्यांना त्रास देणे, द्वेष करणे, धार्मिक जुलूम किंवा दुसऱ्या माणसाच्या अधिकाराची पायमल्ली करणे, हे आयुष्यात कष्टदायक ठरते. तुम्ही जॅकलीनसारखे जीवन धोक्यात घाला, असा सल्ला मी देऊ इच्छित नाही. पण जर तुम्ही स्वत: अशा गोष्टींचे शिकार झालेले असाल किंवा इतरांकडून त्रस्त झालेले लोक तुम्हाला माहिती असतील, तर कृपया त्यांना मदत करा. योग्य व्यक्तींची मदत त्यांना मिळवून द्या. स्वत:कडून सर्वप्रकारचे प्रयत्न करा. एका अशा दुनियेसाठी प्रार्थना करा, जेथे प्रत्येक माणूस त्रासाशिवाय किंवा कुणाकडूनही अपमानित न होता शांतिपूर्ण जीवनाचा अधिकार मिळवू शकेल. ईश्वराकडून त्याला मिळालेले प्रयोजन तो पूर्ण करू शकेल.

तुम्ही तुमच्यासाठी प्रार्थना कराल ना? प्रार्थना करा, अजाणतेपणीही तुमच्याकडून जर कुणाचे अहित होत असेल तर ईश्वराने तुम्हाला त्यापासून वाचवावे. तुमच्या वर्तणुकीत बदल होण्यासाठी ईश्वराने तुम्हाला मदत करावी. तुम्ही जेव्हा अशी प्रार्थना कराल, तेव्हा लोक तुम्हाला अपमानित करतील तेव्हा ईश्वर तुमचे रक्षण करो, ही प्रार्थना करा. प्रार्थनेशिवाय आपण शक्तिहीन आहोत. प्रार्थनेमुळे ईश्वराचे खरे सामर्थ्य आपल्याला मिळते. मग आता सांगा, तुम्ही माझ्यासाठी व या पिढीसाठी प्रार्थना कराल ना? 'तमाशा' बघत राहण्यापेक्षा लोकांची मदत करायला शिका. आपल्या शांतीसाठी प्रार्थना करा. जे तुम्हाला त्रास देतात, त्यांच्यासाठीही प्रार्थना करा. आपण सगळे या जगात परिवर्तन आणणाऱ्या प्रत्येक गोष्टींप्रति सजग राहू अशी हृदयपूर्वक प्रार्थना करा...

8

शिखरापर्यंत जाण्यासाठी

माझे प्रिय मित्र गॅरी आणि मॅरिलिनने १९८३ साली एक चांगला निर्णय घेतला. ते दोघे विवाहित होते व मॅरिलिनच्या देशात, कॅनडात राहत होते. पण गॅरी बऱ्याच काळापासून मिशनऱ्यांशी निगडित होता. त्याचे पालनपोषण झिंबाब्वेमध्ये झाले होते. गॅरीला नेहमी वाटायचे, ईश्वर त्याला सांगत आहे की, युद्धाशी झगडत असणाऱ्या युगांडाची राजधानी कंपाला येथे जाऊन चर्च स्थापन करावे.

चर्च स्थापन करण्याचे अभियान तसे सोपे होते. कॅनडासारखी सुरक्षित जागा, वातावरण सोडून जाण्याचा निर्णय घेणे अवघड होते. युगांडात हिंसक युद्धे चालू होती. हजारो लोक मरत होते. शेकडो लोक बेघर होत होते. सर्व सुविधांनी परिपूर्ण किंवा एके काळी 'द पर्ल ऑफ अमेरिका' म्हणून ओळखला जाणारा हा देश आज जगातील निर्धन राष्ट्रांमध्ये गणला जात आहे. एचआयव्ही, एड्ससारख्या रोगांनी तेथे थैमान घातले आहे. युगांडाचे सामाजिक जीवन 'अस्ताव्यस्त' झाले आहे.

इसाईयत प्रति समर्पित ह्या जोडप्याने युगांडात एक चर्च उघडले. दोन वर्षांतच आपल्या मिशनमध्ये आणखी एक काम जोडून घेतले. कचऱ्याच्या ढिगाऱ्यावर जेव्हा त्यांनी शेकडो मुलांना भरकटताना, मरताना, अन्न वेचताना पाहिले, तेव्हा त्यांच्या जीवनाची दिशाच बदलली. काही वर्षांपूर्वी मी गॅरी व त्याची पत्नी आणि तीन मुलांना भेटायला गेलो, तेव्हा त्यांनी सांगितले होते त्या वेळेस सर्वांत जास्त रोगांची लागण युगांडामध्ये होती. ''मला वाटायचे की, ईश्वर जणू मला आदेश देत आहे, माझ्या लेकरांची काळजी घ्या!''

मॅरलिनने म्हटले, ''चर्चची कशी भरभराट होत आहे ह्या गोष्टीने ईश्वर प्रभावित होत नाही, तर त्याने आपल्याला अनाथ मुलांची सेवा करण्यास सांगितले आहे. मुलांच्या दु:खाने ईश्वर कष्टी होत असतो. त्यांनी एका भाड्याच्या छोट्या घरात 'वॅटोटो चाइल्ड्स केअर मिनिस्ट्रीज' (Watato Child care ministrities) स्थापन केले. पण त्यांची महत्त्वाकांक्षा फार मोठी होती, जी त्या छोट्या घरात मावत नव्हती. ते एका अशा देशातील अनाथ मुलांना आश्रय, पालनपोषण, वैद्यकीय सेवा हे सर्व देऊ इच्छित होते, ज्यांची साधारण संख्याच दोन मिलियनच्या आसपास जात होती. आफ्रिकेत मी माझ्या भाषणाच्या दौऱ्याच्या वेळी स्निकर्सद्वारा चालणाऱ्या तीन अनाथालयांत गेलो होतो. तेथे दोन हजारपेक्षा जास्त मुले होती. तेथे स्वच्छ मोठ्या मैदानावर आठ आठ मुलांचा गट होता, तेथे आईसारखी पालनपोषण करणारी महिला, त्यांच्या बरोबर राहत होती. त्यांच्या प्रत्येक अनाथालयात पाणी, वीज, शाळा, शौचालय, वैद्यकीय क्लिनिक ह्याची सोय होती. युगांडा तसे आधुनिक सुखसुविधांपासून दूर आहे. पण जगभरातील तेथे येणाऱ्या सेवाभावी स्वयंसेवकांनी स्निकर्सच्या अनाथालयात सगळ्या सोयी उपलब्ध करून दिल्या आहेत. आपल्या विश्वास आणि आस्थेनुसार काम करून त्याला साकार रूप देण्याचे ते एक महान उदाहरण आहे.

'वॅटोटो'मध्ये बरीचशी मुले नवजात अवस्थेतच आलेली आहेत. ती तेथे किशोरावस्थेपर्यंत राहतात. त्यांना उच्च शिक्षणाची पण सोय करून देतात. म्हणजे पुढे त्यांचे जीवन अधिक चांगले व्हावे. पन्नासपेक्षा जास्त मुले 'वॅटोटो'मध्ये उच्च शिक्षण प्राप्त करू शकतील. आणखीही मुले उच्च शिक्षण घेऊ शकतील. एका अनाथालयात एका महिन्यांत जवळजवळ पंधरा अनाथ नवजात मुले दाखल होतात. वॅटोटोमध्ये येणारी अनाथ मुले एचआयव्ही इ+ची लागण झालेली असतात. स्निकर्सच्या म्हणण्यानुसार अँटिरेट्रोव्हायरल आणि त्यांच्या आईच्या अँटिबॉडीजद्वारा त्यांचा यशस्वी इलाज केला जातो.

ह्या दशकात होणाऱ्या युद्ध, विनाश, किंवा अत्याचार, हिंसा ह्यामध्येही आपले मिशन पूर्ण करण्यास स्निकर्स यशस्वी होत आहे. एका अंदाजानुसार २००४पर्यंत वीस हजार मुलांना विद्रोहींनी पळविले होते. ते मुलांना विवश करतात आणि आपल्याच समुदायात आतंक करण्यास भाग पाडतात. मुलींवर अत्याचार करून त्यांना वेश्या व्यवसाय करायला लावतात.

'वॅटोटो'चे सूत्रवाक्य आहे, 'रेस्क्यू, रेज अँड रिबिल्ड!' (बचाव, पालनपोषण व पुनर्वसन) ते अशा पिढीला वाचवू इच्छितात. जी युद्ध, रोगराई व गरिबीच्या विळख्यात अडकली आहे. ते त्यांना शिकवून चांगल्या इसाई नेत्याच्या रूपात आणू इच्छितात. ते चांगल्या राष्ट्राच्या घडणीसाठी उत्सुक आहेत. स्निकर्सने स्त्रियांसाठी 'लिव्हिंग होप' हा कार्यक्रम सुरू केला आहे. ह्यात शोषणाच्या बळी ठरलेल्या स्त्रियांना जीवन जगण्याचे बळ व काहीतरी व्यावसायिक प्रशिक्षण दिले जाते. त्यांच्याबरोबर संवाद साधला जातो व चांगले जीवन जगता यावे म्हणून मार्गदर्शनही केले जाते.

मॅरेलिनने सांगितले की, लूटमार, धमक्या, चोऱ्या आणि अनेक वर्षांपासून चालू असलेली हिंसा हे सर्व सुरू असतानाही ते त्यांचे काम करत आहेत. बरेचदा साहस करून ते अशा भागातही जातात, जेथे त्यांच्या जीवाला धोका असतो. काही वर्षांपूर्वी त्यांनी असेही एक काम हातात घेतले, ज्यात बेकायदेशीररीत्या गेलेल्या उत्तर युगांडातील काही मुलांना ते मुक्त करू इच्छित होते. त्यांना विद्रोहींनी गुलाम म्हणून ठेवले होते, पण त्यांना कळत नव्हते ह्या कठीण परिस्थितीत हे काम कसे पार पाडावे? पण आपला विश्वास व आस्थेनुसार त्यांनी सर्वकाही ईश्वरावर सोपवले आहे.

त्यांचे म्हणणे होते, सुरुवातीला आम्ही चर्च उघडून लोकांना धर्माचा उपदेश देणार होतो. आम्ही आमचे आवडीचे काम करावे यासाठी ईश्वराने आम्हाला युगांडाला पाठविले नाही, तर आम्हाला दु:खी लोकांची सेवा करण्यास पाठविले आहे. आता त्यांच्या चर्चकडून आठ ठिकाणी वीस हजारांपेक्षा अधिक लोकांना सेवा मिळत आहे. पण त्यांचे मिशन पूर्ण झाले नाही. कारण अनेक लोकांना मदतीची गरज आहे. गॅरी म्हणाला, ''आपला ईश्वर महान आहे.'' एक चांगला बदल आणण्याची क्षमता आमच्याजवळ आहे, असा आम्हाला विश्वास आहे. आज स्निकर्स आणि त्यांचे मिशन 'वॅटटो'ची मुले यांना गायक मंडळी म्हणून पूर्ण जग ओळखते. त्यांचे प्रदर्शन उल्लेखनीय आहे. ते संगीताचे रेकॉर्डस् काढतात. 'कन्सर्ट ऑफ होप'च्या माध्यमातून जगभर भ्रमंती करतात. चांगल्या कामासाठी फंड उभा करतात. ते नेहमी आपल्या मिशनचे काम करत राहतील. मात्र ही त्यांची नाही तर ईश्वराची इच्छा आहे.

आत्मसमर्पणाचे सामर्थ्य

समर्पणाच्या या विचाराला आत्मसात करणे कठीण आहे. कारण समर्पण

म्हणजे त्याग, पराजय, असफलता, लोक त्याला याच्याशीच जोडतात. स्निकर्सला ईश्वराच्या मोठ्या योजनांवर काम करताना सुरुवातीच्या काही योजनांना बंद करावे लागले. याचा अर्थ, असं करून ते काही त्याग करत नव्हते. उलट त्यांचे जे काही भ्रम होते त्यावर त्यांनी नियंत्रण मिळविले होते. त्यांना माहिती होते, ईश्वर सर्वज्ञानी आहे. ईश्वराची त्यांच्यासाठी आणखी एखादी विस्तृत योजना असावी, जी त्यांनी कॅनडामध्ये बनविलेल्या योजनेपेक्षा कितीतरी मोठी व महत्त्वपूर्ण असावी.

स्वत:कडून प्रयत्न करणे सोडून देणे म्हणजे आफ्रिकेतील गरजूंची साथ सोडल्यासारखे होऊ शकते, पण त्यांनी ईश्वराच्या इच्छेला आदर दिला. ईश्वरावर भरवसा ठेवला व म्हणाले, 'आम्हाला माहीत नाही, ईश्वर आमच्याकडून काय काम करून घेऊ इच्छितो?' आणि आम्ही ती कशी पूर्ण करणार आहोत? पण ईश्वराच्या सर्वज्ञानावर, सामर्थ्यावर आमचा पूर्ण विश्वास आहे. ईश्वराची आमच्यासाठी जी काही योजना असेल ती पूर्ण करण्यास ईश्वर आमची नक्कीच मदत करेल.

तुम्हीही तुमच्या जीवनात 'आत्मसमर्पणाचा' अभ्यास केला पाहिजे. एक वेळ अशी येते, जेव्हा आपल्याला आपल्या हातातील सर्व कामे सोडावी लागतात. कारण ती आपल्या नियंत्रणाबाहेर असतात. त्यामुळे तुम्हाला अशी कामे करावी लागतील, जी ईश्वराच्या वरदानाच्या स्वरूपात व तुमच्या कौशल्यानुसार मिळाली आहेत. ज्यात तुम्हाला तुमच्या प्रतिभेचा वापर करता येईल. कदाचित यापूर्वी तुम्ही विचार न करताच काम केले असेल किंवा आर्थिक परिस्थिती वा नोकरी जाणे यांमुळे नोकरीधंद्यात बदल घडला असेल. पण नंतरही उरलेल्या वेळेच्या अनुसार तुम्ही योजना करू शकता. परत एकदा आत्मविश्वास आणि पूर्ण क्षमतेच्या बळावर पुढे जाऊ शकता.

तुमच्या बाबतीत काय घडले, हे जास्त महत्त्वाचे नाही पण जे घडले यावर तुमची प्रतिक्रिया कशी होती, हे जास्त महत्त्वपूर्ण आहे. एक इसाई म्हणून माझी प्रतिक्रिया ही आहे, की आपण सर्व ईश्वरावर सोपवावे. म्हणजे आपल्यासाठी असणारी योजना तो आपल्यापुढे ठेवेल. जेव्हा मी ईश्वरापासून विन्मुख होतो तेव्हा एक गोष्ट मला प्रकर्षाने जाणवते, त्या वेळी मी निराश, त्रस्त, कुठेतरी हरवलेला, परिस्थितीने गांजलेला असा असतो. मी माझ्या किशोरवयातही स्वत:ला असाच समजत होतो. मला नेहमी वाटायचे, मी जिवंत तरी का राहतो? संपूर्ण अवयव असणाऱ्या या लोकांमध्ये माझ्यासारख्या अवयवविहीन माणसाचे काय काम आहे?

पूर्ण आयुष्यभर संघर्ष करत राहण्याच्या चिंतेने मी मृतवत झालो होतो. पण ईश्वराने माझ्यासाठी काहीतरी वेगळेच योजले होते ना!

सगळं काही तुमच्याच हातात आहे, या भ्रमातून तुम्ही स्वत:ला मुक्त करणं, हा आत्मसमर्पणाचा खरा अर्थ आहे. होय, तुम्ही कधी काय करायचे, का करायचे, जगासमोर स्वत:ला कसे प्रस्तुत करायचे, हे सर्व तुम्ही ठरवू शकता. तुम्ही स्वप्ने पाहू शकता, तुम्ही तुमचे लक्ष्यही ठरवू शकता. पण हा भ्रम आहे, की तुम्ही तुमच्या आसपास व तुमच्याबाबतीत कधी काय घडेल हेही सांगू शकता. म्हणून आपण सगळे एकच करू शकतो, की स्वत:ला कोणत्याही वाईट परिस्थितीचा सामना करण्यासाठी किंवा चांगले होण्यासाठी तयार करावे. याचा अर्थ आपल्या प्रतिभेचा योग्य तो उपयोग करावा म्हणजे काहीही झाले तरी संघर्ष करत पुढे जाण्याची आपली क्षमता कायम राहावी.

प्रत्येक गोष्ट आपल्याच हातात असावी अशी इच्छा आपल्याला पांगळे करते. उदाहरणार्थ, बघा, मी हे करू शकत नाही पण तुम्ही करू शकता. तुमच्या हाताची मूठ घट्ट आवळून धरा म्हणजे सगळी ताकद तुमच्या हातात एकवटलेली दिसेल. खरंय ना? आता तुम्हाला कोणी बीएमडब्ल्यूच्या किल्ल्या आणून दिल्या, तर तुम्ही मूठ तशीच घट्ट धरून ती संधी गमावणार का? की तुम्ही मूठ सैल करून ती 'गिफ्ट' घेणार? आपल्या आयुष्याचेही तसेच आहे. जेव्हा आपण नेहमी नियंत्रणात राहण्याचा प्रयत्न करतो तेव्हा आपल्या मार्गात येणारे वरदान, जे आपल्या विश्वास व श्रद्धेमुळे मिळालेले असतात, त्यांना गमावण्याचा धोका पत्करावा लागतो. त्यांना गमावण्याची चूक आपण करतोही! स्किनर्स जर युगांडामध्ये चर्च उभारण्याच्या स्वप्नाबरोबरच राहिले असते, तर आज त्या महान सकारात्मक संधीला मुकले असते, जिच्याद्वारे संपूर्ण राष्ट्रालाच लाभ होणार होता.

मी तुम्हाला असा सल्ला कधीच देणार नाही, की तुम्ही तुमच्या स्वप्नांचा त्याग करा, तर त्या परम पित्याच्या पुढे आत्मसमर्पण करून जीवनात येणाऱ्या अनेक संभावित संधींच्या बाबतीत ग्रहणशील राहा, या गोष्टीसाठी प्रोत्साहित करू इच्छितो. जर तुम्हाला आत्मसमर्पणाच्या माध्यमातून विजय मिळवायचा असेल तर सर्वांत प्रथम विवाह करावा लागेल!!

अहो, मी खरेच सांगतोय, मी थट्टा करत नाही. ही थट्टेची गोष्टही नाही. पण मला असे वाटते जेव्हा आपण कुणाशी स्नेहसंबंध जोडतो तेव्हा आपण अनेक

गोष्टींचे समर्पण करतो. जसे तुम्हाला तुमचा स्वार्थ व आत्मकेंद्री व्यवहाराचे समर्पण करावे लागते. त्यासाठी तुम्ही तुमच्या इच्छांचे समर्पण करता तसंच टीव्हीच्या रिमोटचेही समर्पण करता...

मग तुम्ही अध्यात्माच्या स्तरावर जेव्हा ईश्वराशी गाढ स्नेहसंबंध स्थापित करता, तेव्हा तुमच्या जीवनासाठी बनलेल्या योजनांमुळे समर्पण करता. त्यामुळे अचानक समर्पणाविषयी असणाऱ्या नकारात्मक भावनाही संपतात. आता आपण एक सुखी, समाधानी, समर्थ असल्याचा अनुभव घेतो. मला अनेकदा विचारले जाते, की मी 'हातपाय' नसतानाही इतके आनंदी व मजेशीर जीवन कसे जगतो? मला जे असे विचारतात, त्यांना वाटते माझ्यात असणाऱ्या कमतरतेमुळे मी दु:खी आहे. म्हणून ते मला निरखून पाहत असतात. त्यांना वाटते मी माझे जीवन ईश्वराच्या चांगल्या कामासाठी का समर्पित केले आहे, ज्या ईश्वराने मला 'हातपाय' दिले नाहीत? अनेक लोक मला दिलासाही देतात व म्हणतात, ईश्वराजवळ सगळी उत्तरे असतात. जेव्हा स्वर्गात त्याला भेटू, तेव्हाच या प्रश्नांची उत्तरे मिळतील.

मी बायबलनुसार जगण्यावर श्रद्धा ठेवतो. ज्यात सांगितले आहे, ईश्वरच वर्तमान, भूत व अनंतकाळाचे उत्तर आहे. जेव्हा लोक मला भेटतात, माझ्या जीवनाविषयी वाचतात, माझ्याशी बोलतात, तेव्हा माझे अभिनंदन करतात. मी माझ्या उणिवांवर मात करून सफल जीवन जगत आलो आहे! मी म्हणतो, माझी सफलता माझ्या समर्पणात दडलेली आहे. सर्वकाही मीच करत नाही तेव्हा मी विजय मिळवितो. मी ईश्वराला सांगतो, "मी सर्व काही तुझ्यावर सोपवत आहे." तेव्हा ईश्वर माझ्या पीडेचे अशा रीतीने रूपांतर करतो, जे माझ्यासाठी आनंददायी ठरते.

चांगली गोष्ट कोणती आहे? माझ्यासाठी तर जीवनाचा 'उद्देश' आणि 'अर्थ' महत्त्वपूर्ण आहे! जेव्हा मला जीवनाचा अर्थ, उद्देश एकेकाळी कळत नव्हता, तेव्हा मी ते ईश्वरावर सोपवत होतो. ईश्वराने मला जीवनात प्रयोजन दिले. ईश्वराशिवाय हे काम दुसरे कोणी करू शकत नाही.

तुम्हाला जर शब्दांचा खेळ आवडत असेल तर या गोष्टी समजण्यासाठी एक छान पद्धत आहे.

तुम्ही जर Disabled शब्दासमोर फक्त Go लावा Godisabled आणि मनात त्याचे रूप पाहा तर तुम्हाला दिसेल, God is abled म्हणजे मी disabled (अक्षम) आहे पण गॉड abled (सक्षम) आहे. त्याच्या सर्व गोष्टी संभवनीय असतात. जिथे

माझी शक्ती अपुरी पडते, तेथे 'तो' सर्वशक्तिनिशी उभा असतो. मी मर्यादित आहे पण 'तो' अमर्याद आहे. मी मर्यादित यासाठी आहे, की मी माझ्या योजना माझी स्वप्ने आणि सर्व इच्छा ईश्वराला समर्पित केल्या आहेत. मी कधीही हार मानत नाही पण आत्मसमर्पण करतो. मी माझी सर्व प्रयोजने ईश्वरावर सोपवली आहेत. म्हणजे माझ्यासाठी असलेले प्रयोजन ईश्वरच माझ्यासमोर ठेवू शकेल.

बायबल अनेक उदाहरणे देत आपल्याला सांगते, ''मी पिता (लॉर्ड) तुझा ईश्वर, जो तुझा उजवा हात धरून तुला सांगतो, 'भिऊ नकोस, मी मदत करेन!' ग्रंथात हे पण सांगितले ''मी पिता (लॉर्ड) आहे, मी तुझ्या संघर्षातून तुला बाहेर काढीन. 'तुझ्यासाठी असलेली योजना मला माहीत आहेत.' ईश्वर हेही स्पष्ट करतो, या योजना तुझ्या भल्यासाठी आहेत. तुला नुकसान करण्यासाठी नाही. या योजना भविष्याविषयी तुला आशा दाखविणाऱ्या आहेत.

ओल्ड टेस्टामेंटमध्ये ईश्वर अब्राहमला म्हणतो, ''पापाची भरपाई करण्यासाठी तुझा पुत्र इसाक याचा तू बळी द्यावास.'' अब्राहमने इसाकला सांगितले नाही. त्याने इसाकला बरोबर घेतले. इसाकला वाटले, कदाचित पर्वतावर 'कोकरू' (पशू)चा बळी देण्याचा विधी असावा. चालताना त्याने विचारले, 'कोकरू कुठे आहे?' अब्राहम म्हणाला, 'ईश्वर त्याचीही सोय करेल' आणि पर्वतावर पोहोचल्यावर अब्राहमने इसाकला सांगितले, 'तुझाच बळी द्यायचा आहे.' तेव्हाही इसाकने विरोध केला नाही. त्याने ईश्वरेच्छेपुढे समर्पण केले. ईश्वराचा मार्ग शाश्वत मार्ग आहे. मग आपल्याला काय वाटते हे महत्त्वाचे नाही. इसाकसाठी ही त्याच्या विश्वासाची, निष्ठेची परीक्षा होती. इसाकचा बळी द्यायची वेळ आली, तेव्हा एक देवमाणूस तेथे आला व त्याने ते थांबविले.

यात दोघांच्याही आत्मसमर्पणाची कहाणी आहे. इसाक आणि अब्राहम दोघांनीही आपापल्या परीने ईश्वराला समर्पण केले आहे. आपणही आपल्या आयुष्यात असे केले पाहिजे. शिवाय हे जाणून घेतले पाहिजे, की जेथे आपण कमी पडतो तेथे ईश्वर सर्व सामर्थ्यासह आपल्यासाठी उभा असतो. ग्रंथात ईश्वराने म्हटले आहे, ''तुमच्यासाठी माझी कृपा पुरेशी आहे. माझे सामर्थ्य तर 'दुर्बलांसाठी' आहे. जेव्हा ईश्वर आपल्याला मोठी स्वप्ने दाखवतो, तेव्हा आपण ती पाहू शकतो. प्रत्यक्षात ईश्वरच ती पूर्ण करणार असतो. कारण आपल्याला हेही माहीत असते, की ती पूर्ण करण्यास ईश्वरच समर्थ आहे.

आपण ईश्वराच्या मर्जीपुढे नतमस्तक झाले पाहिजे. संकटे येत असतील तर ईश्वराच्या कृपेसाठी याचना करून म्हणायला हवे, ''देवा, जर तुला वाटत असेल माझी स्वप्ने पुरी व्हावीत, तर तू मला मदत करावी.'' माझे असे मत आहे, की ईश्वराच्या मार्गावर चालण्यासाठी आपण आपल्या क्षमतेचा जास्तीतजास्त उपयोग करू शकतो. तुम्हाला जे शक्य आहे ते तुम्ही करत राहावे, असे मी सांगू इच्छितो. परिणाम ईश्वरावर सोपवावा! काळानुसार जीवनातील प्रत्येक प्रश्न आपोआप सुटत जातो. जसे बायबलमध्ये लिहिले आहे, 'त्याचा' विवेक गहन आहे. 'त्याचे' सामर्थ्य अमर्याद व अनंत आहे!

शक्यता आहे, तुम्ही नवीन पाऊल टाकू इच्छित असाल, अशा वेळेस तुम्ही एका काठावर उभे आहात, मात्र भयामुळे पुढे जाऊ शकत नाही. कारण तुम्ही हे काम करू शकता किंवा नाही याविषयी खात्री नाही. अशा वेळेस सर्वकाही ईश्वरावर सोपवावे.

ईश्वरावर 'भरोसा' ठेवला तर काय होईल?

जरा विचार करा जर तुमच्या जीवनात ईश्वराचे 'अस्तित्व' किंवा त्याची उपस्थितीच नसेल तर तुमच्या जीवनाचे 'मूल्य' काय असेल? म्हणून त्याच्यावरच विश्वास ठेवा. ईश्वरच तुमचा आनंद आणि दुःख आहे. ईश्वराला प्रार्थना करा, की ''माझ्यासाठी प्रयोजन निर्धारित कर.'' त्याला 'आस्थेचे' वरदान मागा, ज्याच्या बळावर तुम्ही ईश्वराला अनुसरून चालू शकाल.

मी माझ्या आयुष्यात अवयवांच्या कमतरतेमुळे येणाऱ्या कटुतेचा त्याग केला. तेव्हा मला पूर्ण विश्वास होता, की आता ईश्वर माझ्या जीवनात प्रवेश करणार आहे. मला पूर्ण खात्री आहे, की अपंगत्व असूनही ईश्वराची दैवी शक्ती मला संकटांपासून दूर ठेवेल. जेव्हा मी सर्वकाही ईश्वरावर सोपवले तेव्हा कोणती तरी अद्‌भुत शक्ती माझ्यात अवतरली, जी प्रत्यक्षात माझी नव्हती. हा विश्वास माझ्या संभाव्य कल्पनेपेक्षा कितीतरी 'महान' आहे. ईश्वराने उदारपणे इतरांच्या जीवनात बदल घडवून आणण्याचे माध्यम (साधन) मला बनवले आहे. ईश्वराने मला आंतरिक प्रेरणा दिली, की मी जगातील त्याच्या प्रतिमेचे गुणगान गावे. मी माझ्या आस्था आणि विश्वासानुसार काम करत ईश्वरापुढे आत्मसमर्पण केले. तेव्हा मला असे नवजीवन मिळाले, ज्यातून मला मिळालेला आनंद व समाधान माझ्या कल्पनेपलीकडचा आहे.

सर्व ईश्वरावर सोपवा

काही वर्षांपूर्वी एका तरुणीने मला तिची आत्मसमर्पणासंबंधीची कहाणी सांगितली. ती तुम्हालाही निश्चित प्रोत्साहन देणारी आहे. तिने मला एक ईमेल लिहिला. अतिशय साध्या व सहज शब्दात तिने सुरुवात केली होती : माझे नाव जेसिका आहे. मी सव्वीस वर्षांची आहे. मी जेव्हा अठरा वर्षांची होते तेव्हापासून नॅसोफारिंजयल (Nasopharyngeal) कॅन्सरने पीडित होते. जेसिकाने कॅलिफोर्नियाच्या प्लेजन्टनमधून डिग्री घेतली होती. कॅलिफोर्नियातील हेवर्ड (Hayward) विद्यालयात आपल्या शिक्षणाचे पहिले वर्ष सुरू केले तेव्हाच डॉक्टरने तिला सांगितले तिच्या सायनसमध्ये कॅन्सर आहे. साधारणत: प्रौढ वयाच्या आशियाई पुरुषांमध्ये हा कॅन्सर जास्त आढळून येतो. पण ती आशियनही नव्हती न पुरुष! पण डॉक्टरांचे निदानही चुकीचे नव्हते. त्याचा इलाजही खूप गंभीर व त्रासदायक असतो.

तिला कित्येक महिने पाच दिवस पंचेचाळीस मिनिटे रेडिएशन घ्यावे लागत होते. त्यापूर्वी सहा महिने किमोथेरपीही करावी लागली होती. त्यामुळे सारखे मळमळ व्हायचे. घशात आग व्हायची. ती खाऊ शकत नव्हती. डॉक्टर नळीद्वारे तिच्या पोटात द्रवपदार्थ घालत होते. जेव्हा तिला कॅन्सर आहे हे समजले, तेव्हा तिच्या सगळ्या स्वप्नांचा चक्काचूर झाला होता. तिला पहिल्याच वर्षी नोकरी आणि कॉलेज दोन्ही सोडावे लागले. कारण अंथरुणावरून उठणेही तिला असह्य होते. किमोने तिचे केस गळाले होते. तिने लिहिले होते, 'एवढा भयंकर त्रास होता जो शब्दात लिहून सांगता येत नाही.'

आपल्या या त्रासात असतानाही जेसिकाने आपली आस्था आणि विश्वासावर निष्ठा ठेवून ईश्वरापुढे आत्मसमर्पण करायचे ठरवले. त्या वेळेस तिच्या मनाला योग्य दिशा मिळाली. जेव्हा तुम्ही त्या अनंतरूपाच्या जवळ जाता, तेव्हाच तुम्ही जीवनाला नीट पारखू शकता. तुम्ही ईश्वराच्या निकट आहात किंवा नाही, हेही बघू शकता. मला स्वत:ला हेही आजमावून पाहायचे होते, की मी खरोखरच 'दृढ' निश्चयी आहे किंवा नाही! 'विश्वासाच्या बाबतीत मला गोंधळून जायचे नव्हते. मला हेही ठरवायचे होते, की मी पूर्वपदावर येण्यासाठी माझाच मला सहयोग आहे ना?''

मी यापूर्वीही लिहिले आहे. ईश्वर आपल्याला 'रोगी' बनवत नाही. तो आपल्याला मोठ्या समस्या किंवा अस्वास्थ्य यासाठी देतो, की आपण त्याच्या अधिक निकट जावे! त्यालाच आपल्या जीवनाचा केंद्रबिंदू करावे. रोग तर भौतिक

जीवनाचा एक भाग आहे आणि ईश्वराचे प्रेम आध्यात्मिक जीवनाचा भाग आहे!

जेसिकाच्या जीवनात ईश्वराने काय केले हे तुम्ही पाहू शकता. स्वास्थ्यासंबंधीच्या गंभीर समस्यांनी तिच्या शरीराला जर्जर केले, तेव्हा ईश्वराने तिला आध्यात्मिक शक्ती प्रदान केली.

'मला असे वाटत होते, जणू ईश्वर मला म्हणत आहे, 'ज्या गोष्टींविषयी तुला प्रेम आहे त्या सर्व तुझ्याकडून मी हिरावून घेतल्या आहेत. तरीही तू माझ्यावर प्रेम, भक्ती करतेस? मी तुला सर्वकाही दिले होते म्हणून तू माझ्यावर प्रेम करतेस, की ईश्वर तुझा आहे म्हणून प्रेम करतेस?''

जेसिका म्हणाली, ''मी तेव्हाच निश्चित केले यापुढची वाटचाल ईश्वराबरोबरच करायची. मला वाटत होते, मी त्याच गोष्टीवर लक्ष केंद्रित करावे, अशी ईश्वराची इच्छा असावी, जी माझ्यासाठी महत्त्वपूर्ण आहे. जसे चांगले जगायला शिकायचे व इतरांनाही तेच शिकवायचे. स्वर्ग मिळविण्यासाठीच जगायचे.''

चांगली गोष्ट ही होती, सर्वप्रकारचे इलाज करून ती त्या दुखण्यातून बाहेर आली, कॅन्सरमुक्त झाली. खरे म्हणजे या दुखण्याने तिला गिळायला त्रास होत होता, बोलतानाही त्रास व्हायचा, पण हे सगळे त्रास असूनही तिने ईश्वराशी कृतज्ञ राहण्याचा मार्ग निवडला. ''ईश्वर धन्य आहे. मी पाहू शकते, ऐकू शकते जरी मला थोडा त्रास होत असला तरी मी बोलूही शकते.'' तिने इमेलमध्ये लिहिले होते, ''माझ्या बाबतीत जे घडले, ते माझ्या शारीरिक त्रासाचाच एक भाग होता. पण मी कहाणीचा दुसरा भागही तुम्हाला सांगू इच्छिते. जो एक 'आशा' आणि 'विश्वासाचा' संदेश आहे. माझी इच्छा आहे हा संदेश लोकांपर्यंत पोहोचवावा, जे माझ्यासारखेच कठीण परिस्थितीचा सामना करत आहेत.''

जेव्हा तिला सिटीस्कॅनसाठी पाठविले होते, तेथे तिने स्वतःच्या विश्वासाचा 'पाया' असणाऱ्या ईश्वरावर सर्वकाही सोपवले होते. तिने जराही हिंमत सोडली नाही. एकप्रकारे तिने त्या 'विशाल स्रोताला' आपल्या समस्येत सामील करून घेतले होते. तिने चर्चच्या पाद्रीला फोन केला. त्यांनी तिच्यासाठी ताबडतोब प्रार्थनेचे आयोजन केले.

ती लिहिते, ''आत्मसमर्पणात एक प्रकारची शांती आहे, जे फक्त अनुभवानेच कळते. ती शांती मी मिळवली आहे. फक्त ईश्वराची लेकरेच हे समजू शकतात. खरे

म्हणजे माझी सर्व दुनियाच कोसळू पाहत होती. पण तसे झाले नाही. परिस्थिती माझ्या नियंत्रणाबाहेर जाऊ पाहत होती. पण माझा 'जिझस' माझ्याजवळ होता. मला हे माहीत होते, या रोगाच्या इलाजाच्या वेळेस माझा मृत्यूही होऊ शकतो. कित्येकदा झोपताना वाटायचे, पुढचा क्षण मी पाहू शकेन का? कदाचित हा क्षण माझ्या आयुष्यातील शेवटचा क्षण असावा. पण मला माझ्या आयुष्यातील ईश्वराच्या अस्तित्वाची जाणीव होती. मला माहीत होते, माझा मृत्यू जरी झाला तरी मी सरळ स्वर्गात, त्या मुक्तिदात्याच्या सान्निध्यात पोहोचणार आहे, जो माझ्यावर खूप प्रेम करतो.

आत्मसमर्पणाची शांती

''एक दीर्घ श्वास घ्या. मग आत ओढून घ्या, पुन्हा बाहेर सोडा. तुम्हाला असे केल्याने गहन शांतीचा अनुभूती येतो ना? आपण सर्वजणच अशा शांतीची कामना करू या.''

आपण या जगात आपल्याला काय पाहिजे हे जाणून घेण्यासाठी आलो नाही, तर ईश्वरानेच तुम्हाला येथे पाठविले आहे. कारण ही ईश्वराची इच्छा आहे आणि त्याने तुमच्या माझ्या पापाची क्षमा करण्यासाठी त्याच्या पुत्रालाही पाठविले आहे. जिझसने त्यांच्या परमपित्याच्या योजनेनुसार आत्मसमर्पण केले. कारण आपल्या सगळ्यांना शाश्वत जीवनाचा उपहार मिळावा म्हणून! जसे जेसिकाने पण लिहिले आहे, की त्या परमपित्यासमोर आत्मार्पण केल्याने खूप शांती मिळाली आहे. जिझसनेही तेच केले.

बायबलमध्ये सांगितले आहे, 'कोणत्याही वाईट परिस्थितीत किंवा कोणत्याही भौतिक वस्तूंसाठी उद्वेग करू नका. उलट प्रत्येक परिस्थितीत कृतज्ञतापूर्वक प्रार्थनेने ईश्वराला आळवत राहा! ईश्वराची शांती जी आपल्या समजण्याच्या पलीकडे आहे, ती ईश्वराविषयी आपल्या अंत:करणाला व बुद्धीला प्रेरित करते. तुम्हाला ती शांती तेव्हाच मिळते, जेव्हा 'विश्वास' आणि 'आस्थे'ला मूर्त स्वरूपात तुम्ही स्वीकारत असता. त्याबरोबरच तुमच्या जीवनाला वश करणाऱ्या व भय वाढविणाऱ्या गोष्टीचे समर्पण करता. सर्वकाही ईश्वरावर सोपवून त्याच्या मर्जीप्रमाणे चालण्याचे कबूल करता.

जेव्हा तुम्ही जीवनात ईश्वराची इच्छा काय आहे, हे शोधत असता, मग ती एखादी संधी असो किंवा निर्णय असो, ईश्वराकडून त्याविषयीच्या एखाद्याही संकेताची अपेक्षा तुम्ही करू शकत नाही. अशी संधी खूप दुर्लभ व अद्‌भुत असते.

ईश्वराची इच्छा काय असावी याचा शोध जेव्हा मी घेत होतो, तेव्हा मला कळले, ''ईश्वर आमच्याकडूनही शांतीचीच अपेक्षा करत असतो.''

जर मी शांतभावनेने प्रार्थना करत आहे, मिळालेल्या संधीचा फायदा घेण्यासाठी जर मी पाऊल पुढे टाकत आहे, तर मी ईश्वराच्या मर्जीनुसारच चालत आहे, असे समजतो. पण क्षणभर जरी मनातील शांत भाव नाहीसा होत असेल तेव्हा मी काही काळ थांबतो व थोडा वेळ प्रार्थना करतो. परत नव्याने विचार करतो. मला खात्री आहे, मी जर चुकीच्या मार्गाने जात असेल तर ईश्वर माझे मन बदलेल व मला मार्गदर्शन करेल. कदाचित तुमच्याकडे सल्ला देणारे अनेक मित्रही असतील. शक्यता आहे, तुम्ही नक्षत्रांच्या हालचालींवर किंवा तुमच्या मनातील आवाजावरून तुमचे निर्णय घेत असाल. प्रत्येकाची आपली स्वत:ची पद्धत असते. मी आत्मसम र्पणावर विश्वास ठेवतो. ईश्वर आपल्याला समजून घेतो. कारण त्यानेच आपल्याला निर्मिले आहे. आपल्याला जे वाटत असते तेच ईश्वराला वाटत असते. पण 'त्याची' दृष्टी अशा ठिकाणी दूरवर पोहोचते, जेथे आपण पाहू शकत नाही. अनेक लोक आपल्याला ज्ञान, सल्ला, उपदेश देणारे असतात. पण जेव्हा ईश्वराचा विचार होतो तेव्हा त्याच्यासारखा मार्गदर्शक कोणीच नाही.

माझ्या मार्गात आलेल्या प्रत्येक संधीविषयी मी कृतज्ञ आहे. खूपदा मला वाटते, मी भल्या मोठ्या हॉटेलच्या 'लॉबी'मधून जात आहे व माझ्यासाठी अनेक दरवाजे उघडले आहेत. पण कोणता दरवाजा माझ्यासाठी योग्य आहे? पण समर्पण, धैर्य, विश्वासाच्या माध्यमातून ईश्वरच मला मार्गदर्शन करत असतो.

अर्थात कधीतरी ईश्वर तुमची योजना नाकारतोही, पण दुसऱ्या क्षणी त्यापेक्षा चांगली योजना तुमच्या पुढ्यात ठेवतो. ईश्वर तुमच्या जीवनात काय करणार आहे, हे तुम्हाला समर्पण केल्याशिवाय कळणार नाही. त्याच्याशी असणाऱ्या तुमच्या स्नेहसंबंधांविषयी तुम्ही स्वत:ला नशीबवान समजावे. त्याच्याशी असणारे तुमचे प्रेमसंबंध एखाद्या वरदानासारखे आहेत. माझे 'लक्ष्य' साधण्यासाठी जेव्हा केव्हा मी संभ्रमित होतो, उतावीळ होतो, तेव्हा ईश्वर माझ्या बरोबर आहे या विचाराने मला शांती मिळते. मी हारलो तरीही तो माझ्याबरोबर असतो. कारण 'तो' माझ्यावर प्रेम करतो. जेसिकाने 'विश्वासाला' साकार रूप दिल्यावर हाच अनुभव घेतला. ती म्हणते, 'ईश्वराची योजना दिसत नसताना किंवा समजत नसतानाही आपण तिचे पालन करत असतो. म्हणजे माघार घेऊनही 'स्पर्धा' पूर्ण करत असतो. तुम्ही तुमच्या मनाला

ठेच लागली तरी इतरांवर प्रेम करत असता. म्हणजे तुम्ही स्वत: काळजीत असला तरी इतरांची सेवा करता. तुमच्या आजूबाजूंच्या लोकांकडे लक्ष द्या, अजूनही वेळ गेलेली नाही, असे त्यांना सांगा. म्हणजे तुम्ही तुमच्या 'गरजांसाठी' ईश्वरावर भरवसा ठेवा व इतरांनाही मदत करा.

'आपल्याला काही करायचे नाही. सर्व काही ईश्वर करेल' हा विचार मनाला अधिक शांती देत असतो. तुम्ही ईश्वरापुढे आत्मसमर्पण करून धैर्याने प्रतीक्षा करावी. त्याच्या माध्यमातून सर्व काही शक्य आहे. जेव्हा जेसिका अतिशय त्रासात होती, तेव्हा तिने ईश्वराला म्हटले, 'त्याला जे करावयाचे आहे, ते तो करू शकतो' आणि जेव्हा सर्व भार ईश्वरावर सोपवला, तेव्हा तिला एकदम दिलासा मिळाला. ती म्हणाली, मला जीवनाचे 'वरदान' मिळाले आहे, हे मला समजलं. नक्कीच ईश्वराजवळ माझ्या जीवनासाठी काहीतरी उद्देश असावा आणि अशी जाणीव होणे यातच परमशांती, सामर्थ्य, मुक्ती दडलेली आहे.

जेसिकाने सहा वर्षांनंतर मला इमेल लिहिला. तेव्हा तिचा कॅन्सर पूर्ण बरा झाला होता. तिच्या शरीरात त्याची कोणतीही खूण राहिली नव्हती. तिच्या शरीरावर त्याचे नामोनिशाणही राहिले नव्हते. आयुष्यही पूर्णपणे बदलून गेले होते. पण तरीही ती ईश्वराची सदैव ऋणी होती. त्यानंतरही तिच्या आयुष्यात आलेला बदल एखाद्या मोठ्या समस्येपेक्षा कमी नव्हता. जेसिका डॉक्टरची परवानगी घेऊन कॉलेजमध्ये व कामावर पुन्हा रुजू झाली. ती हॉस्पिटलमधील ऑन्कॉलॉजी व न्युरोलॉजी विभागात मेडिकल साहाय्यक म्हणून काम करू लागली. तेथील रोग्यांना त्यांच्या स्वास्थ्यविषयक समस्यांशी संघर्ष करण्यासाठी मदत करू लागली. जे एकेकाळी तिनेही सहन केले होते. पण तेथील कामाचा ताण तिच्या शरीराला पेलवेना. मग तिने तेथून सुट्टी घेतली व आपले पूर्ण लक्ष ईश्वराच्या सेवेत झोकून दिले.

जेसिका म्हणते, 'मी 'त्या' अनुभवातून गेल्यानंतर माझ्याजवळ जे काही आहे त्यासाठी ईश्वराशी कृतज्ञ राहायला शिकले. मी पहिल्यापेक्षाही समर्थ, धैर्यवान व दृढनिश्चयी झाले. मी आता एका 'मिशन' बरोबर काम करत आहे. माझे ध्येय, माझा उद्देश मला समजला आहे. पुढे तिने लिहिले, 'माझा उद्देश एकच आहे, की गंभीर स्वास्थ्य समस्यांशी झुंजणाऱ्यांना 'शांतीचा' अनुभव द्यावा, जी 'शांती' आजही माझ्याजवळ आहे. ही शांती सांगते, जिझस आमचा मुक्तिदाता आहे. ही शांती म्हणजे मृत्यूनंतर तुम्ही कुठे जाणार याचे ज्ञान देणारी आहे. तुम्हाला माहीत आहे,

तुमचे जीवन त्या ब्रह्मांडरचनाकाराच्या हातात आहे आणि यापेक्षा सुरक्षित स्थान इतर कोणतेच असू शकत नाही.

नुकतेच मला जेसिकाविषयी जाणून घ्यायची परत संधी मिळाली. तिचे कॅन्सरचे निदान अकरा वर्षांपूर्वी झाले होते. ती आता कॅन्सरमुक्त आहे आणि कृतज्ञतापूर्ण, विवेकपूर्ण जीवन जगत आहे. पण जेसिकाचा स्वत:च्या या रोगाकडे पाहण्याचा वेगळाच दृष्टिकोन आहे. जेव्हा तिला तिच्या आजाराविषयी प्रथम त्याबद्दल कळले होते, तेव्हा तिला वाटले, ईश्वर तिला या रोगाच्या माध्यमातून शिक्षाच देत आहे. मी ईश्वराकडे 'न्यायप्रिय जज' म्हणून पाहत होते, तसा तो आहेही! पण मी हे विसरले होते, की तो स्नेहपूर्ण पिता पण आहे. जो माझ्यासाठी चांगले जीवन इच्छितो. मला त्याचे अनुशासन दिसत होते. मात्र त्याचे करुणामय, दयापूर्ण हात दिसत नव्हते. मला वाटत होतं, ईश्वर मला खूप कष्ट देत आहे पण वास्तविक तो मला दयावृत्तीने साथ देत होता. माझ्यातील 'अहं'भाव काढून तेथे स्वत:चा 'दैवी' अंश भरत होता.

जेव्हा तुम्ही तुमचे जीवन ईश्वराच्या हातात सोपवता, तेव्हा ईश्वराला तुम्ही जसे हवे आहात तसे बनण्याच्या दिशेने पाऊल टाकत असता. यातच ती गहन शांती व मुक्तीचे आश्वासन आहे. ईश्वर त्यांच्या माध्यमातून चमत्कार प्रगट करत असतो, ज्यांनी स्वत:ला त्याच्या 'मर्जीवर' सोडले आहे. जिझसचे म्हणणे आहे, की ज्या व्यक्तीला माझ्याबरोबर यायचे आहे, त्याने 'अहंकार' सोडला पाहिजे. आपला क्रॉस खांद्यावर घेऊन माझ्या मागून यावे.

स्वार्थी हितसंबंधांना नाकारायचे, आपल्या इच्छा, आकांक्षांना दूर ठेवायचे व ईश्वराच्या इच्छेलाच सर्वतोपरी मानायचे, हे साधारणत: सर्व लोकांना सहज शक्य नसते. या धरतीशी निगडित नाते असणाऱ्या आपल्या या देहाला उपजीविकेसाठी व जिवंत राहण्याला आपण खूप महत्त्व देतो. आपला विश्वास कितीही दृढ असला तरी रोजच्या जीवनाच्या कटकटीत 'विश्वासा'नुसार जगणे कठीण होत असते.

जेसिकाने चौदा वर्षांच्या वयापासूनच गंभीरपणे मुक्तीसाठी प्रार्थना केली होती. ती म्हणाली, ''मला खरोखरच 'विश्वासपूर्वक' कसे जगावे माहीत नव्हते. मी तेव्हा खूप आत्मकेंद्रित व्यक्ती होते. तेव्हा मी विचार करायची, ईश्वर माझ्या पद्धतीनेच माझी स्वप्ने पूर्ण करेल का? तेव्हा मी ग्रॅज्युएट होण्याचे स्वप्न पाहत होते. मला लग्न करायचे होते. मला मुले पण हवी होती म्हणजे पूर्णपणे सुरक्षित व सुखी जीवनाचे माझे स्वप्न होते. मी अतिशय स्वार्थी होते. मला वाटत होते, मला जे आवडते ते

सर्व मला मिळावे.

जेसिकाचे म्हणणे आहे, जिझसने तिला अस्वास्थ्य देऊन सशक्त, समर्थ बनवले. रोगपीडित झाल्यानंतर तिला समजले, की एक इसाई असण्याचा व जिझससाठी आपले संपूर्ण आयुष्य वेचण्याचा अर्थ काय असू शकतो! आपली शारीरिक पीडा व जीवन गमावण्याचे भय असतानाही जेसिकाने विवेक आणि समज राखून एक असा रस्ता शोधला, जो तिला पूर्वी माहीत नव्हता. ती म्हणाली, 'ईश्वराने मला ही जाणीव करून दिली, की मी फक्त माझ्या सुखी आयुष्यासाठी येथे जन्माला आले नाही तर मी ईश्वराच्या 'महिम्या'चे गुणगान करावे व इतरांनाही त्यासाठी प्रेरणा द्यावी. ईश्वराने माझ्यासाठी सर्वांत चांगले योजले आहे आणि माझ्यापेक्षा तोच त्याचे 'महत्त्व' अधिक जाणतो.

आत्मसमर्पणाचा अर्थ

जेसिकाने आत्मसमर्पणाच्या माध्यमातूनच त्याचा अर्थ जाणला. ''माझ्या मते आत्मसमर्पणाचा अर्थ आहे, ईश्वराला आपल्या प्रिय वस्तू, सर्वकाही देऊन टाकणे. ज्यामुळे आपल्याला आनंद होतो अशा गोष्टी हृदयाशी जतन करण्याऐवजी ईश्वराला सोपवायच्या आहेत. शिवाय हा भरवसा ठेवायचा आहे, की ईश्वर तुमच्या मनातील गोष्टी तुमच्यापेक्षा अधिक योग्य प्रकारे जाणतो. ईश्वर तुम्हाला भरपूर आयुष्य देईल, भले मग ते तुमच्या मनाप्रमाणे चालणारे नसेल.'' जेसिका म्हणाली.

मला तुमच्याविषयी काही माहिती नाही, पण या तरुणीच्या विवेकशील वागणुकीवर मी मुग्ध आहे. तिच्या विश्वासाची मला कदर आहे. बायबल सांगते, 'ईश्वराप्रति स्नेह ठेवा, तो तुमच्या सर्व हार्दिक इच्छा पूर्ण करेल.' खरे म्हणजे आपण आपले जीवन ईश्वरावर सोपविण्याऐवजी स्वतःच आनंदी, समृद्ध करण्याचा प्रयत्न करत असतो, आपल्या उद्देशांपासून दूर जात असतो. मग आपल्याला या गोष्टीची जाणीव तेव्हाच होते, जेव्हा आपला आनंद दीर्घकाळ टिकत नाही. एखादी नवीन कार, हिऱ्याची अंगठी, नवा पोषाख आपल्याला तेवढा आनंद देऊ शकत नाही, जेवढे आपल्याला ईश्वराप्रति आत्मसमर्पण केल्याने मिळतो. जेसिका म्हणते, 'ईश्वराप्रति माझी समर्पणाची भावना दिवसेंदिवस दृढ होत गेली. जरी मी कॅन्सर रोगाने पीडित होते, आता कॅन्सरच्या त्रासातून मी मुक्ती मिळवली आहे. कॅन्सर राहिला नाही. पण त्या रोगाच्या इलाजातून उत्पन्न झालेल्या अनेक समस्यांशी मी झुंजत आहे. माझ्या जिभेला पक्षाघात झाला आहे. मी चांगल्या पद्धतीने खाऊ शकत नाही,

नीट बोलू शकत नाही. मला सतत न्यूमोनियाचा त्रास होत असतो.''

जर जेसिकाने याच दु:खात जीवन जगायचे ठरवले असते, तर या शारीरिक पीडा तिला त्रासदायक ठरल्या असत्या. पण तिने स्वत:ला बजावले होते, की सर्वकाही जिझसच्या हातात आहे. ती म्हणाली, 'उलट मलाच ईश्वराला आठवण करून द्यावी लागते, की ईश्वराने माझ्यासाठी जी तयार योजना केली आहे ती मला समृद्ध करणारी असावी न की नुकसान करणारी! ईश्वर मला नवीन आशा व उद्देश देऊ इच्छितो. मलाही 'सत्या'पुढे समर्पण केले पाहिजे. माझे जीवन 'स्वप्ना'सारखे जरी नसले तरी ईश्वराने मला काही कामासाठी निवडले आहे. ईश्वर कधीही चुकत नाही.'

जेसिकाप्रमाणेच माझे बालपणही तसे नव्हते जसे मला हवे होते. मला 'हातापाया'ची आस होती. केवळ त्यामुळेच मला आनंद मिळाला असता. मला जर 'हातपाय' असते तर मीही सुखाने श्वास घेतला असता व आनंदी झालो असतो. मलाही शांती मिळाली असती. मला वाटायचे, माझ्यासारख्या 'अवयवविहीन' माणसाला खरी शांती व आनंद कधीच मिळणार नाही. पण मी जेव्हा माझ्या 'विश्वास' आणि आस्थेला साकार रूप दिले आणि स्वत:चे जीवन ईश्वरावर सोपवले, तेव्हा मला 'खरा' आनंद मिळाला. ईश्वराने मला दाखवून दिले, तू जरी अपूर्ण असलास तरी मीच तुला तसे बनवले आहे. पण त्याने माझ्या कितीतरी इच्छा पूर्ण केल्या, ज्या पूर्ण करण्याचा मी स्वप्नातही विचार करू शकत नव्हतो.

जेसिकाने तिच्या आयुष्यात हेच मिळविले. 'ईश्वराने मला पती दिला नाही. पण तो दररोज मला ह्याची जाणीव करून देत असतो की तो माझ्या जीवनात मला प्रेम देऊ इच्छितो.' ती म्हणाली, 'जरी माझी स्वत:ची मुले नाहीत तरी दररोज मी ईश्वराच्या आज्ञेनुसार असंख्य बालकांना मार्गदर्शन करते. त्यांना मी माझी आध्यात्मिक मुले मानले. मला आशा आहे, मी माझ्या जीवनातील अनुभवांवरून त्यांना पटवू शकते, की ईश्वराचे अस्तित्व आहे व तो अजूनही चमत्कार करतो.'

जेसिकाने लिहिले, ''तुम्ही ईश्वरासमोर आत्मसमर्पण केलं, याचा अर्थ हा नाही, की ईश्वर दररोज तुमच्या जीवनात सूर्यप्रकाश किंवा सतत फुलांची सुगंधी उधळण करत राहील. तुम्ही नेहमीच आनंदात, प्रसन्नतेत जगाल, असंही नाही. आपण या भौतिक जीवनाचा भाग आहोत. चांगले वा वाईट या जगात घडतच असते. त्यामुळे आयुष्यात तुम्हाला आवडीच्या गोष्टींबरोबर अप्रिय गोष्टींनाही ग्रहण करावे लागते.

सहनशीलता आणि विश्वास

सहनशीलता हा आत्मसमर्पणाचाच एक अंश आहे. 'आस्थे'लाही आपण त्यातच सामील करू शकतो. तुम्ही आणि मी आपल्याला प्रत्येक प्रश्नाचे उत्तर त्वरित मिळावे अशी अपेक्षा करतो. पण परमेश्वराची काही अशी वेळ ठरलेली असते. जर आपण त्याच्या मर्जीनुसार चालत असलो तर योग्य वेळ येताच त्याची योजना आपोआपच आपल्यासमोर प्रकट होते. अशा प्रकारे हातापायाशिवाय जन्मलेल्या बालकाच्या जीवनाचं रहस्य आस्था आणि विश्वास दृढ करताच हळूहळू उलगडत गेले. मी यापूर्वीही सांगितले आहे, "जेव्हा मी जॉन ९:३ मध्ये जन्मत: नेत्रहीन असणाऱ्या व्यक्तीविषयी वाचले, की जिझसने त्याला स्वास्थ्य देण्यासाठी चमत्कार केला. ईश्वराचे गुणगान गाण्यासाठी या व्यक्तीला मी साधन बनवत आहे, तेव्हा मलाही जाणवले, की ईश्वराजवळ माझ्यासाठीही काहीतरी प्रयोजन नक्कीच असणार आहे. शक्यता आहे, त्या व्यक्तीला जसे नेत्रहीन केले तसे मलाही 'हातापायाविना' येथे पाठवले असावे. म्हणजे ईश्वर माझ्याही माध्यमातून काही संदेश देऊ शकेल.

ईश्वराविषयी माझी समज वाढली. जीवनात संधीही खूप मिळाल्या. ईश्वराने हळूच मला माझ्या योग्य आणि खऱ्या मार्गावर आणून सोडले, माझ्या उद्देशांविषयी सावधान केले. जेसिकालाही कॅन्सर आणि त्याच्या इलाजाविषयी असणाऱ्या समस्या सोडवताना असाच अनुभव आला. ती म्हणाली, "मला माहीत आहे, माझ्या जीवनातही कित्येकदा असे क्षण आले जेव्हा सहन करणे मला कठीण जात होते. मला समजून घेणे इतरांना अवघड आहे. मी माझे म्हणणे कितीही वेळा तुमच्यासमोर मांडले तरी ते समजणे कठीण आहे. त्यामुळे मला वाटते मी एक मूर्ख व नाकारलेली मुलगी आहे."

'बऱ्याच वेळा असेही व्हायचे मी माझे तोंड पण उघडू इच्छित नसे. मला या गोष्टीचा राग यायचा, की ईश्वराने माझ्या आवाजावरच परिणाम केला आहे. मला माझ्या आवाजाची रोज गरज पडत होती. ईश्वराचा संदेश मी आवाजामुळेच तर लोकांपर्यंत पोहोचवू शकत होते. लोकांना माझे बोलणे समजणे अवघड जायचे. लोकांना लक्ष देऊन माझे बोलणे ऐकावे लागत होते. पण त्यांना समजत होते, मी ज्या अनुभवांमधून गेले होते ते खोटे नव्हते. ईश्वराने माझ्या जीवनात काय केले व काय करणार आहे, या गोष्टींसाठी साक्षीदार होण्याच्या अनेक संधी ईश्वराने मला दिल्या आहेत."

माझे असे मत आहे, की ''जेव्हा तुम्ही तुमचे जीवन सर्वकाही ईश्वराच्या हातात सोपवता, विश्वास आणि आस्थेचा पदर धरता, तेव्हा तुम्हाला ईश्वराकडून आणखी एक वरदान मिळत असते ते म्हणजे 'सामर्थ्याचे' (शक्तीचे) वरदान!''

'मी अठरा वर्षांपासून संपूर्ण जगाची भ्रमंती करत आहे. दरवर्षी वीसपेक्षा अधिक देशांची यात्रा करतो. खासगी विमानाने जात नाही. मी नेहमी अशा ठिकाणी जातो जे धोकादायक, पोहोचायला अवघड, रोगराई, अशुद्ध पाणी किंवा आधुनिक चिकित्सांचा सुविधांचा अभाव किंवा अतिशय अनारोग्यपूर्णही आहे. तरीही ईश्वर मला स्वस्थ ठेवतो व मला सामर्थ्य देतो, की त्याचा संदेश मी लाखो लोकांपर्यंत पोहोचवू शकेन.''

जेसिका व मी, आम्हा दोघांनाही समजले आहे, की आत्मसमर्पणाने आपले 'सामर्थ्य' वाढते. जेव्हा मी मनातून कोसळलेला असतो, तेव्हा जिझस मला इतरांची सेवा करण्याची प्रेरणा देतो. जेसिका म्हणते, 'जेव्हा मी दुसऱ्यांची मदत करते, सेवा करते, निराश लोकांच्या मनात आशेचा किरण दाखवते. त्यांना ईश्वराकडून शांतीचे वरदान मिळते, तेव्हा माझे मन आनंदाने फुलून येते. मला परत एकदा जाणवते, ईश्वराचा आनंद हेच माझे खरे सामर्थ्य आहे.

''जी व्यक्ती जीवनातील कठीण समस्यांनी घेरलेली आहे, तिला मी सल्ला देऊ इच्छिते, की तिने आत्मसमर्पण करावे. हे लक्षात ठेवा, वेळ कितीही कठीण असली तरी जिझसने त्याला छोट्या व अस्थायी स्वरूपाच्या समस्याच म्हटले आहे. जिझस म्हणाले, त्याच आपल्याला कीर्तीच्या शाश्वत क्षणांकडे घेऊन जात असतात. स्वत:मधील लक्ष काढून अशा लोकांकडे बघा, ज्यांना ईश्वराच्या प्रेमाची गरज आहे, त्यांना मार्गदर्शन करा. तुम्ही जेव्हा असे कराल तेव्हा ईश्वर तुमची इच्छा नक्कीच पूर्ण करेल. तसंच तुम्ही नेहमी त्याच्या प्रेमास पात्र ठरावे.'' जेसिका म्हणाली.

ही युवती खरोखरच अद्भुत आहे ना? तिने म्हटले होते, ''ईश्वर मला कधीही घ्यायला येऊ शकतो. माझी श्रद्धा आहे जेव्हा तो येईल तेव्हा त्याला मी माझे कर्तव्य निभावतानाच दिसले पाहिजे. मी ही गोष्ट नेहमी स्मरणात ठेवू इच्छिते, की माझ्या जीवनाची क्षमता नि सामर्थ्य केवळ ईश्वराच्या बळावर आहे.''

तुम्ही आणि मी असा विचार करू शकतो, की आपले जीवन आपल्याच हातात आहे. आपले जाणे, येणे आपल्या हातात आहे. पण जेव्हा आपले जीवन ईश्वराच्या हातात सोपवतो, तेव्हा आपल्या आयुष्याच्या प्रत्येक क्षणावर ईश्वराची

'हुकमत' असते. आपला परम उदार पिता आपल्या नवनवीन अनोख्या पद्धतीने आपण योजलेल्या योजनांना नष्ट करत असतो. मी नम्रपणे ईश्वराच्या या प्रयासापुढे नतमस्तक होत असतो. परमेश्वराची सुंदर अद्भुत योजना मला अभिभावुक करते. त्याचा विवेक, त्याची बुद्धी मला जास्त मंत्रमुग्ध करते. कधीकधी मला वाटते, जिझसच्या शिष्यांमधील एक होऊन प्रत्यक्ष त्यांच्या कामाचे साक्षीदार होणे कसे वाटत असेल? मी मनातच याची कल्पना करतो. जिझसचे शिष्य रोमन साम्राज्यात आपापल्या भागातून परत येत होते. कारण ईश्वरावर प्रेम करणाऱ्याला ते सांगू शकत होते. ''तुम्हाला या गोष्टीवर विश्वास बसणार नाही की ईश्वराने काय केले आहे!''

हीच जिझसची शक्ती आहे. जेव्हा तुम्ही सर्व काही ईश्वरावर सोपवून द्याल, तेव्हा तुमचे जीवन अधिक रोचक होईल. म्हणून नेहमी विश्वास आणि आस्थापूर्वक जगण्याचाच विचार करा. तुम्ही हे मान्य करा, ईश्वर तुमच्याकडून ही अपेक्षा करतो, की तुम्ही ईश्वराच्या सार्थक उद्देशांना स्वीकार करावे. जे तुमच्यासाठीच रचलेले आहे. ईश्वराच्या विशुद्ध प्रेमाला आवेगाने आपल्या जीवनात प्रवाहित होण्याची अनुमती द्या. जसे भजनात म्हटले आहे, ''अनुभव घ्या आणि ईश्वर किती चांगला आहे, हे जाणून घ्या.''

निक वुईचिक और डेनियल मार्टीनेज़

9

सद्‌वर्तनाचे बीजारोपण

काही वर्षांपूर्वी मी पूर्व लायबिरियात केलेल्या माझ्या पहिल्याच प्रवासाचा मुख्य उद्देश हाच होता, की 'आस्था' आणि विश्वास' यांचा संदेश जास्तीत जास्त लोकांपर्यंत पोहोचवून त्यांना प्रेरित करावे. पण युद्धाने उद्‌ध्वस्त झालेला व बरेच वर्षे कष्ट आणि त्रास भोगलेल्या या आफ्रिकन देशाकडून मला स्वत:लाच काही प्रेरणा मिळतील, असे मला तेथील परिस्थितीचा अंदाज घेतला तेव्हा वाटलेही नव्हते.

अमेरिकेच्या गुलामगिरीतून सुटलेल्या गुलामांनीच वसवलेला हा छोटा तटीय देश. अनेक वर्षांपासून निर्धन, हिंसक व भ्रष्ट देश म्हणूनच जगात मानला जात होता. खरे म्हणजे कधीकाळी उद्योगी, शिक्षित लोकांचा आणि नैसर्गिक साधनसंपत्तीने परिपूर्ण असा हा आफ्रिकन देश होता. पण हा देश तीस वर्षांहूनही अधिक काळ राजकारणातील उलथापालथीचा शिकार झालेला आहे. त्यापैकी २००३पर्यंत चालणारी दोन अंतर्गत युद्धे आहेत. या युद्धांत दोन लाखांपेक्षा जास्त निवासी मारले गेले आहेत. त्या वेळी लाखो लोकांना देश सोडावा लागला. लैंगिकता, गुलामी व नशिल्या पदार्थांचा व्यापार वाढत गेला.

आम्ही जेव्हा २००८ मध्ये तेथे गेलो, तेव्हाही भ्रष्टाचाराच्या खुणा तेथे पाहावयास मिळाल्या. अनेक रस्त्यांची एवढी दुर्दशा झाली होती, की त्या रस्त्यांवरून गाडी चालविणेही मुश्किल होते. शहरी भागाच्या बाहेर विजेचा पत्ताच नव्हता. आणि कुठे असली तरी ती नाममात्रच होती. फार थोड्या लोकांना पिण्याचे शुद्ध पाणी मिळत होते. रस्त्याच्या बाजूला मरून पडलेल्या जनावरांच्या सडलेल्या मांसांच्या वासाने

डोके भणभणत होते, उलटी यायची. आम्ही आमच्या प्रवासात अनेक भुकेल्या, कुपोषित, गरीब लोकांना पाहिले. बरेच वेळा कचऱ्याच्या ढिगाऱ्यातून बायका, पुरुष व मुले अन्न वेचताना दिसत होती.

आता तुम्हाला वाटत असेल अशा परिस्थितीतून मला काय प्रेरणा मिळाली असावी बरं? पण मी जेथे जेथे गेलो, तेथे प्रेरणेचे अस्तित्व उपलब्ध होतेच. आम्ही जी निर्धनता व उपेक्षा पाहिली, ती लायबिरियाच्या भूतकाळाची छाया होती. एक असा अंधार होता, ज्यावर रक्तपिपासू युद्धखोर सत्ताधिशांनी सत्ता गाजवली होती. पण आम्ही आमच्या प्रवासात लायबिरियाचे भवितव्यही पाहिले आणि तिथेच मला 'आशेचे किरण' दिसले. गेल्या तीन दशकांपासून लायबिरियात काही मदतनीस संस्था, मिशनरी संस्था, चॅरिटेबल संस्थांच्या समूहांनी पाऊल ठेवण्याचे साहस केले, त्या कडवट परिस्थितीत आशेचा प्रकाश पसरविण्याचे काम केले. २००५नंतर तेथे नाटकीय परिवर्तन झाले. आता त्यांना करोडो डॉलर्सची 'धनराशी' मिळत आहे. यु.एन.ने नव्याने या देशाचे पुनर्निर्माण करण्यासाठी २३० मिलियन डॉलरपेक्षा अधिक धन उपलब्ध करून दिले आहे.

२००८मधील माझ्या दौऱ्याचे जे प्रायोजक होते ते पण अशाच एका चॅरिटेबल समूहाशी संबंधित होते. जे लायबिरियाच्या पुनरुत्थानाचे आंतरराष्ट्रीय पातळीवर काम करत होते. आम्ही तेथे 'आफ्रिकन मर्सी शीप'वर राहिलो. ही बोट मर्सी शीप मिनिस्ट्रीचाच एक भाग होती. ही बोट पूर्वी 'रेलफेरी' होती, जी आता 'लव्ह बोट' झाली आहे. येथे पाचशे फूट लांबीचे पाण्यावर तरंगणारे हॉस्पिटल आहे. जे इसाई लोकांच्या 'दानराशी'तून बांधले आहे. त्या हॉस्पिटलमध्ये चारशेपेक्षा जास्त स्वयंसेवक, डॉक्टर्स, सर्जन्स, नर्सेस, दंतचिकित्सक, नेत्रचिकित्सक, थेरपीस्ट आणि इतरही स्वास्थ्यासंबंधी देखभाल करणारा कर्मचारी वर्ग आहे. ते सर्व अनुभवी लोक चाळीसपेक्षा जास्त देशांशी संबंध ठेवून आहेत.

आफ्रिका मर्सी शीपवर सेवा देणारे नि:शुल्क काम करतात. यातील अधिकतर लोक या मिशनद्वारे चालविणाऱ्या विविध देशांतील अभियानांमध्ये भाग घेण्यासाठी स्वखर्चाने ये-जा करतात. अंतर्गत युद्धामध्ये लायबिरियातील ९५ टक्के चिकित्सा केंद्रे नष्ट झाली. मी तेथे होतो, तेव्हा अत्याधुनिक चिकित्सेद्वारा या शीप हॉस्पिटलमध्ये वेगवेगळ्या प्रकारच्या सुविधा दिल्या जात असल्याचे पाहिले. एखाद्या दिवशी तर रोग्यांची संख्या हजाराच्या वर असते. पण सर्वांनाच मदत केली जात असे. आफ्रिका मर्सी शीपला पाण्यावरचे सर्वांत मोठे तरंगते हॉस्पिटल म्हणतात. मर्सी शीप मिशन

जिझसच्या दोन हजार वर्षांपूर्वीच्या पद्धतीचे अनुसरण करतात. जगातील गरीब, निर्धन लोकांना प्रेम आणि सेवादान देऊन आशा आणि आरोग्याचा प्रकाश किरण दाखवतात. जेव्हा मी शीपवरील काम करणाऱ्या कर्मचाऱ्यांशी बोललो, तेव्हा त्यांना म्हणालो, की ''ते सर्वजण ईश्वराच्या गरजू लोकांची मदत करण्यासाठी आपले प्रतिभा कौशल्य आणि ईश्वराकडून मिळालेल्या वरदानांचा अतिशय चांगल्या पद्धतीने उपयोग करत आहेत.''

शीपवरील स्वयंसेवक स्वत:चा साधारणत: दोन आठवड्यांचा काळ येथे देतात. काही जण तर अनेक वर्षांपासून येथे सेवा करत आहेत. जहाजावरील राहण्याचा व जेवण्याचा वगैरे खर्च ते स्वतःच करतात. आश्चर्य म्हणजे आपापल्या गावी व्यस्त असूनही अनेक शल्यचिकित्सक वेळ काढून येथे येऊन विनाशुल्क काम करतात. मी बोटीवर फिरून तेथील सहा ऑपरेशन विभाग पाहिले. तेथे गँगरीन, मोतीबिंदू, फाटलेले ओठ, जळालेले घाव, कॅन्सर, फ्रॅक्चर, प्रसूतिरोग, शिवाय इतरही स्वास्थ्य समस्यांचा प्रभावी इलाज होत होता. नंतर मला समजले, की स्वयंसेवी चिकित्सा दलाने ७१,८०० विशेष ऑपरेशन्स केली आणि ३७,७०० लोकांच्या दातांच्या समस्या दूर केल्या.

आफ्रिकी मर्सीवर अनुभवी चिकित्सकांची तेथील नि:शुल्क सेवा म्हणजे हे सद्वर्तनाचे, बीजारोपणाचे सुंदर उदाहरण आहे. येथे आपण आपल्या विश्वासाला इतरांची सेवा करून साकार रूप देत असतो. जेव्हा मी घरी परतलो, तेव्हा तेथील सर्व गोष्टींचे माझ्या बहिणीजवळ एवढे गुणगान केले, की तिनेही स्वयंसेवी लोकांबरोबर तेथे जाण्यासाठी तिकिट 'बुक' केले. माझी बहीणही माझ्या आईप्रमाणे 'नर्स' होती.

माझ्या बहिणीचेही माझ्याप्रमाणेच मत आहे, की चांगली फळे खायची असतील तर चांगल्या बीजांचे रोपण केले पाहिजे. म्हणजे त्यातूनही पुढे चांगली बीजनिर्मिती होऊ शकते व आणखी चांगली झाडे लावता येतील. शक्यता आहे मी व मिशेल आम्ही लावलेल्या बीजांच्या वृक्षांची फळे खाऊ शकणार नाही. पण त्यामुळे काही फरक पडत नाही. आमचे काम हेच आहे, की चांगुलपणाची बीजे लावत राहावीत. मात्र हे विसरू नये, की कोणते बीज अंकुरित व्हावे आणि कोणते नाही, कारण हे ईश्वराचे काम आहे. मी तुम्हाला यासाठी प्रेरित करतो, की तुम्हाला शक्य असतील तेवढे प्रेमाचे, उत्तेजनेचे, प्रेरणेचे आणि दयेचे बीजारोपण करत राहा.

'प्रेम' आणि 'विश्वास' यांच्याबाबतीत महत्त्वाची गोष्ट म्हणजे त्या दोन्ही गोष्टी

प्रत्यक्ष कृतीत आणल्या पाहिजेत. आणि अशा ठिकाणी कृतीत आणा जेथे त्यांचा 'भल्या'साठी उपयोग होईल. तसे या गोष्टी दररोज तुम्ही कृतीत आणू शकता. ईश्वरीय प्रतिभा आणि तुमची योग्यता याचा मोठ्या प्रमाणावर तुम्ही वापर करू शकता. तुम्ही हे ठरवून टाका, की तुमची योग्यता व प्रतिभेचा वापर तुम्ही मोठ्या प्रमाणावर कराल. आपल्या सर्वांजवळ कमी अधिक प्रमाणात प्रतिभा असतेच. त्यामुळे सगळेच आपले मित्र, कुटुंब किंवा व्यावसायिक संबंधावर त्याद्वारे प्रभाव टाकत असतात. हाच प्रभाव इतरांनाही आपल्यात सामावून घेण्यासाठी आपले कौशल्य वाढवत असतो, त्याद्वारे मग इतरही सद्वर्तनाची झाडे लावू शकतात.

येथे आपण जिझसचे अनुसरण करण्यासाठी आलेले आहोत. ईश्वराच्या पुत्राने आपल्याला सर्व काही दिले आहे. आता आपण त्याचे देणे लागतो. त्याच्यावर आपण जेवढे प्रेम करतो तेवढेच त्याच्या संतानांची सेवा करून त्यांना प्रेम द्यावे. जिझसने पण हेच केले आहे. त्याने आपणा सर्वांवर प्रेम केले. तो राजा होता म्हणजे ईश्वराचा पुत्र होता-राजा आणि ईश्वराचा पुत्र असूनही त्याने सर्वांवर प्रेम केले. सद्वर्तनाच्या बीजारोपणाची एक खुबी ही आहे, ईश्वर अनेकदा असे काही बीजारोपण करतो, की मग त्याचे भल्या मोठ्या वृक्षात रूपांतर होते. जसे १६,५७२ टनाचे हे तरंगते हॉस्पिटल आहे. ज्याने हजारो लोकांच्या जीवनात सकारात्मक प्रभाव टाकला आहे.

'मर्सी शीप'चे स्वप्न एका ईसाई जोडप्याने साकार केले आहे. ज्यांनी आपल्या 'विश्वास' आणि 'आस्थेला' साकार रूप देताना प्रामाणिकपणाच्या बियांचे रोपण केले आहे. एका अनोख्या पद्धतीने लोकांची सेवा केली. त्यांची नावं डॉन आणि डेयान स्टीफन आहे. ते स्वित्झर्लंडमध्ये राहत होते. तेव्हा त्यांना ही 'मर्सी शीप' मिळाली. पुढे त्यांना या निर्धन लोकांना अत्याधुनिक स्वास्थ्य चिकित्सा देण्याच्या मानवतावादी कामामुळे प्रसिद्धीही मिळाली. डॉन थियोलॉजी डिग्रीधारक आहेत आणि डेयॉन एक रजिस्टर्ड नर्स होती. १९७८ मध्ये त्यांना मुलगा झाला. त्याचे नाव जॉन पॉल असे होते. पण तो जन्मतःच मानसिक विकलांग होता. तेव्हाच त्यांच्या मनात या 'मर्सी शीप'ला नवीन रूप देण्याची कल्पना रुजली. भारतात जाऊन ते मदर टेरेसांना भेटले आणि तेथेच त्यांना जगभरच्या लोकांची सेवा करण्याची प्रेरणा मिळाली.

''जॉन पॉल तुम्हाला इतरांचे डोळे, कान, हात होण्यासाठी मदत करतील.'' असे मदर तेरेसांनी त्यांना म्हटले.

स्टीफन फारसे श्रीमंत नव्हते. पण मदर टेरेसांच्या शब्दांनी अतिशय प्रभावित झाले, प्रोत्साहित झाले. त्यांनी एका स्वीस बँकेबरोबर बोलणी केली. व पहिले जहाज बांधण्यासाठी मिलियन डॉलर 'लोन' घेतले. ते एक निवृत्त इटॅलियन क्रुझलायनर होते. त्यानंतर त्यांना जगभरच्या लोकांचा सहयोग मिळण्यास सुरुवात झाली. यात 'स्टारबक्स'पण सामील आहे. त्यांनी प्रथम तेथे दुकान उघडले. तेथील चिकित्सकांना ते विनाशुल्क कॉफी देत होते. चिकित्सकांची ऊर्जा वाढावी म्हणून! (लक्षात ठेवा, जे आपण करू शकत नाही, ते ईश्वर आणि कॉफीच्याद्वारे संभव असते...)

अशा प्रकारे त्यांना लायबेरियामध्ये प्रेरणेचे स्रोत मिळाले. एका विशाल डॅनिश फेरीला हजारो, अद्‌भुत स्वयंसेवकांनी आणि एका ईसाई जोडप्याने 'शिप ऑफ मर्सी'मध्ये रूपांतरित केले. तेथील सर्वजण एकमेकांची सेवा करण्याच्या भावनेने प्रेरित होते, जी त्यांना मदर तेरेसांकडून मिळालेली अनोखी प्रेरणा होती. कलकत्त्यातील निर्धन, दुर्बल, गरीब लोकांची सेवा करणाऱ्या मिशनसाठी काम करणाऱ्या मदर तेरेसांनी १२३ देशांमध्ये आपल्या संस्था उघडल्या आहेत. आणि स्टीफनसारख्या लाखो लोकांना प्रेरित केले. जेणेकरून तेही जगात प्रामाणिकपणाचे बीजारोपण सर्वत्र करतील.

तुम्ही स्वत:ला प्रश्न विचारू शकता, की 'मी काय करावे? माझ्याजवळ देण्यासारखे काय आहे?'

त्याचे उत्तर आहे 'तुम्ही स्वत:लाच देऊ शकता!' तुम्ही स्वत: आणि ईश्वराकडून मिळालेली प्रतिभा, हेच तुमच्याकडून मिळणारे महत्त्वाचे 'उपहार' असू शकतात. जेव्हा तुम्ही इतरांची सेवा करता, तुमच्या 'विश्वासावर' अंमल करून चांगुलपणाचे बीज रोवता तेव्हा तुमच्यामध्ये अशा शक्तीचा जागर होत असतो ज्याची तुम्ही कधीही कल्पना केलेली नसते. जरा विचार करा, स्टीफन आणि त्यांच्या 'मर्सी शीप'ने कितीजणांचे प्राण वाचवले असणार! मदर तेरेसांनी संपूर्ण जगात 'मिशन' सुरू करून कित्येक लोकांचे जीवनच बदलून टाकले आहे.

देशाची सेवा करावी

लायबेरियात मला प्रेरणा देणारी दुसरी महिला भेटली. ती मदर तेरेसांसारखीच ईसाई धर्म, सर्वंट लीडर व सेवाभावाने भारलेली होती. तुम्हाला आश्चर्य वाटेल, ती अशा देशाचे 'राजनैतिक पद' भूषवीत होती, जेथील नेते भ्रष्टाचारासाठी प्रसिद्ध होते. मीही प्रथम शंकित होतो. पण लवकरच मला समजले की, एलन जॉन्सन सरलीफ

त्या भ्रष्ट नेत्यांपैकी नव्हती. शिवाय ही गोष्ट सर्व जग जाणत होते. त्या वेळी ती एकमेव महिला अशी होती, जी राष्ट्रपती पदावरून देशाची सेवा करत होती. तिच्या कार्यकाळात यु.एस. फर्स्ट लेडी लारा बुश आणि सेक्रेटरी ऑफ स्टेट कंडोलिजा राइस यांनी भेट दिली होती.

एलन जॉन्सनसाठी काम करणे तसे सोपे नव्हते. तिने या आशेने पदभार घेतला, की भ्रष्टाचार संपवता येईल व लोकांना नोकऱ्या उपलब्ध करून देता येतील. कारण त्या वेळी देशातील पन्नास टक्के लोक बेरोजगार होते. त्या आधी विजेची सोय करायची होती. युद्धानंतर मोनरोवियाच्या राजधानीमध्ये वीज, पाणी, सांडपाण्याची काहीही व्यवस्था नव्हती.

राष्ट्रपती सरलीफ या लायबेरियाच्या मूळ निवासींची मुलगी आहे. ज्यांना देशाच्या विधिमंडळासाठी निवडले होते. तेथील राजनैतिक गोंधळातही त्यांनी आपले शालेय शिक्षण पूर्ण केले होते. देशाला भ्रष्ट नेत्यांच्या तावडीतून सोडविण्यासाठी हावर्ड केनेडी स्कूल ऑफ गव्हर्नमेंटची शिष्यवृत्ती स्वीकारली होती. जेव्हा त्या परत आल्या, तेव्हा विरोधी भूमिकेमुळे त्यांना दोनदा जेलमध्ये जावे लागले होते. एकवेळ अशीही आली, की त्यांना पाच वर्षे देशाच्या बाहेरही राहावे लागले. तेव्हा त्या आंतरराष्ट्रीय बँकर म्हणून कार्यरत होत्या.

सरलीफ, साहसी व समाजसेवी लीमा गबोबीच्या नेतृत्वाखाली हजारो महिलांनी पांढरे कपडे घालून मोनरोवियाच्या खुल्या मैदानात बसून 'शांती'साठी मागणी केली. तेव्हा लायबेरियन तानाशाह चार्ल्स टेलरच्या दुष्ट कार्यकाळाचा अंत झाला होता. कधी गरमी, कधी धुंवाधार पावसातही त्या तेथे प्रेस कॉन्फरन्स आयोजित करत. या प्रकारे टेलरद्वारे होणाऱ्या मानवी अधिकाराच्या पायमल्लीकडे त्यांनी जगाचे लक्ष वेधले. एकदा तर स्त्रियांनी त्याच्या हॉटेलबाहेर निदर्शने केली. त्याच्यावर पहारा ठेवून त्याला बाहेर येण्यास विरोध केला. पण शेवटी देश सोडून तो पळालाच. पण संयुक्त राष्ट्राने त्यास बंदी केले. युद्धासंबंधी अपराधी ठरवून केस चालवली. २००५मध्ये सरलीफची निवड झाली. जेणेकरून आता देशाला स्वातंत्र्य आणि शांती मिळू शकेल.

तीन वर्षांनी मी त्यांना भेटलो, तेव्हा त्या हिंसा आणि विरोध ह्याच्याशी संघर्ष करत होत्या. पुढे काही वर्षांनी त्यांनी असा काळ निर्माण केला, जेव्हा जनतेला आपल्याच सरकारकडून त्रास व यातना सहन कराव्या लागत नव्हत्या. देशात बंधुभाव

व शांती नांदावी म्हणून संयुक्त राष्ट्रसंघानेही पंधरा हजार सेनेला तेथे पाठवले.

त्यांच्या ऑफीसमधील पंचवीस मिनिटांच्या भेटीत मला आढळून आले, की राष्ट्रपती सरलीफ या साहस, करुणा, दयेचे मिश्रण आहे. त्या 'मदर ऑफ लायबेरिया' आणि 'आयरन लेडी' दोन्ही नावाने ओळखल्या जातात. खरं म्हणजे त्यांना भेटायला जाताना मी थोडा घाबरलो होतो. कारण यापूर्वी मी कधीही देशाच्या एवढ्या मोठ्या नेत्याला समोरासमोर भेटलो नव्हतो.

राष्ट्रपती सरलीफला मी त्यांच्या सत्तराव्या वाढदिवसाच्या काही दिवस आधी भेटलो. त्यांनी माझे अगदी आईच्या मायेने स्वागत केले. त्यामुळे माझी भीती थोडी कमी झाली. त्या म्हणाला, ''मी पण त्या साठ टक्के लायबेरियनवासीयांपैकी एक आहे, जे इसाई आहेत. मी एक मेथाडिस्ट (इसाई पंथ) म्हणूनच वाढले. माझे प्रारंभिक शिक्षण मेथाडीस्ट स्कूलमध्ये झाले. त्यानंतर आम्ही 'आस्था' आणि 'विश्वास' यावर आपापसात चर्चा केली. त्यातून मला समजले, त्यांच्या धार्मिक मान्यतांमध्येच त्यांची आंतरिक इच्छा लपलेली आहे.

मला जर एखाद्या देशाचे नेतृत्व करण्याची संधी मिळाली तर मी राष्ट्रपती सरलीफसारखेच काम करेन. त्या ईश्वरावर अतिशय प्रेम करतात. त्यांचा या गोष्टीवर विश्वास आहे, की 'ईश्वर तुमच्या देशासाठी काय करतो हे विचारू नका, पण हे विचारा, की देशाने ईश्वरासाठी काय केले? जर कोणताही देश किंवा तेथील निवासी ईश्वरावर आपली आस्था ठेवत असतील तर त्याच विश्वासाने त्यांनी स्वतःला ईश्वराच्या हातात सोपवावे. म्हणजे ईश्वर नवनिर्मिती करेल. ईश्वरीय प्रेमाचे यापेक्षा दुसरे आणखी कोणते 'उदाहरण' असू शकेल बरं?'

माझे म्हणणे आहे, की 'मनुष्याचा विश्वासच' ईश्वरी चमत्काराचे उदाहरण आहे, हे दाखवायचे असेल तर त्या देशाचेच उदाहरण दिले जाऊ शकते.

मला राष्ट्रपती सरलीफच्या देशात अनेक सभांमध्ये भाषणे द्यायची होती. त्यांनी मला सांगितले, ''मी लोकांना शिक्षणासाठी व शेती करण्यासंबंधी प्रोत्साहित करावे. युद्धामुळे शेती व जमिनी नष्ट झाल्या आहेत. लोक शेती करण्यापासून विन्मुख झाले आहेत. या देशात मुबलक तांदूळ उत्पादन होत होते. पण आता तो बाहेरून आणावा लागतो, आयात करावा लागतो. त्यांनी त्यांच्या ३.५ मिलियन लोकांविषयी असणाऱ्या त्यांच्या प्रेमाने व जर्जर झालेल्या देशाला नवनिर्माण करण्याच्या कल्पनेने, उत्साहाने मला प्रभावित केले. त्यांनी कार्यभार स्वीकारल्यापासून लायबेरिया इतर

देशांच्या सहयोगाचे स्वागतच करत आहेत. त्यांनी इतर देशांना १६ हजार मिलियन डॉलरच्या गुंतवणुकीसाठी दार उघडले आहे. त्या स्वत: खूप दयाळू व प्रेमळ आहेत. इतरांची काळजी घेणाऱ्या महिला आहेत. माझ्या बाबतीत मला भेटण्यापूर्वीच त्यांनी माझ्यासाठी दोन एसयुवी गाड्यांची व्यवस्था केली होती. कारण त्या खराब रस्त्यांवरून मला त्रास होऊ नये! शिवाय आमचा दौरा सुखरूप पार पडावा म्हणून!

राष्ट्रपती सरलीफ लोकसेवा करणारे अनोखे व्यक्तिमत्त्व आहे. सद्वर्तनाची चांगली बीजे रोवली म्हणून त्यांना संपूर्ण जगाचे प्रोत्साहन आणि प्रशंसा मिळाली आहे. आमची भेट होण्याच्या काही वर्षे आधी त्यांना व लेमाह गबोबेला शांती व मानवी अधिकाराच्या रक्षणाच्या उल्लेखनीय कामासाठी 'शांती पुरस्कारा'ने गौरविण्यात आले होते. या पुरस्कारानंतर परत एकदा त्यांची सहा वर्षांसाठी त्या पदावर निवड झाली होती. राष्ट्रपती सरलीफला 'युनायटेड मॅथोडिस्ट ऑफ द इयर २०११' या सन्मानाने पण गौरविले आहे. त्या जगात लोकतांत्रिक नेत्या म्हणून गणल्या जातात. त्यांच्या आधीच्या नेत्याने- चार्ल्स टेलरने लोकांवर अतिशय अत्याचार केले होते. दोघांचेही पद सारखेच होते. दोघांच्याही हातात सत्ता होती. पण दोघांनी आपल्या सत्तेचा वापर आपापल्या पद्धतीने केला होता. प्रारंभिक इसाई प्रचारक पाद्री पॉलने बायबल आणि पॅसेजमध्ये (Inlations ५:१३-१५) या दोन्ही प्रकारच्या नेतृत्वाची व्याख्या केली आहे. तो म्हणाला, 'हे स्वातंत्र्य मी तुमच्यासाठी मिळविले आहे. स्वातंत्र्याचा उपयोग एकमेकांना मारण्यासाठी करू नका. उलट प्रेमाने एकमेकांची सेवा करा. तुमच्या शेजाऱ्यांवर स्वत:इतकेच प्रेम करा.' या वाक्यातच सर्वकाही आले आहे. पण जर तुम्ही आपापसात भांडण करत असाल, एकमेकांचं नुकसान करत असाल, तर एके दिवशी तुमचाही नाश होईल. हे लक्षात असू द्या.' पॉलने सांगितले, 'कोणीही सत्तेचा दुरुपयोग स्वार्थासाठी, स्वत:च्या इच्छांसाठी किंवा आपला खिसा भरण्यासाठी करू नये. जसे चार्ल्स हेसने केले होते. उलट लोकांची सेवा किंवा लोकांवर प्रेम करण्यासाठी सत्तेचा उपयोग करावा, जसे प्रेसिडेंट सरलिफने केले होते.'

इतरांची सेवा करण्यासाठी एखाद्या देशाचा प्रेसिडेंट, पंतप्रधान असण्याची आवश्यकता नाही. तुम्हाला हातपाय असण्याचीही गरज नाही. फक्त तुमची आस्था, विश्वास, प्रतिभा, शिक्षण, ज्ञान, तुमच्या कौशल्याने इतरांचे कल्याण करण्याचा प्रयोग आणि प्रयत्न करायचा असतो. एखादे दयापूर्ण छोटेसे कामही खूप मोठे काम होऊ शकते. ज्या लोकांना वाटत असते, की त्यांच्याजवळ देशाची सेवा करण्यासाठी

काही साधने उपलब्ध नाहीत, असे लोकही इतरांच्या जीवनात हवा तसा बदल घडवून आणू शकतात.

बीजारोपण

राष्ट्रपती सरलीफ, लिमा आणि त्यांच्या महिला कर्मचारी यांच्या सेनेने आपल्या विश्वासाला साकार रूप देऊन लोकांची सेवा केली व देशाचे स्वरूपच पालटून टाकले. संपूर्ण देशात शांती स्थापन करण्यात त्या यशस्वी झाल्या. अनेक वर्षांच्या संघर्षानंतर देशाला त्या नव्याने सुधारण्यात त्या मग्न आहे. नुकतेच सरलीफने देशातील पंचवीस हजार तरुणांना त्यांच्या समुदायात, स्वच्छता मोहिमेत सामील केले आहे. त्यांना त्यांच्या कामाचे 'मोल' दिले, जेणेकरून त्यांना 'क्रिसमस' साजरा करता यावा. प्रशासनाने स्वास्थ्य केंद्रही उघडली आहेत. सात लाख लोकांना पिण्याचे पाणी उपलब्ध करून दिले आहे. सर्वांत उल्लेखनीय काम म्हणजे २२० शाळा सुरू केल्या. हे चांगुलपणाच्या बीजारोपणाचे अद्भुत उदाहरण नव्हे का? जे पुढच्या पिढीसाठी भल्यामोठ्या फळांनी बहरलेल्या वृक्षात रूपांतरित होणार आहे.

मी तेथील आणखी एका घटनेचा साक्षीदार होतो ते म्हणजे लायबेरियातील इसाई महिलांनी शांतिपूर्ण निदर्शन केले होते, जे माझ्या हृदयाला खूपच भिडले. माझ्या 'मिशन'मध्ये सॉकर स्टेडियममध्ये झालेली मीटिंगपण सामील होती. तेथे चारशे लोक येतील अशी अपेक्षा होती. पण प्रत्यक्षात तेथे आठ-दहा हजार लोक आले होते, हे पाहून सर्वजण आश्चर्यचकित झाले. लोक झाडांवर, घराच्या छतांवर बसून स्टेडियमकडे पाहत होते. आश्चर्य म्हणजे मला माझे एकच भाषण दिवसातून तीनदा करावे लागले. त्या दिवशी आमच्याकडे छोटा स्पीकर होता. त्यातून पूर्ण स्टेडियमला एका वेळेस संबोधित करता येत नव्हते. मी प्रथम एका ठिकाणी स्पीकर ठेवून बोललो, मग परत आणखी दोन ठिकाणी ठेवून बोललो. त्या वेळी माझा उद्देश एकच होता, 'प्रोत्साहन', 'आशा' आणि 'विश्वासाने परिपूर्ण' असा माझा संदेश सर्वांपर्यंत पोहोचावा.

या प्रकारे मला लायबेरियात प्रेरणेचा तिसरा स्रोत मिळाला. तेथील लोक मृत्यू, विनाश, संकटे, क्रुरता, संघर्ष हे सर्व भोगूनही आस्था आणि विश्वासावर दृढ होते. त्यातील अनेक जण अजूनही दुःखी-कष्टी आणि त्रासात होते. पण आमच्या स्वागतासाठी गाणाऱ्या शाळकरी मुलांबरोबर प्रार्थना करत होते. आनंदाची एक लहर त्या सर्वांच्या चेहऱ्यावर दिसत होती. आमच्या लायबेरियन मित्रांनी सांगितले,

की इसाई आणि मुस्लीम नेत्यांनी एकत्र येऊन एक इंटररिलिजियस समितीच्या (अंतर्धार्मिक परिषद) मदतीने जणू अंतर्गत युद्धाचे त्रास सहन करणाऱ्या लोकांना मदत करण्याचा विडाच उचलला आहे. मला खात्री व आशा आहे ते आपल्या स्वत:च्या देशातील मुलांच्या कल्याणासाठी एकत्रितपणे पावले उचलतील.

त्या दिवशी मी माझ्या श्रोत्यांना ''मला हातापायाची गरज नाही,'' असे सांगून चकित केले. सगळ्यांची आपापसात कुजबूज सुरू झाली. त्यांचा आवाज थोडा शांत झाल्यावर मी म्हटले, ''मला जिझस क्राइस्ट पाहिजे.'' मी आतंक आणि निर्दयतेची शिकार झालेल्या त्या लोकांना सांगू इच्छित होतो, की ''आपल्या हृदयात ईश्वराचा वास असेल तर आपल्यामध्ये काही उणीव किंवा अभाव असूनही आपण 'संपूर्ण' असतो. मी त्यांना आश्वासन दिले, की या धरतीवर जरी त्यांचे जीवन कष्टमय, त्रासदायक असले तरी त्यांनी ईश्वरावर व 'मसीह'वर आपली श्रद्धा आणि भरवसा ठेवला व त्यांच्याकडे मुक्तिदात्याच्या रूपात पाहिले तर त्यांना त्यांच्या जीवनात असीम शांती आणि प्रसन्नता मिळू शकते.'' मला हेही माहीत आहे, येथे धरतीवर ज्यांच्याजवळ हातपाय असूनही कब्रमध्ये आत्म्याशिवाय काहीही घेऊन जाऊ शकत नाही. मी त्यांना म्हणालो, 'तुम्ही ईश्वराकडून आशेचा किरण मिळवू शकता. माझ्याजवळ हातपाय नाहीत पण मी त्या पवित्र आत्म्याच्या पंखांनी भरारी मारत असतो.'

त्यानंतर मी त्या मित्रांना हेही सांगितले, की ''ईश्वरच त्यांची परिस्थिती नियंत्रणात आणू शकतो. त्यामुळे त्यांनी आपली 'आस' मिटवता कामा नये.'' मी म्हटले, ''जर ईश्वराने माझ्यासारख्या हातपाय नसलेल्याला आधार दिला तर युद्धाने पोळलेल्या लोकांचाही तो सहारा नक्कीच बनू शकतो.''

मी त्यांना आठवण करून दिली, जरी ईश्वराने आपल्या जीवनात चमत्कार केला नाही, ज्यासाठी आपण दररोज प्रार्थना करत असतो, तरी सगळेच एकमेकांच्या जीवनात चमत्कार होण्यासाठी कारणीभूत ठरू शकतो.

जर ईश्वर हातपाय नसलेल्या माणसाचा उपयोग स्वत:चे हातपाय म्हणून करून घेतो, तर तो युद्धग्रस्त लायबेरियनांना त्याच्या 'उद्देशांसाठी' नक्कीच उपयोग करून घेईल.

मी असे म्हणालो, नि लागलीच माझे शब्द 'सत्यात' (वास्तवात) उतरले. मी माझे बोलणे थांबवत असतानाच एक लायबेरियन महिला काहीतरी दृढ संकल्प

करून माझ्याकडे येत होती. अतिशय गर्दीतून ती वाट काढत पुढे सरकत होती. सुरक्षा कर्मचाऱ्यांनी तिला अडविण्याचा प्रयत्न केला. पण तिने त्यांना संकेत दिला, की ती कुणाचे नुकसान करणारी स्त्री नाही. त्यांनी तिला पुढे येण्यास मदत केली. जेव्हा ती माझ्या निकट आली तेव्हा मलाही वाटले तिला कुणी थांबवले का नाही! तिच्या कुशीत दोन-तीन आठवड्याची नवजात मुलगी होती. तिला हात नव्हते. पण तिच्या खांद्यालाच बोटे होती. मी तिला मुलीला माझ्याजवळ घेऊन येण्याची खूण केली. म्हणजे मी तिच्या माथ्याचे चुंबन घेऊ शकेन आणि तिच्यासाठी प्रार्थना करेन.

मी तिच्याविषयीचा 'स्नेह' दाखवू शकत होतो. पण मी जेव्हा तिच्या माथ्याचे चुंबन घेतल्यावर लोकांमधून काही चीत्कार ऐकू आले. काहीजण रडूही लागले. क्षणभर मला वाटले त्या विकलांग बाळाला पाहून सर्वजण भावविभोर झाले असावे. पण नंतर मला सांगितले गेले, की लायबेरियन त्या बाळाला पाहून स्तंभित झाले होते. कारण विकलांग असूनही तिला जिवंत राहू दिले होते. खरे म्हणजे तेथे अनेक गावांमध्ये विकलांग मुलांना जन्मत:च मारून टाकतात किंवा जिवंत जाळत होते. माझ्याशी बोलणाऱ्या तेथील लोकांनी सांगितले, की ग्रामीण आफ्रिकन भागात अशा विकलांग मुलांना 'शाप' समजतात. आता आश्चर्यचकित होण्याची आणि हेलावून जाण्याची वेळ माझ्यावर आली होती. अशा मुलांना मारून टाकतात किंवा सोडून देतात. जर आईने ठेवून घेतले तर समाज 'वाळीत' टाकण्याची 'धमकी' देतो. त्या विकलांग मुलीच्या आईने म्हटले, 'त्या मुलीला मारून टाकण्यापूर्वी मी तिला घेऊन लपून राहत आहे.'

मी त्या मुलीच्या माथ्याचे चुंबन घेतले आणि श्रोत्यांमधील अनेकांना समजले, की ईश्वराजवळ हातपाय नसणाऱ्या माणसासाठी त्याला धर्मप्रचारक करण्याची योजना होती. मग अशा विकलांग मुलीसाठी किंवा इतर अपंगांसाठी ही काहीतरी योजना असेलच. ही सर्व ईश्वराचीच मुले आहेत. प्रेक्षकांतील एका व्यक्तीने माझ्या सुरक्षारक्षकांना सांगितले. त्याने माझे भाषण 'बासा' भाषेत रेकॉर्ड केले कारण त्याला ग्रामीण भागात जेथे आपण पोहोचू पण शकत नाही. अशा ठिकाणी त्याला ते ऐकवायचे आहे. त्यांना सांगायचे आहे विकलांग मुलेही ईश्वराची संतान आहेत. ती 'शाप' नाही तर 'वरदान' आहेत.

मला नक्की सांगता येत नाही. पण मला कळले, त्या मुलीविषयी मी दाखविलेल्या स्नेहभावानंतर तेथे परत कुणा विकलांग मुलांना किंवा अपंगांना कोणी मारले नाही किंवा सोडूनही दिले नाही. मला आशा आहे, की ते खरे असावे. मी स्वत:ला

नशीबवान समजतो, की ईश्वराने माझ्याकडून असे चांगले बीज रोवून घेतले, की त्यातून अनेकांचे त्रास व जीव वाचले.

परस्परांचे 'मोल' जाणा

जगात इतरांना सुख देण्याऐवजी 'स्वत:लाच' सुखी करण्यावर जास्त जोर दिलेला दिसतो. आपण बरेचदा स्वत:ला सुखी करण्यात एवढे रममाण होतो, की आपल्या जीवनाचा खरा उद्देश काय, हेदेखील विसरून जातो. ईश्वराने येथे आपल्याला का पाठवले आहे? खरे म्हणजे ईश्वराची व त्याच्या संतानांची सेवा करण्यातच खरा आनंद आहे. जिझसने म्हटले आहे, की माणसाचा पुत्रही सेवा करण्यासाठीच आला आहे. त्याचे जीवनच इतरांची सेवा करण्यासाठी आहे. जिझस हा सर्वोत्तम लोकसेवक आहे. त्यांनी चांगुलपणाची बीजे रोवली आहेत. ईश्वराने त्याच्या पुत्राला येथे पाठविले. कारण त्याने स्वत:चे प्राण देऊन आपले सर्वांचे पापक्षालन केले. त्याने स्वत:ला एक नम्र सेवक म्हणून प्रस्तुत केले. आपल्या शिष्यांचे पाय धुवून त्यांनी बोध दिला, की ''जनसेवा म्हणजेच कर्मावर विश्वास!''

जिझसने बायबलमध्ये विचारले आहे, ''जो खुर्चीवर बसतो तो महान आहे का जो सेवा करतो तो? खुर्चीवर बसणारा महान नाही. जे दुसऱ्यांची सेवा करतात त्यांच्यामध्येच 'मी' आहे.''

जर तुमच्याजवळ ईश्वराचे प्रेम, विश्वास आणि आनंद व मानवता असेल, तर तुम्ही हे समजू शकता, की कोणीही व्यक्ती एकमेकांपेक्षा मूल्यवान नाही. त्यामुळे परस्परांची तुलना करू नये.

मी नुकताच अशा व्यक्तीला भेटलो, जो खऱ्या अर्थाने लोकसेवक होता. नुकताच मी डॅलसच्या डाऊन टाऊन भागातील एका खुल्या चर्चमध्ये भाग घेण्यासाठी गेलो होतो. तेथे मला असा नेता भेटला जो खऱ्या अर्थाने लोकसेवक होता.

पाद्री लिओन बोर्ड याने आपले चर्च अशा परिस्थितीत उघडले, की जणू ते बायबलमधील एखाद्या दृष्टांताप्रमाणेच वाटावे.

१९९५मधील ही गोष्ट आहे, तेव्हा ते सुताराचे काम करत होते. लाकडी सामानाने भरलेला आपला ट्रक घेऊन ते जात होते. त्यांना रस्त्याच्या बाजूने चालणारा एक म्हातारा माणूस दिसला. लिओनने त्याला ट्रकमध्ये बसवून घेण्याचा प्रथम विचार केला नाही, कारण त्यांना आधी तो दारू प्यायलेला माणूस वाटला. पण मनात

त्यांना त्या 'पवित्र आत्म्याने' काहीतरी संकेत दिल्यासारखे वाटले व गाडी वळवून त्यांनी त्या माणसाला ट्रकमध्ये बसवून घेतले. त्यांना जाणवले, त्या वृद्ध माणसाला चालण्याचा खरोखरच त्रास होत होता.

'तुम्ही ठीक आहात ना?'

'मी दारू प्यायलेलो नाही.' त्याने जोरात उत्तर दिले.

'तुम्हाला चालण्याचा त्रास होत आहे. मी तुम्हाला घेऊन जातो.' लिओनने म्हटले.

रॉबर्ट शुमेक नावाच्या त्या व्यक्तीने चुकीचे म्हटले नव्हते. तो खराच प्यायलेला नव्हता. त्याच्या मेंदूची ऑपरेशन्स झालेली होती. त्यामुळे त्याला चालण्याचा त्रास होत होता. पण तरीही इतरांची मदत करण्याच्या त्याच्या दृढ संकल्पात थोडाही बदल झाला नव्हता. त्याने लिओनला त्या वेळेस सांगितले नाही, की तो गेल्या दोन वर्षांपासून डाऊन टाऊनला डॅलसमध्ये एका भागात दर शनिवारी गरजूंना 'डोनट' (एक प्रकारचा पाव) आणि कॉफी देण्यास जात असतो.

लिओनने म्हटले, ''तुम्ही चालू शकत नाही मग तुमची कामे कशी करता?''

''लोक मला मदत करतात. आता तुम्ही मदत करत आहात!'' रॉबर्टने म्हटले.

''मला समजत नाही तुम्ही तुमचे काम केव्हा सुरू करता?'' लिओनने विचारले.

''सकाळी साडेपाचला...''

''ओह, मग मी तुमची मदत करू शकणार नाही... तेव्हा तर 'देव'ही गाढ झोपेत असतो.''

रॉबर्टने लिओनच्या बोलण्याकडे लक्ष दिले नाही. आणि त्याला घ्यायला कुठे यावे हे सांगितले व म्हटले, ''तुम्हाला तेथे मला न्यायला यावे लागेल.''

''तुम्ही माझ्याकडून अपेक्षा करू नका.'' लिओनने म्हटले.

पण पुढच्या शनिवारी लिओन पाच वाजताच उठला. त्याला वाटले, रॉबर्ट तेथे त्याची वाट पाहत असेल. त्याला थोडी काळजीही वाटली कारण जेथे ते भेटणार होते ते शहरातील गर्दीचे ठिकाण होते.

आणि परत एकदा त्या 'पवित्र आत्म्याचे' काम सुरू झाले.

सूर्य उगवण्यापूर्वीच हातात पाच गॅलनचे कॉफीचे मोठे थर्मास घेऊन रॉबर्ट तेथे उभे असलेले लिओनला दिसले. रॉबर्टने लिओनला म्हटले, ''तुम्ही मला डोनटच्या दुकानापर्यंत घेऊन चला.तेथूनच आपल्याला डाऊन टाऊनला जायचे आहे.'' तेव्हा रस्ता रिकामाच होता. रॉबर्टने लिओनला म्हटले, 'येथेच थोडी वाट बघू या...' ते प्रतीक्षा करू लागले. सूर्य उगवताच एकेक लोक येऊ लागले. तेथे जवळजवळ ५० माणसे जमली. रॉबर्ट थोडा रूक्षपणे बोलत होता. पण ते लोक त्याच्याकडून डोनट आणि कॉफी घेत होते.

दोन वर्षांपूर्वी लिओनने आपले जीवन जिझसच्या सेवेसाठी अर्पण केले. आज त्याने पाहिले, रॉबर्ट 'चांगुलपणाचे बीज' रोवत आहे. त्यांना मदतीची गरज आहे. मग दर शनिवारी लिओन त्यांच्या मदतीसाठी जात होता. काही दिवसांनी रॉबर्टची प्रकृती खालावली. एके दिवशी ते परत येत होते तेव्हा लिओनने विचारले, ''जेव्हा तुम्ही हे काम करू शकणार नाही तेव्हा काय?''

''तेव्हा तुम्ही हे काम करावे...'' रॉबर्टने म्हटले.

''नाही... तुम्हाला हे दुसऱ्या कोणाला सांगावे लागेल...'' लिओन म्हणाला.

''मित्रा, तूच हे काम करशील...'' रॉबर्ट म्हणाला.

रॉबर्टने 'खरेच' सांगितले होते. लिओन पाद्री झाले आणि त्यांनी एक 'इंटरसिटी मिशन'चे काम सांभाळले. नऊ स्थानिक चर्च आणि इतर दानकर्त्यांच्या मदतीने ते काम करत होते. रॉबर्ट २००९मध्ये मृत्यू पावले. मग लिओन आणि त्यांची पत्नी जेनिफर यांनी रॉबर्ट यांनी लावलेल्या 'चांगुलपणा'च्या बीजाचे सिंचन केले आणि आणि आज ती 'कॉफी आणि डोनटची' मीटिंग एका ओपन एअर चर्चमध्ये रूपांतरित झाली. जेथे मधुर संगीतही असते. प्रत्येक शनिवारी लिओन आणि त्यांचे पन्नास स्वयंसेवक भुकेल्या गरीब लोकांची 'पोटं' भरत असतात.

त्यांच्या त्या सेवेच्या काळातच तेथे मला माझे विचार सांगण्याची संधी मिळाली. तेथे त्या निराश्रित लोकांविषयी लिओन आणि त्यांच्या सहकाऱ्यांची सेवेची भावना पाहून मी प्रेरित झालो. लिओन बर्डच्या चर्चमधील नेता आणि स्वयंसेवक प्रत्येक माणसाला ईश्वराची संतान मानतात. त्यांना वाटते, प्रत्येकाला जीवनात प्रेम आणि प्रोत्साहनाची गरज असते. मग ते प्रेरणादायक शब्द असो अथवा

कॉफी व डोनट मिळाल्यानंतरचे प्रसन्न हास्य असो!

लिओन स्वत:ला ईश्वराचे सेवक समजतात. त्यांचे म्हणणे आहे, त्या ओपन एअर चर्चमध्ये येणारे बहुतेकजण निराधार असतात. ते जीवनात संघर्ष करत आहेत. जिझसच्या क्षमाशीलतेने आणि उदारतेने ते प्रभावित झाले आहेत. आम्ही कोणत्याही आसक्तीशिवाय सर्वांवर प्रेम करतो, अगदी तसेच प्रेम करतो जसा ईश्वर आपल्या सर्वांवर प्रेम करत असतो!

महान चांगल्या कामासाठी एकत्र काम करणे

तुमचे जीवन, तुमची परिस्थिती कशी का असेना, तुम्ही चांगुलपणाची (सद्‌वर्तनाची) बीजे रोवत राहावी. मग तुम्ही आफ्रिकन मर्सीवर स्वयंसेवक म्हणून काम करत असाल, किंवा मर्सी बोटीसारख्या चॅरिटी संस्थेचे संस्थापक म्हणून कार्यरत असाल किंवा सटलीफसारखा राष्ट्रीय नेता म्हणून कार्यरत असाल, असहाय लोकांची सेवा करणारे पाद्री असाल, पण जेव्हा ईश्वराने सोपविलेले काम तुम्ही करत असता, तेव्हा त्याचा प्रभाव कितीतरी पटीने वाढत जातो. कारण तुम्ही असंख्य लोकांच्या जीवनालाच स्पर्श केलेला असतो!

मी माझ्या जीवनात अनेक जनसेवक नेत्यांना पाहिले. त्यांच्यात जे विशेष गुण होते, त्यांचे आपण अनुकरण केले पाहिजे. सर्वांत महत्त्वाचे म्हणजे ते अतिशय विनम्र आणि नि:स्वार्थी होते. त्यांच्यामध्ये अनेकजण असे होते, की त्यांनी आपले जीवनच इतरांच्या सेवेसाठी समर्पित केले होते. अनेकदा काही जण पडद्याआड राहून इतरांना मदत करत असतात. आपल्या स्वयंसेवकांना मदत करत असतात, त्यांना प्रोत्साहित करतात व त्यांनाच कामाचे श्रेय देण्यात आनंद मानतात.

आणखी एक महत्त्वाची गोष्ट म्हणजे हे सेवक नेता इतरांचे म्हणणेही सहानुभूतिपूर्वक ऐकून घेतात. म्हणजे ज्यांची ते सेवा करतात, त्यांना समजून घेतात. त्यामुळे त्यांच्या गरजा, त्यांच्या मागण्या त्यांना समजतात. कारण ते लोक कधीच स्वत: आपल्या तोंडाने मागत नसतात. यामुळे त्यांना आपणहून मदतीची याचना करावी लागत नाही. लोकसेवकाला त्याच्या मनातील आधीच समजते, कारण लोकसेवक नेता नेहमी मनात विचार करतो, की मी जर या व्यक्तीच्या जागी असतो तर मला कशामुळे दिलासा मिळाला असता? कोणत्या गोष्टीमुळे माझे मनोबल वाढले असते? मी माझी परिस्थिती कशी सर्वोत्कृष्ट बनवू शकतो?

तिसरी गोष्ट म्हणजे ते स्वास्थ्य सुविधा प्रदान करतात. त्यांच्या परिस्थितीचा

विचार करून त्यांना उपाय सुचवितात. मला माहीत आहे अनेकांना त्यांची परिस्थिती माहीत असते पण त्यांचे दु:ख-कष्ट दूर करण्यासाठी ते त्यांच्या भागात जाऊ शकत नाही. पण डॉन आणि डेयानसारखी माणसे अशा समस्यांचे निराकरण करतात. तसे नसते तर त्या दूरच्या दुर्गम भागात त्यांनी ते तरंगते हॉस्पिटल काढून लोकांच्या गरजा पूर्ण केल्याच नसत्या! त्यांनी त्या तरंगत्या हॉस्पिटलला चांगले कर्मचारी, स्वयंसेवक आणि सर्व आवश्यक साधने गरजूंसाठी पुरवली आहेत.

चौथी गोष्ट, लोकसेवक नेता अचानक आलेल्या आपत्तीला घाबरत नाही. त्यांनी अशा चांगल्या बीजांचे रोपण केलेले असते, की त्यातून उगवणारी झाडे दीर्घजीवी असतात. त्यांचा प्रभाव दीर्घ काळापर्यंत टिकणारा असतो. प्रेसिडेंट सटलीफ ह्यांनी आपल्या हिंसेने ग्रासलेल्या देशात चांगले व्यवस्थापन निर्माण केले. शाळा, इमारती आणि परदेशी गुंतवणूक करून पुढच्या पिढीसाठी उत्कृष्ट भविष्य निर्माण केले आहे.

रॉबर्टने आपली आंतरिक इच्छा लिओन आणि जेनिफरकडे सोपवली. कारण चांगल्या बीजांचे रोपण करणारे इतरांनाही प्रेरित करतात. कारण त्यानंतर त्यांनीही सद्वर्तनाचे बीजारोपण करावे म्हणून!

पाचवी गोष्ट म्हणजे लोकसेवक नेता एखाद्या 'पुला'सारखे (Bridge) असतात. ते आपले स्वार्थ बाजूला ठेवतात आणि सर्वांच्या भल्यासाठी काम करतात. त्यांचा या गोष्टीवर विश्वास असतो, की जेव्हा सर्वांचे 'लक्ष्य' आणि 'यश' एकच असते, तेव्हा त्याचा लाभ प्रत्येकालाच होतो.

काही नेता लोक फूट पाडणारे असता, पण लोकसेवक नेता स्त्रीपुरुषांना एकाच चांगल्या उद्देशासाठी एकत्र आणतात, त्यांचा दृष्टिकोन समान असतो.

मी काही दिवसांपूर्वीच पूल-बांधणीच्या सामर्थ्याचे एक चांगले व ताजे उदाहरण पाहिले. 'सेंट्रल ऑर्गन' नावाच्या एका संस्थेत मी एका कार्यक्रमास गेलो होतो. तीन देशांतील सत्तर चर्चेमधून पंचवीसशे स्वयंसेवक तेथे आले होते. त्यांच्या समुदायाच्या कल्याणासाठी चांगले बीजारोपण करण्यात आले होते. कार्यक्रमाचे मुख्य कार्यकर्ते जे. स्मिथ यांनी मला स्वयंसेवक व शाळकरी मुलांसमोर भाषण करण्यास आमंत्रण दिले होते.

तो त्यांचा 'वीक ऑफ फेथ इन ॲक्शन' (कर्मावरील विश्वास सप्ताहचा) चा कार्यक्रम होता. जे. स्मिथ आणि बँड इलियटचे सदस्य अनेक वर्षांपासून

असे कार्यक्रम करत होते. त्या कार्यक्रमात वेगवेगळ्या समुदायातील लोक एकेका समुदायासाठी काम करतात. ते फक्त बोलतात असे नाही तर प्रत्यक्ष कामेही करतात. दर शनिवारी ते मोठ्या संख्येने समुदायात घरांची डागडुजी करतात, घरांना रंग देतात, झाडांची पाने, कचरा उचलतात, लोकांच्या घरासमोरचे लॉन कापून देतात, फर्निचर हलविण्यास मदत करतात, याशिवाय हवी ती मदत करण्यास तयार असतात.

मी स्मिथला म्हणालो, 'येथे कोण प्रमुख आणि कोण स्वयंसेवक आहे, हे कळणेही कठीण आहे.' कारण प्रत्येकजण लीडरच्या जबाबदारीने समोर येईल ते काम करत आहे आणि काळजी घेत आहे. गंमत म्हणजे स्मिथने जेव्हा येथे येऊन सेवा करण्यास, येथील कार्यभार सांभाळायला सुरुवात केली, तेव्हा त्याला स्वत:लाही जीवनात ठेच पोहोचली होती. तो जगभरच्या मिशनरी कार्यात गेल्या पंधरा वर्षांपासून सामील आहे. चोवीस देशांमधून प्रवास करतो व असंख्य स्वयंसेवकांबरोबर काम करत आहे. २००६मध्ये त्याचा काळ थोडा कठीण होता. त्याला कुटुंबाजवळ राहणे आवश्यक होते. म्हणजे त्याला कुटुंब व आपली चार मुले यांवर लक्ष केंद्रित करायचे होते. तो त्याला 'ब्रोकन सिझन' (Broken season) म्हणतो. मिशनरी म्हणून त्याला त्याचे काम काही काळ थांबवावे लागले. तो त्याच्या 'होमटाउनला' बँड ऑर्गनला परत आला. तेथे त्याने ठरवले, की युगांडा व युक्रेनमध्ये ज्या उत्साहाने त्याने काम केले तसेच आता येथेही करायचे.

त्याच्या कठीण काळातही स्वत:च्या त्रासाकडे लक्ष न देता तो इतरांना मदत करत होता. बँड ऑर्गन तसे सधन पण शांत गाव होते. पण आजूबाजूची अनेक गावे आर्थिकदृष्ट्या मागासलेली होती. हिंसा आणि नशिल्या पदार्थांनी ग्रासलेली होती. तेव्हा स्मिथने ठरवले, गरजू भागांमध्ये आपण लक्ष केंद्रित करायचे व आपले प्रयत्न तेथेच लावायचे.

''आमच्याजवळ पैसा नव्हता पण आम्ही पहिले काम रस्त्यावरील बर्फ साफ करण्याचे ठरवले. त्यासाठी दीडशे स्वयंसेवक वेगवेगळ्या चर्चेसमधून आणले.'' स्मिथने सांगितले, ''बघता-बघता आमचा बर्फ फोडण्याचा कार्यक्रम सुरू झाला. फावडे, कुदळी, बर्फ फोडण्याची गाडी, ट्रक घेऊन दिवस बर्फ फोडून लोकांसाठी पायवाट तयार केली. अनेक वृद्ध माणसे बर्फामुळे घरात अडकली होती व काही घरी जाऊ शकत नव्हती तर काही बाहेरच अडकली होती, त्या सर्वांनाही मदत केली. घराच्या छतावरील बर्फ साफ करताना एका वृद्धाशी बोलत असताना तो थकून गेल्याचे लक्षात आले आणि तो बेशुद्ध झाला. स्वयंसेवकांनी त्याची देखभाल केली.

त्याचे काम त्यांनी पूर्ण करून दिले. अशा प्रकारे आमचे त्या दिवशीचे काम एकत्र उत्साहाने आणि आनंदाने पार पडले.''

अशा कार्यक्रमांपैकी इलियटने एक कार्यक्रम घेतला. तो या सगळ्या कार्यक्रम ाचा एक महत्त्वाचा भाग होता. त्यांनी सातशे तरुणांना आणले. त्या रात्री १२०पेक्षा अधिकांनी स्वत:ला जिझसला समर्पण केले.

बर्फ पडत असतानाही केलेल्या या सेवाभावी कामामुळे स्मिथ आणि बँडच्या कर्मावरील विश्वासाला अधिक दृढ केले. पुढील काही काळही ते आजूबाजूच्या गावात अशी कामे करत राहिले. जवळजवळ अकरा ऑर्गन सिटींमधील सत्तर चर्चेसमधून आलेल्या पंचवीसशे स्वयंसेवकांनी वेगवेगळ्या कम्युनिटीमध्ये जाऊन काम केले. मला हे माहीत आहे, कारण मी त्यांच्या वेगवेगळ्या कार्यक्रमांतून भाषणे दिली आहेत. २०१०मध्ये हार्ट सेंट्रल ऑर्गन मधील एक्स्पो सेंटरमध्ये आठ हजार लोकांसमोर भाषण केले होते.

कार्यक्रमाची सुरुवातीला 'आय हग फन' (I hug fun) ने केली होती. मी एका तासात सर्वांत अधिक (हग) 'गळाभेट' घेतली. सर्वांत अधिक लोकांशी 'गळाभेट' करण्याचा मी विश्वविक्रम केला. एका तासात मी १७४९ लोकांशी 'गळाभेट' घेण्यात यशस्वी झालो. प्रसिद्ध गायिका मारिया कॅरीचा नवरा विनोदवीर निक कॅनन याने माझा रेकॉर्ड मोडण्याचा प्रयत्न केला पण तो त्यात यशस्वी झाला नाही. खरे तर ते पूर्णपणे तयार नव्हते...

जे. स्मिथ हे त्यांच्या 'इन आय हार्ट इव्हेंट' द्वारा त्यांचा एक गंभीर उद्देशही पूर्ण करू इच्छित होते. त्यांची एक इच्छा होती समाजसेवेबरोबरच इसाई सेवाभावाचा प्रचार व्हावा व लहानमोठ्या चर्चेसमधून संवाद व्हावा. साधारणत: या गिरिजाघरांचा (चर्च) आपापसांत संवाद नव्हता. माझे तसे वेगवेगळ्या पंथाच्या चर्चेसमधून अनेक मित्र होते. माझ्या दृष्टीने सर्व प्रकारांच्या चर्च चे महत्व आहे. आपण जीजस ला कोणत्याही एका चर्च मध्ये बांधून ठेऊ शकत नाही. उलट सगळे मिळून 'आस्थे'ची विविध रूपे दाखवू शकतो. बरेचदा चर्चेस आणि संप्रदायांमध्ये मतभेद असतात. मग ते नाजरीन, बाप्टिस्ट, कॅथालिक, मॅथॉडिस्ट कोणी का असेना, आस्थेची विविध रूपे दाखवू शकतात. लोकांनी आस्था, विश्वासासह जगणे पाहिले नाही तर कोण काय सांगतो हे कळणार नाही. त्यामुळे मुख्य तत्त्व एकच असावे, ते म्हणजे प्रेमाला साकार रूप द्यावे. माझ्याप्रमाणे स्मिथला वाटते, की सर्व गिरिजाघरे आशेचा

किरण दाखवतात. मी एक इसाई प्रचारक म्हणून लोकांना प्रेरणा, प्रोत्साहन आणि आशा प्रदान करत असतो. गिरिजाघरे आपापल्या लोकांद्वारे आपापल्या समुदायात प्रेम आणि सेवा प्रदान करतात. त्यामुळे बरेचदा चिंता वाटते, की गिरिजाघरे मिळून मिसळून काम करत नाहीत का? पण सर्वांनी, सर्व गिरिजाघरांनी एकमेकांशी मिळून मिसळून काम केले तर ईश्वराकडून त्यांना मिळणाऱ्या वरदानात अनेक पटीने वाढ होऊ शकते.

जिझस म्हणाले, ''तुम्ही एकमेकांवर प्रेम केले, की प्रत्येकालाच कळेल तुम्ही माझे शिष्य आहात.'' जे. स्मिथला वाटते ईश्वराच्या दृष्टीमध्ये आपण सर्व समान आहोत. आपण वेगवेगळे काम करत बसण्यापेक्षा सर्वांनी एकत्र येऊन केले तर ते जास्त चांगले होईल. गिरिजाघरांनाही हे समजते, की नियम आणि सिद्धान्तांचे अंतर एवढे महत्त्वाचे नाही. जिझसच 'मुक्तिपथ' आहे, ही मुख्य गोष्ट आहे, आम्ही सगळे हे मानतो, ही समानता महत्त्वाची आहे. आपण स्वत: नम्रभाव ठेवला व आपापसातील मतभेद विसरलो तर इतरांचे अधिक भले करू शकतो.

एक लोकसेवक नेता म्हणून नम्रपणे सर्वांविषयी स्नेहभाव व मानवतेला धरून स्वत:ची इच्छा दुसऱ्यांवर न थोपवता त्याचेही म्हणणे ऐकून घेणे व त्यांच्यासाठी काय करावे, या गोष्टी महत्त्वाच्या आहेत. काही चर्चेसची साधनसामग्री इतरांपेक्षा कमी आहे. या बाबतीत जे. स्मिथ संवेदनशील आहे. म्हणून तो त्याच्या दानराशीतूनच खर्च करतो. तोही कमी करतो म्हणजे येथे येणाऱ्यांवर आर्थिक दबाव पडू नये.

ऑरिगॉन शहरात अनेक लोक गरिबीत राहतात. जे. स्मिथ आणि त्याच्या सहकाऱ्याने गरिबांसाठी काही योजना राबविण्यासाठी दान आणि देणगीच्या रूपात पैसा गोळा केला. त्यांच्याकडे सातशे डॉलर वाचले होते. एका पाद्रीने सुचविले, की त्या पैशाचा उपयोग 'क्रिसमस'साठी करावा. त्यांनी पाच पाच डॉलर सर्व सदस्यांम ध्ये वाटले व म्हटले, 'ह्या पैशाचा योग्य विनियोग करा, त्यांना वाढवा. चांगल्या कामासाठी त्याचा उपयोग करा. मग स्वत: चॉकलेट खरेदी करून विका, लेमोनेड स्टँड लावा किंवा लॉन कापण्यासाठी इंधन आणा. अशा प्रकारे सातशे डॉलर्सचे रूपांतर दहा हजार डॉलर्समध्ये झाले. मग त्यातून बेघरांसाठी काही साहाय्यक योजना अमलात आणली. 'सिंगल मॉम'साठी त्यांना गिफ्टस् घेण्यासाठी मदत केली, गरीब मुलांना खाऊ, प्राण्यांना काही खाण्याचे पदार्थ, याशिवाय काही स्नेहपूर्ण कामे केली गेली.

''आम्ही तुमच्यावर प्रेम करतो, हे समाजाला दाखवत होतो. आम्ही त्यांचा आणि चर्चचा आदर करतो, काळजी घेतो, अशा प्रकारे आम्ही कोणताही उपदेश न करता फक्त सेवा करत होतो. आम्हाला आमचा सेवेचा कार्यक्रम एका दिवसापुरताच मर्यादित ठेवायचा नव्हता. आम्ही गेल्यानंतरही चर्चचे आणि लोकांचे संबंध अधिक चांगले झाले. बरेचदा आम्ही आता पाहतो, शहराचे मेयर हे पाद्रींशी बोलून लोकांसाठी काही कल्याणकारी योजना करण्याची भावना व्यक्त करत असतात. लोकांना जेव्हा अशा योजनांपासून लाभ होतो तेव्हा तेही कोणत्या न कोणत्या पद्धतीने चांगल्या कामाशी स्वत:ला जोडून घेऊ इच्छितात.'' स्मिथने सांगितले.

जे. स्मिथ आणि त्याच्या स्वयंसेवकांना सेवाकार्याच्या वेळी वेगवेगळ्या मागण्याही पूर्ण कराव्या लागतात. ते लोकांना विचारतात, ''आम्ही आमच्या पाचशे स्वयंसेवकांसह तुमच्यासाठी काय करू शकतो?'' एका गावात आर्थिक त्रुटीमुळे कब्रस्तानातील गवत कापणे शक्य होत नव्हते. एका चर्चने ते काम हाती घेतले. आता ते त्यांचेच कर्तव्य झाले आहे. अशा प्रकारे गिरिजाघरांनाही समाजाची सेवा करण्याचा मार्ग मिळाला. बँड शहरातील काही ऑफिसर्सनी सांगितले, ते आपले फायर हायड्रंट (अग्निशामक प्लान्ट) परत रंगवू शकत नाही. पण काही वर्षांनी रंगवणे जरुरीचे असते. कारण आपत्काळात ते पटकन दिसले पाहिजे. नंतर दोन वर्षांत 'आय हार्ट इव्हेंट'च्या स्वयंसेवकांनी ३६०० हायड्रंट प्लान्ट रंगवले आणि शहराचे हजारो डॉलर्स वाचवले. याप्रमाणे प्रत्येक शहर स्वत:च निश्चित करते, की त्याला कोणत्या प्रकारची सेवा हवी आहे. त्यामुळे आपापसात मैत्रीभाव व उत्साह कायम राहतो.

काही शहरातील अलाभकारी संस्थांबरोबर म्हणजे लोकल फूड बँक, सूप किचन, वुमन्स शेल्टरर्स हेडस्टार्ट किंवा हॅबिटेट फॉर ह्युमॅनिटी वगैरेंशी जे.स्मिथ सहकारी, भागीदार झाले आहेत. सुरुवातीला ते प्रेरणा घेऊन यायचे. प्रथम काही पाद्रींना संकोच वाटत होता. पण हळूहळू मधली भिंत दूर झाली. मग सगळे मिळून प्रार्थना करायचे, एकत्र काम करायचे. एकत्र खाणे पिणे वगैरे नित्यक्रमच झाला होता. नंतर पुढच्या शहरात जायचे. तेथे मागच्या शहरात काय काय काम केले, हे मोकळेपणाने ते सांगत होते. मग तेथील लोक मुक्तपणे काम करू लागायचे.

मला याचा खूप आनंद होत आहे, की आता जे. स्मिथ कॅलिफोर्नियात राहायला आला आहे. आम्हाला आशा आहे, आम्ही एकत्र काम करून दोघे मिळून कार्यक्रमाची एक शृंखलाच तयार करत आहोत. ते आम्ही प्रेम आणि विश्वास याला साकार रूप देत करणार आहोत. म्हणजे लोकांना आमचेच उदाहरण मार्गदर्शक

ठरावे. तुम्ही पण लोकसेवक नेता म्हणून सद्वर्तनाचे बीजारोपण करू शकता. त्यासाठी जे. स्मिथसारख्या मोठ्या मोठ्या उपक्रमांची आवश्यकता नाही. सद्वर्तन, दयाळूपणा व मानवतेसह लहान लहान उपक्रम आणि प्रयत्नाने तुम्ही कुणातही बदल घडवून आणू शकता. जे. स्मिथने मला त्याच्या ऑरगॉनमधील कार्यक्रमातील एक घटना सांगितली.

''त्या वेळेस मी हायस्कूलमधील मुलांसाठी कार्यक्रम करत होतो. सर्व सामान पटपट आवरत होतो. कारण आम्हाला आणखी एका ठिकाणी जायचे होते. मात्र आम्हाला उशीर झाला होता. म्हणून मला कोणालाही मिठी मारून निरोप घेता येत नव्हता, पण मला 'गळाभेट' आवडत होती. आम्ही हॉलच्या बाहेर आलो, तेव्हा मला दूर कुणाचेतरी 'टक्कल' असणारे डोके दिसले. चेहरा गर्दीत दिसला नाही. मी माझी व्हीलचेअर वळवताच ती मुलगी मला दिसली. किमोथेरपीने तिचे केस गळाले होते. मी या पूर्वीही कॅन्सरपीडितांना भेटलो होतोच. त्यामुळे असे लोक मी पटकन ओळखतो. मी कशीतरी खुर्ची तिच्याजवळ घेऊन गेलो व म्हणालो, ''स्वीटहार्ट, ये मला 'हग' कर'' त्या क्षणी मला माझ्या त्या दुसऱ्या भाषणासाठी जाण्यास उशीर होत आहे, याचीही पर्वा वाटली नाही. तिने आपले हात माझ्या गळ्यात घातले व ती रडू लागली. मलाही गहिवरून आले, तेथील प्रत्येक माणूस व विद्यार्थ्यांचे डोळे पाणावले होते.

आम्ही का रडत होतो? हे मी सांगू शकत नाही. तिच्या आणि इतरांच्या मनात काय चालले असावे? पण माझ्यासाठी कृतज्ञतेची भावना होती, की मला दुसऱ्यांची सेवा करण्याची संधी मिळत होती. ते एक वरदानच होते. मी ते शब्दात सांगू शकत नाही. पण बेली नावाच्या एका मुलीने मला इमेल पाठवून लोकसेवक नेत्याच्या जीवनात बदल घडवून आणणारा अनुभव सांगितला. मी जे करू शकतो त्यापेक्षाही चांगला...

''बारा वर्षांपूर्वी माझी आई मला एका प्रौढ लोकांच्या कँपला घेऊन गेली. तेथे विकलांग मुलांना ठेवले होते. त्या इसाई शिबिराला प्रत्येक स्वयंसेवकाला पूर्ण आठवडाभर एखाद्या विकलांगाबरोबर राहायचे होते. वयाच्या बाराव्या वर्षी माझ्यासाठी हा खूप वाईट अनुभव होता. मला एका अपंगाबरोबर राहायला सांगितले गेले होते. माझ्या आईने माझ्यासाठी दुसरा मार्गच शिल्लक ठेवला नाही न मला या भयंकर परिस्थितीतून बाहेर काढण्यासाठी ती काही करू इच्छित होती. ओळखसत्राच्या वेळेस मी घाबरले होते. पोटात खळबळ माजली होती. त्याच

दिवशी आम्हाला फॉर्म मिळाले. त्यात त्या अपंगाच्या फॉर्ममधील एक मोठ्या रकान्यात, अगदी घाबरवणाऱ्या अक्षरात लिहिले होते, 'डाउन सिंड्रोम'. तो फॉम उलटा करत असताना माझे हात अक्षरशः कापत होते. दुसरे दिवशी मला माझ्या शिबिराच्या साथीदाराला भेटायचे होते. मी रात्रभर या कुशीवरून त्या कुशीवर वळत होते. देवाला विचारत होते, मला अशा भीतीदायक आणि विचित्र परिस्थितीत का बरं टाकले?

नाश्त्यानंतर आमचे शिबिरातील साथीदार येण्यास सुरुवात झाली. त्या वेळी मी खूप घाबरले होते. मी कारमधून येणाऱ्या अपंगांना ओळखण्याचा प्रयत्न करत होते. ही ओळख त्यांच्या नावाने होत नव्हती तर त्यांच्या विकलांगतेशी जुडलेली होती. डाउन सिंड्रोम, ऑटीजम, सेरेब्रल पाल्सी! ते जसजसे पुढे येत होते, तसतसे मला त्यांची नावे दिसत होती. शेवटी माझे नाव उच्चारताच व्हॅनमधून एक लहान मुलगी उतरली व माझ्यासमोर उभी राहिली. जेव्हा माझी ओळख माझी साथीदार 'शाना'बरोबर करून दिली, तेव्हा मी थोडी कचरतच पुढे आले. मला 'हॅलो' म्हणण्याशिवाय दुसरे काही सुचले नाही. माझ्या डायरेक्टरने तिची माझ्याशी ओळख करून दिली. मी काही म्हणण्यापूर्वीच तिने पुढे येऊन मला घट्ट मिठी मारली. ''मी या शिबिरात तुझी जिवलग मैत्रीण होऊ इच्छिते!'' असे म्हणून तिने माझा हात धरून ओढतच शिबिराच्या पहिल्या कार्यक्रमाकडे घेऊन गेली.

अगदी पहिल्या ओळखीतच माझ्यावर एवढे प्रेम कोण करू शकते? तिला माझी शाळा, इयत्ता, माझे मित्र काहीच माहीत नव्हते. शिवाय हेही माहीत नव्हते, की मी शाळेत लोकप्रिय आहे किंवा नाही? तिला माझी काहीच माहिती नव्हती. ती स्वत: एक प्रौढ मुलगी होती, जी स्वत:च्या बुद्धिविकासाशी संघर्ष करत होती. बस्स! मी शानाला माझ्याशी मैत्री करण्याची संधी व अवधी दिला. अशा प्रकारे शिबिरातील त्या पहिल्या सप्ताहाला बारा वर्षं होऊन गेली. त्या सप्ताहानंतर माझ्या आईला मला कुठल्याही शिबिराला घेऊन जाण्यासाठी जबरदस्ती करावी लागली नाही. मी बारा वर्षांत माझ्या इच्छेने तीसपेक्षा जास्त शिबिरांत भाग घेतला. तेव्हा तेथून मी फक्त स्वयंसेवक होऊनच परतले नाही तर 'समर इन्टर्न' (Summer intern) ही झाले. मागील दोन वर्षांपासून मी त्यांच्या कर्मचाऱ्यांबरोबर कँप निर्देशक म्हणूनही काम करत आहे. जेव्हा जेव्हा मी प्रथम शिबिरात येणाऱ्या शिबिरार्थींना पाहते, तेव्हा मी अतिशय आनंदित होते. प्रथम ते घाबरतात, व्याकुळतेने गुडघे टेकवत येतात, पण तेथील लोकांबरोबर काही काळ राहताच त्यांचे त्रास ते इतरांबरोबर वाटण्यात

सफल होतात. आमच्याच समाजाने त्यांना किती उपेक्षित केलेले असते!

अशा प्रत्येक शिबिरात ईश्वराने माझ्यावर असीम कृपा केली आहे. त्या विकलांग लोकांविषयी माझ्या मनात प्रेमभाव व सेवाभाव निर्माण केला आहे. आमच्या शिबिरात त्यांची सेवा केली जाते. मला पूर्ण विश्वास आहे, की अशा लोकांबरोबर वेळ घालवायला मिळाला तर चुकवू नये. कारण त्यांचा सहवास तुमच्या जीवनाची दिशाच बदलू शकतो. मी माझ्या कँपमध्ये राहणाऱ्यांकडून ईश्वराशी संवाद साधायला शिकले. त्यांनी मला विनाशर्त प्रेम करत इतरांबरोबर तुमचा विश्वास तुम्ही कसा वाटावा, हेही शिकवले. जॉनच्या ९व्या अध्यायात जिझस विचारतात, ''त्या माणसाने किंवा त्याच्या आईवडिलांनी दोघांपैकी कुणी पाप केले? ज्यामुळे हा नेत्रहीन जन्मला?'' पण हे यासाठी घडले, की ईश्वर त्याच्या माध्यमातून त्याचे कार्य पूर्ण करू शकला. मी खूप आभारी आहे, ईश्वराने अशा लोकांना आपल्या समाजात जन्म घेण्याची संधी दिली. ज्यांना आपण विकलांग म्हणतो, त्या लोकांमध्ये संपूर्ण जगावर सकारात्मक प्रभाव टाकण्याची क्षमता असते. ते इतरांना जिझसकडे घेऊन जाऊ शकतात. माझ्यासाठी ते विकलांग किंवा अपंग नाहीत. वास्तविक पाहता विकलांग किंवा अपंग त्यांनाच म्हणावे, जे दुसऱ्यांकडे वाईट दृष्टिकोनातून पाहतात. ईश्वराने बनविलेल्या योजनांविषयी शंका घेतात. ईश्वराविषयी बोलावयास घाबरतात. आपला समाज किंवा चर्च अशा लोकांना उपेक्षित समजतात. पण हे तेच लोक आहेत, जे मला प्रभूवचनांपर्यंत पोहोचवितात. कित्येक वेळा माझ्या जीवनालाच अद्भुत रूपात रूपांतरित करतात.

शिबिरात मी घालवलेला वेळ आणि आपल्या बुद्धिविकासाच्या समस्यांशी संघर्ष करणाऱ्या त्या प्रौढाबरोबर व्यतीत केलेला वेळ, या आधारावर मी ग्रॅज्युएट स्कूलमध्ये सामील होईल, कॉन्सुलिंग डिग्री मिळवेन. ज्यांची मुले बुद्धिविकासासाठी संघर्ष करत आहेत, ज्यांची मुले अजून जन्मली नाहीत किंवा सामान्य जन्मणार नाहीत, जी ऑटीजम किंवा डाउन सिंड्रोमची, इतर रोगांची शिकार झालेली आहेत, त्या सर्व मातापित्यांना त्यांच्या मुलांच्या 'करियर' किंवा लक्ष्यांविषयी हे समजावून सांगू इच्छिते. माझी आंतरिक इच्छा व स्वप्न आहे, की समाज सशक्त व्हावा. लोकांनी अशा मुलांचा स्वीकार करावा. विकासासाठी संघर्ष करणाऱ्या या विकलांग, अपंगांनीही ईश्वराच्या प्रेमाला आणि सेवेला स्वीकारावे.''

आता तुम्हाला समजले ना, बेलीने लोकसेवक नेता होण्याचा आनंद तिच्या इमेलमधून किती सुंदर पद्धतीने सांगितला!

तुम्ही जेव्हा दुसऱ्यांची सेवा करता, तेव्हा तुमच्या अंतःकरणातही सुखद भावना निर्माण होतात, आनंद होतो. माझ्यासाठी तर हा असीम आनंद आहे, जेव्हा मी माझ्यासमोरच्या व्यक्तीला प्रेरित व प्रोत्साहित करत असते तेव्हा एक शृंखलाच बनत जाते. बेली प्रथम घाबरली होती. पण शिबिरातून तिने अद्‌भुत बोध मिळविला. जेव्हा असे लहानपणी अद्‌भुत अनुभव मिळतात, तेव्हा त्यांना लोकसेवक नेता होण्याचा बोध मिळत असतो. म्हणजेच कोणत्याही शिबिरात विकलांग, अपंगांची सेवा किंवा अन्य पद्धतीने त्यांना मदत करणे. मी तुम्हालाही प्रोत्साहित करू इच्छितो, की तुम्ही पण इतरांची सेवा करून सद्‌वर्तनाची बीजे रोवत जा. म्हणजे तुम्हालाही बेलीप्रमाणे अनुभव येईल. तुम्ही जो बदल कराल, त्यामुळे कदाचित तुमचं स्वत:चं जीवनही बदलून जाईल!

10

संतलित जीवन जगा

मी माझ्या पहिल्या भेटीत रेवरंड बिली ग्राहम यांच्या चेहऱ्यावर हास्य आणण्याचा खूप प्रयत्न केला, पण बावन्न वर्षांचे प्रसिद्ध इसाई प्रचारक काही गंभीर बोलू इच्छित होते. त्यांना माझ्या हृदय व अंतरात्म्याशी संवाद साधायचा होता.

कानाएला व मला त्यांची इसाई मताचा प्रचार करणारी मुलगी एनी ग्राहम लोटनने आमंत्रण दिले होते. नॉर्थ कॅरोलिनातील त्यांच्या माउंटवाल्या घरात आम्ही रेव्हरंड ग्राहमला भेटू शकत होतो. आम्ही एनीला स्वित्झरलँडमध्ये २०११मध्ये एका कार्यक्रमात भेटलो होतो. आम्हाला त्यांचे आमंत्रण पाहूनच आनंद झाला. एका महिन्यातच आम्ही जाण्यास तयारही झालो. त्यांच्या घराकडे जाण्याचा रस्ता अतिशय सुंदर होता. जेव्हा आम्ही ब्ल्यू रिज माउंटनच्या चढावावर चढू लागलो, तेव्हा तेथील ते सुंदर निळे आकाश जिवंत वाटत होते. प्रत्येक वळणावर एखादे नवीन सुंदर दृश्य पाहायला मिळत होते. असे वाटत होते, की आम्ही स्वर्गाच्या निकट आलेले आहोत... आमचं मन मंत्रमुग्ध झालं होतं.

वर चढताना हवा विरळ असल्यामुळे मला थोडी बेचैनी वाटली, खरं म्हणजे यापूर्वी मला असं कधी झालं नव्हतं. रेव्हरंड ग्राहम माझ्यासाठी आदर्श इसाई प्रचारक होते. त्यांच्याशी भेट होणार या कल्पनेनेच माझ्या अंगावर रोमांच उभे राहिले. त्यांनी जे काम केले ते माझ्यासाठी प्रेरणादायी ठरले. त्यांनी १२७पेक्षा अधिक देशांत प्रवास करून विश्वभरच्या नेत्यांना आध्यात्मिक मार्गदर्शन केले. टी. व्ही. द्वारे करोडो लोकांना स्वत:चे विचार ऐकवले. तीन दशलक्षपेक्षा अधिक लोकांनी

जिझसला 'मुक्तिदाता' म्हणून स्वीकार केले. गेल्या पाच वर्षांत 'बिली इवेंजलिस्टीक असोसिएशन'ने एका विश्वव्यापी टीव्ही-कार्यक्रमात सात दशलक्ष लोकांनी जिझसला आपल्या जीवनात सामील केले.

अमेरिकेचे पाद्री म्हणविल्या जाणाऱ्या रेवरंडने आपल्या शेवटच्या भाषणात दोन लाख ३० हजारांहून अधिक लोकांना संबोधित केले. हा त्यांच्या ४१८ मिशनमधील अंतिम कार्यक्रम न्यूयॉर्क शहरात २००५मध्ये तीन दिवस आयोजित केला होता. रेव्हरंड अनेक माध्यमातून स्वत:ची ओळख जगापर्यंत पोहोचविण्यात यशस्वी झाले होते. त्यांच्या या प्रयत्नांची मी प्रशंसा करतो. त्यांच्या कार्यकालात त्यांनी अनेक छोट्या मोठ्या चर्चेसना एकत्र येऊन ईश्वराच्या संतानांची सेवा करण्याची प्रेरणा दिली.

आता प्रकृतीअस्वास्थ्यामुळे लोकसमुदायात येणे त्यांनी कमी केले आहे. रेव्हरंड आजही आंतरराष्ट्रीय व्यक्ती म्हणून प्रसिद्ध आहेत. कोणीतरी मला सांगितले, आम्ही तेथे जाण्याच्या काही दिवस आधी अमेरिकेचे प्रेसिडेंट ओबामा त्याच रस्त्याने पहाडावर रेव्हरंड यांना भेटता यावे म्हणून आले होते. पण ते ऐकूनही माझे मन फारसे शांत झाले नाही. रेव्हरंड ग्राहमने त्यांच्या घरात माझे स्वागत केले. मनावर आलेला ताण कमी करण्यासाठी मी त्यांना एक विनोद ऐकवला. पण त्यांच्या चेहऱ्यावर हास्यरेषा उमटली नाही. उलट स्वत:ची मी घबराट लपविण्यासाठी करण्यासाठी केलेल्या केविलवाण्या प्रयत्नाकडेही त्यांनी दुर्लक्ष केले. रेव्हरंडने म्हटले, ''जेव्हा एनीने मला तुमच्या दोघांविषयी सांगितले तेव्हा मी खूप उत्साहित झालो. कारण मी तुमच्या मिशनविषयी खूप काही ऐकलं आहे. ईश्वराने आज पहाटे ३ वाजताच मला उठवले. जेणेकरून आपल्या मीटिंगसाठी मला प्रार्थना करता यावी!''

त्या दिवशी दिवसभर एनी आमच्याबरोबर होती. तिने आधीच आम्हाला सावध केले होते, की तिचे वडील न्युमोनियाने आजारी आहेत व ते लवकर थकतात. खरं म्हणजे ते तसे अशक्तच वाटत होते. पण त्यांच्या आवाजातील ताकद, ज्यांनी त्यांचा आवाज बरेच दिवसांनी ऐकला, त्यांनाही कळू शकली असती.

ग्राहमने मला म्हटले, ''मी तुम्हाला इसाईमत प्रचारक म्हणून पुढील पिढीसाठी माझे उत्तराधिकारी म्हणून समजतो. अतिशय उत्साहपूर्ण काळात आपण जगत आहोत. इसाई प्रचारकांना कितीही कष्ट आणि त्रास सहन करावा लागला तरी जिझसचा संदेश लोकांपर्यंत पोहोचविणे आपले काम आहे.''

मी त्यांना माझ्या जगभर केलेल्या दौऱ्यासंबंधी सांगितले आणि विशेष म्हणजे आम्ही मुस्लीम देशाचेही दौरे केले हेदेखील सांगितले. यावर ते मला म्हणाले, कधीही दुसऱ्या धर्माच्या विरोधात बोलू नये, इतर धर्माच्या अनुयायांना तुम्ही चुकीचे आहात असे सांगू नये. आपण नेहमी प्रेम आणि आदराने सर्वांशी वागूनच प्रचार केला पाहिजे. पुढे ते मला म्हणाले, ''तुझा उद्देश नेहमी हाच असला पाहिजे, की जिझसचा संदेश आणि 'सत्य' लोकांपर्यंत पोहोचवावा. दुसऱ्या कोणत्याही इतर समुदायांवर किंवा लोकांवर प्रहार करू नये. 'सत्य नेहमी सामर्थ्यवान असते, ते हृदयाला मुक्त करते.''

रेव्हरंडने कानाए आणि माझ्या विवाह योजनेला शुभेच्छा दिल्या व म्हटले, ''तुम्ही लवकर विवाह केला पाहिजे.'' त्यानंतर त्यांनी आमच्यासाठी व आमच्या मिनिस्ट्रीसाठी प्रार्थना केली. आमच्यासाठी हे अद्भुत होते. आम्हाला वाटले, 'ओल्ड टेस्टामेंट'च्या कोणत्यातरी मोठ्या व्यक्तींबरोबर बोलत आहोत की काय! जणू अब्राहम किंवा मुसाच आमच्या बरोबर आहेत, जे खूप दिवसांपासून आमच्या आध्यात्मिक जीवनाचा एक भागच आहेत.

रेव्हरंड ह्यांची मानवतेची भावना आमच्या हृदयाला स्पर्शून गेली. चॉकलेट चिप्स, कुकीज खात अतिशय सहजपणे स्वत:च्या जीवनाविषयी आमच्याशी ते बोलत होते. ते म्हणाले, ''मला माझी पत्नी रुथची खूप आठवण येते. २००७पासून ती माझ्यापासून दूर झाली. माझ्याकडे पश्चात्ताप करण्याची एकच गोष्ट उरली आहे, ती म्हणजे मी बायबल कंठस्थ करू शकलो नाही.'' आपल्या विश्वासाला साक्षी ठेवून ते म्हणाले, ''मला जिझसच्या चरणावर अधिक काळ राहायचे होते. म्हणजे मी त्याच्यावर किती प्रेम करतो, हे सांगू शकलो असतो.'' मला विश्वास आहे, आपल्या ग्रंथातील ते ज्या गोष्टी विसरले होते, त्या आम्ही आयुष्यभरही पाठ करू शकणार नाही. ईश्वराप्रति त्यांचे प्रेम हे त्यांनी इतरांपेक्षा कितीतरी पटीने अधिक प्रगट केले आहे. या प्रसिद्ध संदेशप्रचारकाची इच्छा होती, की परिवाराबरोबर अधिक समय व्यतीत करायला पाहिजे होता किंवा आस्था आणि विश्वास दाखविण्याची ही आणखी संधी मिळायला पाहिजे होती. माझ्यासाठी आदर्श (Roll model) असणारे ग्राहमच्या भेटीने मला प्रेरित केले. मला वाटले, मीही माझ्या कामांमध्ये थोडा बदल करायला हवा. कारण आता मीही एकटा नव्हतो. कानाएपासून दूर राहणे मला अवघड होते. आमची इच्छा होती, आम्हाला मुलेही व्हावी. त्यांच्या पालनपोषणात माझाही सहयोग कानाएला मिळावा, मीही कुटुंबाबरोबर राहू इच्छित होतो. त्यामुळे

मलाही आता माझा प्रवास कमी करायला पाहिजे. मी सोशल मिडीया, सोशल नेटवर्क किंवा संमेलनातून माझा संदेश लोकांपर्यंत पोहोचविण्याचा प्रयत्न केला आहे. प्रत्येक वयाच्या लोकांसाठी प्रोग्राम तयार केला आहे. रेडिओसाठीही प्रोग्राम केला आहे. एके दिवशी इंटरनेटवरून तो सर्वांसमोर येईलच.

जीवनासाठी एक संतुलित योजना

रेव्हरंड ग्राहमने त्यांच्या जीवनाविषयी सांगितल्यावर ते ऐकून मला वाटले, मी त्यांच्या वयाचा झाल्यावर जेव्हा मागे वळून पाहीन, तेव्हा माझ्या जीवनात मला काय दिसले पाहिजे? मी पण अशाच स्थितीला पोहोचायला हवं, असे मला वाटले. आपण रोजच्या उपजीविकेसाठी, दैनंदिन जीवन जगण्यासाठी संकटांचा, कष्टांचा, समस्यांचा सामना करताना एवढे त्रासून जातो, की आपल्या स्नेहसंबंधांना दुर्लक्षित करतो. इतकंच काय पण आध्यात्मिक विकास जगाविषयीची गंभीर जाणीव किंवा स्वास्थ्याकडेही दुर्लक्ष करतो.

तुम्ही आणि मी अशी अपेक्षा कधीही ठेवता कामा नये, की एखादे लक्ष्य किंवा उद्देश सफल झाला तरच आनंद, सुख, आपल्या आयुष्यात येईल. आनंद हा प्रत्येक क्षणी जाणवायला पाहिजे आणि तो मिळविण्यासाठी आध्यात्मिक, मानसिक, भावनिक, शारीरिक संतुलन असले पाहिजे. असे संतुलन पाहिजे असेल तर तुम्ही जीवनाच्या अंतिम क्षणाचा विचार करा. अंतिम क्षणाला तुम्हाला कोणताही पश्चात्ताप नसावा. तेथे पोहोचेपर्यंत तुमचे व्यक्तिमत्त्व कसे असावे, हे तुम्हाला माहिती हवे. तुम्ही कसे दिसावे, तुम्हाला काय वाटते, काय उपलब्धी तुम्ही प्राप्त केल्या, तुमच्या जीवनाच्या प्रवासातील प्रत्येक पाऊल कसे असावे? जर तुम्ही तुमच्या कल्पनेच्या विश्वात तुमच्या मनासारखे जगू शकला तर वास्तवातही ते आणू शकता. मिनिट, तास किंवा दिवसागणिक आपण ते वास्तवात आणू शकतो. एखाद्या घराचा, उद्योग व्यवसायाच्या योजनेचा विचार करण्याऐवजी तुम्ही जीवनाच्या योजनेचा विचार करावा. बरेच जण सांगत असतात, की तुम्ही जीवनाच्या अंतिम प्रवासाचा पण विचार करावा. तुमचे कुटुंब, मित्र, हितचिंतक तुमच्याविषयी, तुमच्या उपलब्धीविषयी काय बोलतील किंवा तुमच्या व्यक्तिमत्त्वाचा त्यांच्यावर काय प्रभाव पडला, याचाही विचार करावा. कदाचित हे ठीक आहे, पण मला स्वतःला आपल्या प्रियजनांना आपल्या पश्चात सोडून जाण्याचा विचारही आवडत नाही. मग तो ईश्वराच्या निकट जाण्याची संधी असली तरी!

मी स्वत:ला रेव्हरंड ग्राहमप्रमाणे घडवू इच्छितो. आपले संपूर्ण जीवन ईश्वराप्रति अर्पण केल्यावरही त्या महान व्यक्तीच्या मनात थोडी पश्चात्तापाची भावना आहेच. अर्थात हे अपेक्षित आहे. फार थोडे जण असे संतुलित जीवन जगतात. पण मला वाटते, तसा प्रयत्न करणे योग्यच आहे. मला आशा आहे, तुम्ही ते निश्चित कराल.

मलाही कोणतेही 'पश्चात्ताप' नसावे असे वाटते. पण हे अवघड आहे. पण मी माझ्याकडून सर्वतोपरीने प्रयत्न करणार आहे. म्हणून मी माझे जीवन सुईच्या टोकावर संतुलित केले आहे. जर तुम्हाला पटत असेल तर तुम्हीही असे करू शकता. आयुष्याच्या एका टप्प्यावर थोडावेळ थांबून आपण कोठे जात आहोत, कुठे जायला पाहिजे किंवा जगात सकारात्मकतेने बदल घडविणारी व्यक्ती आपण होऊ शकतो का, याचा थोडा विचार केला पाहिजे.

मला पाय नसूनही मी आयुष्याचा बराच 'पल्ला' धावतच काढला आहे. वैश्विक मिनिस्ट्री आणि तत्संबंधित व्यवसायाशी जोडला गेलेल्या तरुणाकडून तुम्हाला अशीच अपेक्षा असेल, असे मला वाटते. मी जगाचा भार खांद्यावर घेतला आहे. माझ्या अलाभकारी संस्था व व्यवसायामुळे मी जबाबदारींमध्ये गुरफटला गेलो आहे. रेव्हरंड ग्राहमने मला सांगितले, मी माझ्या जबाबदारीचे वाटप केले पाहिजे म्हणजे मी माझ्या कुटुंबाला, परिचितांना, स्नेह्यांना थोडा स्वत:चा वेळ देऊ शकेन. एक संतुलित जीवन जगू शकेन. मला असे वाटले, ईश्वराच्या एका निष्ठावान सेवकाकडून हा बोध मला मिळाला आहे. जो मी स्वित्झरलँडच्या संमेलनात त्याच्याकडून ऐकला होता. त्यांच्या मुलीनेच माझी भेट घडवून आणली होती.

विश्वव्यापी दृष्टिकोन

एनी ग्राहम लोट्ज आणि मी आम्ही दोघांनी २०११मध्ये डाओसला झालेल्या विश्व आर्थिक सभेत (World Economic Forum - WEF) भाग घेतला होता. मी कार्यक्रमाच्या शेवटच्या सत्रात होतो. ज्याचे नाव होते 'इन्स्पायर्ड फॉर लाईफ टाईम'! माझ्याबरोबरचे इतर त्यात भाग घेतलेले लोक किती प्रेरित होते, हे शब्दात सांगू शकत नाही. त्यात जर्मन अर्थशास्त्रज्ञ क्लॉस शॉब (Kalus Schwab) सामील होते. ते विश्व आर्थिक मंचाचे संस्थापक होते. क्रिस्टीन लागौडे जे फ्रान्सचे आर्थिक वित्तविषयक आणि उद्योगमंत्री होते. अगदी अल्प काळातच ते इंटरनॅशनल मॉनेटरी फंडशी जोडले गेले होते. डॅनियल जोशुआ क्युलम हे न्युझिलंडचे आणि ब्राझीलचे रॉकवेल हेलेन हे दोघे ग्लोबल चेंजमेकर ऑर्गनायझेशनचे तरुण कार्यकर्ते व समाजसेवक होते. जे त्या

पॅनेलमध्ये होते.

बरेच वेळा विश्वव्यापी आर्थिक मंचाकडे पाहण्याचा लोकांचा दृष्टिकोन थोडा रूक्षच असतो. त्यांना वाटले असते, या पांढऱ्या 'सूट'मधील पांढऱ्या केसांच्या व्यक्ती या जुन्या विचारांच्या व फक्त 'गळेपडू' असतात. पण वास्तवात येथे आलेल्या व्यक्ती या आपापल्या भागातील व त्या क्षेत्रातील विषयांतील, अनुभवी नेतागण होत्या. त्यांचे विषयही प्रेरक आणि रोचक होते. त्यामुळे आमचे ते सत्र एकदम छान झाले. कित्येकदा मंचावरील आणि प्रेक्षकांच्याही डोळ्यांत पाणी आले होते.

त्या दिवशी क्रिस्टीनने मला दोनदा मिठी मारली व सांगितले, माझ्या कामामुळे तो खूप प्रभावित झाला होता. मला खात्री आहे, फायनान्शियल प्लॅनिंग आणि अकाउंटिंगच्या माझ्या शिक्षकांना आज हे पाहून नक्कीच अभिमान वाटला असता. त्यांच्या विद्यार्थ्याबरोबर इंटरनॅशनल मॉनेटरी ऑफ इकॉनॉमिक्स फोरमचे लोक त्यांच्याशी किती आदराने व अदबीने वागत आहेत. तुम्ही यूट्यूबवर माझे नाव व इकॉनॉमिक फोरमचे नाव लिहून आमचे व्हिडीओ पाहू शकता. २०११च्या विश्व आर्थिक मंचाचा आमच्या सत्राचा हा व्हिडीओ सर्वांत लोकप्रिय होता, जास्त लोकांनी पाहिला. स्वित्झरलंडमध्ये आमच्या चर्चेचा विषयच हा होता, की 'हे जग चांगले कसे बनवता येईल?' त्याबरोबरच आध्यात्मिक विषयांवरही आम्ही चर्चा केली. एनी ग्राहमने म्हटले, "या वर्षी या मंचावर आध्यात्मिक विचारांचा प्रभाव होता. जो एरवी कधीही पाहावयास मिळाला नाही." प्राध्यापक शॉबने म्हटले, "जग सध्या ज्या आर्थिक, राजकीय समस्यांचा सामना करत आहे, त्या समस्या सामाजिक एकात्मतेतूनच सुटू शकतात. त्यात हिंदू, ख्रिश्चन, मुसलमान, बौद्ध सर्वजणच सामील आहेत.

एनी ग्राहमने आपल्या वेबसाइटवर (www.annegrahamllot2.com) लिहिले, जिझस जगाच्या आर्थिक धोरणांशी संबंधित नेत्यांना सावध करण्यात सफल झाले आहेत, हे मी या आर्थिक मंचावर पाहिले. म्हणजे स्वार्थी, लोभी, फक्त स्वहितच जपणाऱ्या भ्रष्ट नेत्यांविषयी ते आता सजग होतील. ज्यांनी अनेक दशकांपासून सर्व नीतिनियमांना, धोरणांना आपल्या स्वार्थासाठी आपल्या मर्जीनुसार वापरले होते. अनेक नेते आपापसातील धोरणे व मूल्ये यांनाच मानू लागले होते. पण आता सत्ता, रूढी परंपरा, स्वार्थ याच्या पलीकडे जाऊन उत्तरे शोधण्याचा प्रयत्न करत आहे. ईश्वर अशा समस्या कशा देईल? ज्याला मानवीय उपायच नाही? पण हे नेते ईश्वराकडे

वळतील का? ईश्वर त्यांना विवेक, अंतर्दृष्टी आणि काही उपाययोजनाही देईल, ज्यांचा त्यांनी कधी विचारही केला नाही. सगळं त्यांच्या ज्ञानापलीकडचे आहे ते!

एनीप्रमाणे मीसुद्धा त्या विश्व नेत्यांची आस्था आणि विश्वास यांवर होणाऱ्या चर्चेने प्रभावित झालो होतो. पण एक गोष्ट लपून राहण्यासारखी नाही, की या विश्व आर्थिक मंचावर वक्ता म्हणून मला बोलावले होते. पण मी स्वत:च माझ्या जीवनात मोठ्या आर्थिक संकटांना सामोरे गेलेलो आहे. ईश्वराचे हे विडंबन काही निराळेच आहे. हो ना!

मी यापूर्वीच सांगितले आहे, आपण संतुलित जीवन जगण्याचा प्रयत्न केला पाहिजे. ईश्वरही या विश्व आर्थिक मंचावर हाच संदेश देऊ इच्छितो.

रेव्हरंड ग्राहमने मला हाच संदेश दिला होता आणि आता तर विश्व आर्थिक मंचाच्या संस्थापकाने डाओसमध्ये स्वत: संदेश दिला. आमच्या पॅनेलचा नेता शॉबने आपल्या आयुष्यातील संतुलनावरही आपल्या व्यावसायिक 'बॅलन्स शीट'प्रमाणे महत्त्व दिले पाहिजे, हे सांगितले. आयुष्याच्या अंती तुम्ही किती घेतले, त्यापेक्षा किती अधिक दिले, हे पाहू शकता. बॅलन्स शीटविषयी कमीअधिक माहिती ठेवणाऱ्या क्रिस्टीनाने म्हटले, ''आपले जीवन जरी संतुलित नसले तरी इतरांच्या जीवनात आपण नक्कीच काहीतरी देऊ शकतो. अगदीच काही नाही तर कमीतकमी आपण त्यांच्याशी दोन शब्द गोड बोलून त्यांच्या चेहऱ्यावर हास्य तरी फुलवू शकतो.

संपूर्ण संतुलन

ज्ञानी लोक जेव्हा आपल्याला संतुलित जीवन जगण्याविषयी सांगतात तेव्हा त्यांचे म्हणणे ऐकले पाहिजे, तसे जगले पाहिजे. तुम्ही तुमचे तन, मन, बुद्धी, आत्मा या जीवनाच्या सर्व अंगांनी तुमची मानसिक, शारीरिक शक्ती वाढवून आध्यात्मिक कल्याण साधत आपल्या विश्वासाचे सामर्थ्य टिकवून ठेवले पाहिजे. जीवनातील संघर्षाकडे पाहिले तर या चार क्षेत्रांवर संतुलन आणणे हेच उद्देश ठेवायला हवे. मात्र हे जीवनातील सर्व दबाव पाहून शक्य वाटत नाही. शेवटी मेंदूची सीमा संपते व शरीरही थकून जाते. संबंध दुरावत जातात पण तरीही प्रत्येक गोष्टीचा विचार करून संघर्ष करत आपले संतुलन साधणे हे योग्य 'लक्ष्य' आहे. मला आशा आहे, जीवनाच्या अंतिम क्षणी पोहोचण्यास मी समर्थ असावे. म्हणून माझ्यात उणिवा असूनही मी जास्तीतजास्त चांगले करण्याचा प्रयत्न केला आहे.

आता माझ्या जीवनात कानाए आली आहे. लवकरच आम्ही आमचा परिवार सुरू करणार आहोत. आता माझ्यावर जे प्रेम करतात, त्यांची मी काळजी घेऊ इच्छितो. मी माझ्या स्वास्थ्याकडे लक्ष देऊ इच्छितो. स्वत:चे खाणेपिणे, व्यायाम कशातही मला आता हयगय करायची नाही. मानसिक संतुलनही ठेवायचे आहे. माझ्या पत्नीच्या इच्छा, अपेक्षा पूर्ण करण्याचा मी प्रयत्न करणार आहे. वेळ आली तर सर्व प्रकारची मदत तिला करायची आहे. माझे ज्ञान मी वाढवू इच्छितो. माझ्या मुलांसाठी मी विवेकाचे स्रोत बनावे, अशी माझी इच्छा आहे. आध्यात्मिक क्षेत्र आमच्या दोघांसाठीही खूप महत्त्वाचे आहे. कारण आम्ही इसाई धर्मोपदेशक म्हणून काम करू इच्छितो. जेणेकरून लोकांना जिझसची प्रेरणा व मार्गदर्शन मिळावे.

तुम्ही हे निश्चित केले पाहिजे, की कोणती गोष्ट तुमच्यासाठी योग्य आहे, तीच तुम्हाला आतून आणि बाहेरून संतुलित करत असते. जर तुम्ही स्वत:ला निरुत्साही, प्रेमरहित, गोंधळलेले समजत असाल, तर आधी तुम्हाला स्वत:चाच विचार करावा लागेल. स्वत:च्या जीवनाच्या प्रत्येक अंगाकडे लक्ष द्या, त्यांना समजून घ्या. आजपर्यंत जर तुमच्या शारीरिक, मानसिक आणि आध्यात्मिक बाबींवर दुर्लक्ष झाले असेल तर त्यासाठी चांगली उपाययोजना तयार करा.

तुम्ही जेव्हा अशा प्रकारचे संतुलन कराल, तेव्हा काही गोष्टी लक्षात ठेवणे आवश्यक आहे.

(१) प्रथम हे लक्षात घ्या, आपण आपल्यासाठी 'अद्‌भुत' असतो. तुमच्यासाठी संतुलन शब्दाचा अर्थ काय? हे सर्व तुमच्या परिस्थितीवर, गरजेवर आणि संबंधावर अवलंबून आहे. एकटे राहणाऱ्याचे मापदंड हे आईवडिलांसह राहणाऱ्या किंवा विवाहित व्यक्तीपेक्षा वेगळे असतात. तुमच्या अवस्थेत, परिस्थितीत बदल झाला तर 'संतुलना'मध्ये पण बदल होतो. महत्त्वाचे हे आहे, की जीवनाच्या प्रत्येक क्षेत्रात ताळमेळ राखला पाहिजे. त्याकडे दुर्लक्ष करू नये. गरज पडली तर तडजोड करण्याची तयारी असावी.

(२) 'संतुलन' म्हणजे प्रत्येक गोष्ट आपल्या ताब्यात ठेवणे नाही. जसे तुम्ही रस्त्यावरून जाणाऱ्या प्रत्येक कार आणि ड्रायव्हरवर नियंत्रण ठेवू शकत नाही. तसेच तुमच्या जीवनाच्या प्रत्येक इंद्रियांना स्वत:च्या नियंत्रणात ठेवणे कठीण असते. पण प्रत्येक संभावनेप्रति सजग राहून प्रतिसादासाठी विचारशील व लवचीक असावे, एवढे तुम्ही करू शकता.

(३) केवळ तुम्हालाच एकाकीपण सहन करावे लागते असे नाही तर अमेरिकन्स, ऑस्ट्रेलियन्सही एकाकी किंवा मित्ररहित हिरोप्रमाणे, एखाद्या जंगलात एकटे राहणाऱ्या माणसाप्रमाणे 'एकाकीपणाने' पीडित असतात. माझे आईवडील खूश होतील हे वाचून, कारण त्यांचा मुलगा 'निक'ही आपल्या भावना कधी कुणाजवळ व्यक्त करत नसे. किशोरावस्थेत कोणाचाही सल्ला तो घेत नसे. प्रत्येक काम मी माझ्या पद्धतीने करत होतो. त्यामुळे अनेक गोष्टी शिकताना डोकं भणभणून जात असे. तुम्ही ही अशी चूक करत असाल, तर कमीतकमी एक गोष्ट लक्षात घ्या, जे तुमची काळजी घेतात त्यांच्याजवळ तुमच्यासाठी नक्कीच चांगला सल्ला असू शकतो. ते तुमच्यावर ताबा ठेवत नसतात तर तुम्हाला मदत करू इच्छितात. तुम्ही त्यांचे ऐकता म्हणजे त्यांच्यावर निर्भर आहात किंवा कमजोर आहात असे नाही. उलट तुम्ही समर्थ आणि परिपक्व असण्याचे ते लक्षण आहे.

(४) ईश्वराकडून मिळालेले 'वरदान' आणि तुमच्या तीव्र इच्छाशक्तीला कधीही दुर्लक्षित करू नका. माझ्या मते जे आपल्या जीवनाला आपली प्रतिभा नि आपल्या आवडीनुसार विकसित करतात, तेच खऱ्या अर्थाने जीवन फुलवितात. कदाचित त्यांच्याजवळ नोकरी, व्यवसायही नसतो. पण काहीतरी 'उद्देश' आणि तीव्र इच्छाशक्ती असते. त्यांना 'ओढ' असते, ते पूर्णपणे गुंतलेले असतात, असे लोक संतुलित नि प्रसन्न जीवन जगणारे असतात. जर तुम्ही तुमच्या आवडीचे काम करून तुमची उपजीविका करत असाल, तर तुम्ही एकही दिवस काम करत नसता, असा याचा अर्थ होऊ शकतो. पण तुमची निवृत्ती इतरांसारखीच असू शकते.

(५) तुम्हाला जर तुमच्या आवडीचे काम मिळाले नाही तर ते मिळवायचा प्रयत्न करा. तुम्हाला जे मिळाले नाही ते इतरांना द्या. कदाचित तुमच्यापेक्षाही त्यांना जास्त गरज असेल! आधी तुमच्या समस्यांतून बाहेर या. त्यातून लक्ष काढा आणि इतरांना त्यांची समस्या सोडवण्यास मदत करा. आत्मदयेतून बाहेर या. पुष्कळदा आपली स्वत:ची पीडा दूर करण्यासाठी तन-मन-बुद्धी व अंत:करणपूर्वक इतरांची सेवा करून त्यांना सुख द्यावे. त्यांचा आधार बनावे. इतरांची झोळी भरत गेलात तर तुमची झोळी आपोआपच भरते.

(६) नेहमी कृतज्ञ राहा. हसण्याची एकही संधी घालवू नका. नेहमी हसत राहा. आयुष्यात असेही दिवस येतात, जेव्हा संकटांच्या विटा डोक्यावर एकामागून एक पडत असतात. त्यातून वाचण्याचा चांगला मार्ग म्हणजे त्या ढिगाऱ्यातून उठून बाहेर

यायला हवं. कृतज्ञता आणि हास्य या आयुष्याच्या दोन चांगल्या पायऱ्या आहेत. पडलेल्या विटांच्या माऱ्यासाठी म्हणजे आलेल्या संकटांसाठी तुम्ही कृतज्ञच राहा. कारण त्यांनी तुम्हाला संकटांचा सामना करून त्यातून बाहेर येण्याची संधी दिलेली असते. अन्यथा ईश्वराचे आभार माना. कारण त्याने जगण्याचा आणखी एक दिवस दाखवलेला असतो, आपल्या प्रेमाच्या लोकांबरोबर हसत जगण्यासाठी!

प्रत्येक गोष्टीमागे एक 'कारण' असतं

आपण सगळेच एकमेकांशी जोडलेलो आहोत. सर्वांच्या मानवीय गरजा एकच आहेत. आपल्या सर्वांना प्रेम हवं असतं आणि प्रेम देऊ इच्छित असतो. आपल्या आयुष्याचे 'मूल्य' काय आहे हे जाणून घेणे, ही आपली सगळ्यांची इच्छा असते. संतुलित जीवन जगणे म्हणजे इतरांबरोबर प्रेमाने राहणे. चांगले व भरपूर आयुष्य मिळण्यासाठी तुम्हाला कशाचातरी त्यागही करावा लागतो.

मी बरेच दिवस एकटाच राहत होतो. पण आता मला प्रेमाचा साथीदार मिळालेला आहे. मला माझे आयुष्य आता कुणाबरोबर तरी घालवायचे आहे, वाटायचे आहे. पण माझ्या मनाची खऱ्या अर्थाने तयारी होत नव्हती. माझे संतुलन थोडे ढासळत होते. कारण माझे आयुष्य आता माझे एकट्याचे नव्हते. म्हणजे माझ्या बोटीत आणखी एकजण आल्यानंतर सर्वकाही बदलले. त्यासाठी तुम्हाला तडजोड करावी लागते. भार जरी आवडीचा असला तरी तुमचे श्रम वाढतात. आता तुम्हाला दोघांना मिळून ठरवायचे असते, की नाव कोणत्या दिशेला वळवायची व तिचा समतोल कसा सांभाळायचा?

त्यामुळे अचानक कानाएच्या गरजा, तिची इच्छा, तिच्या भावना या माझ्या विचारांचा एक भाग बनला. आता जे तिच्यासाठी 'अहम्' होते तेच माझ्यासाठीही होते. आमचे नाते एकमेकांत घट्ट विणले गेले होते. आता माझे प्राधान्य ईश्वर, कानाए, आमचे कुटुंब आणि मित्र असे झाले अर्थात याच क्रमाने...!

आता माझे 'लक्ष्य' (मी आशा करतो तुमचेही तेच असावे) हे आहे, की मी नेहमी कर्मावर अनिर्बंध विश्वास ठेवतो. म्हणजे माझ्या हृदयात ईश्वराचे अस्तित्व म्हणजे मी, पत्नी व इतरांची ज्या पद्धतीने सेवा करतो, काळजी घेत असतो ते! तुमचा नुसता 'विश्वास' असणे पुरेसे नाही. तुम्ही तुमच्या 'विश्वासाला' कार्यरत करावे लागते, कृती करावी लागते. दुसरेही ईश्वरावर प्रेम करतील यासाठी इतरांबरोबर तो वाटूनही घेतला पाहिजे, जसे तुम्हीही करता.

काही लोकांना ईश्वर शब्द माहीत असतो, ते चर्चमध्ये पण जातात. पण 'पवित्र आत्म्याचे' सामर्थ्य जाणत नाहीत. ईश्वराबरोबर त्यांचे आंतरिक नाते नसते. जे फक्त कर्मावरील विश्वासानंतरच येते. जेव्हा मी ईश्वराचा आदर करतो व इतरांची सेवा करतो, तेव्हा माझ्या 'वरदानां'मध्ये अनेक पटीने वाढ होत असते, हे मी आता शिकलो आहे.

मी नशीबवान आहे, की माझ्या 'लाइफ विदाउट लिम्ब्ज'मध्ये असे अनेक लोक आहेत, ज्यांनी मला प्रेरणा दिली. माझ्यासाठी ते प्रार्थना करतात. ईश्वराने माझी काळजी घेण्यासाठीच त्यांना येथे पाठवले आहे जणू! त्यांच्या माध्यमातून माझे पाय जमिनीवरच राहावे यासाठी ईश्वर काळजी घेतो. माझे काका बाटा वुईचिक माझ्याबरोबर आहेत. त्यांचे म्हणणे आहे, ''ईश्वराने मला त्याच्या कार्याचे माध्यम म्हणून येथे पाठविले आहे. ईश्वराची 'साद' ऐकून मी या विश्वात आलो.'' त्यांनी दहा वर्षांपूर्वीच म्हटले होते, की ईश्वराच्या कृपेने आणि माझ्या बोर्डाचे सदस्य डेव्हीड प्राइस, डॉन मॅकमास्टर, रेव्हरंड डॅनियल, मॅस्क्हम वगैरेंच्या मदतीने यु. एस.मध्ये माझे मुख्यालय काढण्याच्या बाबतीत मी नशीबवान ठरलो आहे. माझ्याबरोबर असे लोक आहेत, जे माझ्यासाठी प्रार्थना करतात. माझ्या संस्थेवर विश्वास ठेवतात. इतकेच नव्हे तर आम्हाला आर्थिक साहाय्यदेखील करतात. त्यामुळेच आम्ही जगातील लाखो लोकांना प्रेरित करू शकतो. प्रार्थनेद्वारे अनेक लोक आम्हाला मदत करतात, जे आमच्यासाठी प्रेरणास्रोत आहेत. अंकल बाटाच्या दूरदर्शी स्वप्नाने माझा उत्साह वृद्धिंगत केला.

त्यांच्याच शब्दात त्यांनी लिहिलेले वर्णन...

काही वर्षांपूर्वी निक आमच्या घरी कुटुंबाबरोबर जेवण्यासाठी व आराम करण्यासाठी आला होता. त्या दिवशी संध्याकाळी आम्ही एकत्र आमच्या मिनिस्ट्रीच्या कामासाठी योजना आखण्यात व पुढील रणनीती तयार करण्यात वेळ घालवला. त्याच दिवशी निक घरी गेल्यानंतर रात्री मी एक स्वप्न पाहिले, जे अतिशय सत्य आणि प्रकाशमान वाटले.

मी उठल्यानंतर माझा अनुभव माझी पत्नी रिटाला सांगितला. माझ्या डोळ्यांसमोर मी एका सभेत बोलत होतो आणि अचानक एक अनोळखी माणूस उठला व त्याने आक्रमक आवाजात जोरात विचारले, 'निक वुईचिक कोण आहे?' कोणताही विचार न करता मी उत्तर दिले ''त्यासाठी ॲक्ट ९:५ पाहा.'' तसा प्रसंग परत

घडला पण आता दुसऱ्या व्यक्तीने तोच प्रश्न मोठ्या व आग्रही आवाजात विचारला, 'निक वुईचिक कोण आहे?' मी परत तेच उत्तर दिले "ॲक्ट ९:५ पाहा." माझ्या पत्नीला माझ्या या स्वप्नाविषयी सांगितल्यावर या ॲक्ट ९:५ च्या उताऱ्यात काय सांगितले आहे, हे माहीत आहे, का असे मी तिला विचारले. आम्हा दोघांनाही त्या ओळींमध्ये काय आहे, हे माहीत नव्हते. आम्ही बायबलमध्ये पाहिले. प्रेषितांचे कर्म ९:५ पृष्ठ उघडले. ग्रंथात लिहिले होते, Go thy way : for he is a chosen vessel into me to bear my name before the Gentiles and kings and the children of Issael. नंतरच्या रविवारी मी लाप्युंटे चर्चमध्ये निकची मिनिस्ट्री, जिझसच्या संदेशाशी जोडलेले त्याचे 'लक्ष्य' याविषयी माझे अनुभव प्रत्यक्ष सांगितले. मी त्यांना असेही म्हणालो, माझा या गोष्टीवर गाढ विश्वास आहे, की निकला ईश्वराने त्याचा संदेश आपल्यापर्यंत पोहोचविण्यासाठी माध्यम म्हणून निवडले आहे. आपल्या 'लाइफ विदाउट लिम्ब्ज'द्वारे तो ईश्वराचा संदेश इतर देशातही प्रसारित करेल. मार्क – १६:१५ मध्ये म्हटले आहे, 'जगाच्या कानाकोपऱ्यात जा व प्रत्येक जीवाला हा संदेश द्या.' असेच प्रकाशित वाक्य १४:६–७मध्ये पुन्हा सांगितले आहे. 'त्यानंतर मी आणखी एका स्वर्गदूताला आकाशमार्गाने उडताना पाहिले. ज्याच्याजवळ पृथ्वीवर राहणाऱ्या प्रत्येक जातीजमातीच्या कुळाच्या, भाषेच्या, लोकांसाठी एक सनातन संदेश आहे. त्याने ठाम शब्दात सांगितले आहे, 'ईश्वराची भीती बाळगा. त्याचा महिमा जाणा. कारण न्याय देण्याची वेळ येणार आहे. त्याची स्तुती करा. ज्याने पृथ्वी, स्वर्ग, समुद्र आणि पाण्याचे झरे निर्मिले आहे.' मार्क १३:१० मध्ये म्हटले आहे, 'याचा प्रचार सर्वत्र होणे आवश्यक आहे.'

"मी अनेक वर्षांपूर्वी जे स्वप्न पाहिले होते, त्याचा हा पुरावाच आहे. निकद्वारे होणाऱ्या अनेक चांगल्या कार्यांना पुढे घेऊन जाण्यासाठी ईश्वराने अनेक संभावित योजनांची जणू दारेच उघडली आहेत. निकद्वारे लोकांना संदेश देण्याचे काम मलाही प्रोत्साहन देणारे व प्रेरित करणारे आहे. ईश्वराच्या मार्गदर्शनाबरोबरच निक आणि लाइफ विदाउट लिम्ब्जसाठी मी एक 'भाऊ' म्हणून आणि अलाभकारी संस्थेचा निर्देशक म्हणून नेहमीच सेवा करत राहीन. जोपर्यंत मला याची खात्री राहील, की सैद्धांतिक तत्त्वांशी कुठेही तडजोड होत नाही. ईश्वराद्वारे निवडलेल्या माध्यम किंवा साधनांच्या स्थानांविषयी कोणतीही तडजोड होत नाही, जोपर्यंत निक विनम्र आणि निष्ठावान, गंभीर, पारदर्शी राहील, तोपर्यंत माझे सहकार्य त्याला मिळत राहील."

तुम्हाला कळलेच असेल, की अंकल बाटा मला माझ्या उद्देशांवर लक्ष केंद्रित

करावे म्हणून मदत करत असतात. मी माझ्या विश्वासाला साकार रूप देण्यापासून दूर तर जात नाही ना, यावरही ते लक्ष ठेवून असतात.

मिळालेल्या संधीतून जेव्हा आशा आणि प्रेमाचा संदेश लोकांना देत असतो तेव्हा मी स्वत: अधिक समाधानी, आनंदी असतो. मी स्कूल, कॉर्पोरेशन्स, सेमिनार, कॉन्फरन्स ऑफ नेशन्स, अनाथालयात अथवा भूतपूर्व राष्ट्रपती वगैरेंशी बोलत असतो तेव्हा ते मला एकच प्रश्न विचारतात, 'तुम्ही हे सर्व कसे मिळवले? तुम्ही निराशच्या गर्तेतून बाहेर कसे आलात? अशी कोणती 'आशा' तुम्हाला बाहेर येण्यास कारणीभूत ठरली?'

माझे जीवन, माझी आशा बायबलच्या शिकवणीवर टिकून आहे. माझा आत्म विश्वास, माझ्या श्रद्धा, माझे निर्णय, माझी सहनशीलता, माझी दृढता या सर्वांचे एकमेव तेच स्रोत आहे. आस्थापूर्वक जेव्हा मी कर्म करतो, तेव्हा ईश्वर मला मार्गदर्शन करतो. तेव्हा मी मन, शरीर, हृदय, आत्मा यांमध्ये एकप्रकारचे संतुलन मिळवतो.

मला जेव्हा आपल्या विश्वासाला साकार रूप देण्याची आवश्यकता भासते, तेव्हा मी माझ्या सर्बियन आजी-आजोबांविषयी विचार करतो. त्यांना इसाई श्रद्धांसाठी दंड द्यावा लागला होता. कम्युनिस्ट सरकारने त्यांना सार्वजनिक प्रार्थना करण्याची मुभा दिली नव्हती. आपली आस्था, श्रद्धा वाचविण्यासाठी त्यांना तेथून पळून जावे लागले होते. म्हणूनच मी ऑस्ट्रेलियात लहानाचा मोठा झालो. आज जर ते येथे असते तर त्यांचा सल्ला घेण्याची संधी मला मिळाली असती. माझे आजोबा नेहमी सांगत, स्वत:च्या विश्वासाच्या बाबतीत सश्रद्ध राहा व शिस्तीचे पालन करा. त्यांनी पासलम (paslam) १:३चा संदर्भ देऊन सांगितले, 'तो वृक्षासारखा आहे, जो वाहणाऱ्या नदीच्या किनाऱ्यावर लावला आहे. तो ऋतूंमध्ये फळे देतो. त्याची पाने कधी कोमेजत नाही. तो जे करतो त्याची भरभराट होते.' जेथे तुमची पाळेमुळे खोलवर रुजलेली असतात, तेथे तुम्हाला कोणीही थांबवू शकत नाही, तेव्हा तुम्ही अनिर्बंध असता!

आईच्या वडिलांनीही मला प्रोत्साहन दिले. जसे रेव्हरंड ग्राहमनी मला प्रोत्साहित केले होते. ते म्हणत, ''ईश्वराचा संदेशच सर्वांना द्यावा. त्यात स्वत:चे शब्द घालू नये व त्यातील काही कमीही करू नये.'' त्यांची श्रद्धा होती, ईश्वरीय सत्य आपल्याला मुक्ती देत असते.

मी आध्यात्मिक आणि हुशार कुटुंबातील आहे, शिवाय मी भाग्यवान आहे. सर्वांच्या सहयोगाने मी कोणत्याही अडथळ्यांशिवाय प्रेम आणि आशेचा संदेश लोकांमध्ये प्रसारित करत आहे. मी आशा करतो, तुम्हालाही या पुस्तकातून प्रेम आणि आशेचा उपहार मिळावा. त्यासाठी जिझसने मला शक्ती प्रदान केली आहे. त्याने त्याच्या उद्देशांसाठी मला माध्यम बनवले आहे. सर्वांनी आपला उद्देश जाणून घ्यावा, ही माझी इच्छा आहे. मी सर्वांना त्या अमर्याद प्रसन्नतेपर्यंत नेण्यासाठी मदत करू इच्छितो. मला माहीत आहे, ईश्वराचे या जगावर प्रेम आहे. त्यामुळे तो तुम्हाला हे पुस्तक वाचण्याची संधी देईल. जेणेकरून तुम्ही ते वाचून प्रेरित व्हावे. मी पण तुम्हा सर्वांवर प्रेम करतो आणि तुमच्यासाठी प्रार्थनाही करतो.

तुमचे, प्रेम तुमच्या सदिच्छा यासाठी खूप खूप धन्यवाद!

आभार

सर्वप्रथम 'परमात्मा', 'पिता', 'पुत्र' व 'पवित्र आत्मा'चे आभार मानतो. माझी पत्नी कानाएचे प्रेम, तिचे सहकार्य, तिची मैत्री, प्रार्थना आणि तिने माझी केलेली देखभाल यासाठी तिला धन्यवाद देण्यासाठी माझ्याजवळ शब्द नाहीत.

कानाए, मी तुझ्यावर खूप प्रेम करतो मी. आमोर!

मी माझ्या आईवडिलांना पण धन्यवाद देऊ इच्छितो - बोरीस आणि दुश्का वुईचिक! मम्मी डॅडी, धन्यवाद! माझा भाऊ ॲरोन जो माझ्या लग्नात माझा 'बेस्टमॅन' होता - तुझे व तुझी पत्नी मिशेलचे पण आभार! तुम्ही दोघांनी मला खूप प्रेम व आधार दिला. माझी प्रिय बहीण मिशेल, माझ्यावर व माझ्या स्वप्नांवर विश्वास ठेवल्याबद्दल धन्यवाद! आता माझ्याशी दोन नवीन परिवार जोडले गेलेले आहेत. मियाहारा आणि ओसूना कुटुंब! माझ्या मातृवत सासुबाई एसमिराल्डा, माझे नवीन भाऊ कीसुक, केंजी आणि अब्राहम आणि माझी नवीन बहीण योशी, माझ्यावर प्रेम करण्याबद्दल आणि मला आपल्या कुटुंबात सामावून घेतल्याबद्दल खूप खूप आभार!

माझे मित्र आणि इतर सखेसोयरे सर्वांना खूप खूप धन्यवाद! ज्यांनी मला माझ्या गतकाळात खूप सहकार्य केले आणि प्रत्येक पावलागणिक प्रोत्साहन दिले. तुम्ही सर्वांनी तुमची भूमिका योग्य प्रकारे पार पाडली. मी तुमचे सर्वांचे आभार मानतो. जार्ज मिक्सा, मी ईश्वराजवळ प्रार्थना करतो, की ज्याप्रमाणे तू मला यूएसमध्ये माझी संस्था 'लाइफ विदाउट लिम्ब्ज'चे कार्यालय काढण्यासाठी मदत केली होती, तशी तू इतरांनाही करत राहो.

'लाइफ विदाउट लिम्ब्ज' बोर्डाचे डायरेक्टर आणि त्यांच्या परिवाराचे सदस्य यांचे पण मी आभार मानतो. बाटा वुईचिक, डेव्हीड प्राइस, डेनियल मार्खम, डॉन मॅकमास्टर, टॅरी मुरे, जॉन फे ल्पस तुम्हा सर्वांचा मी आभारी आहे. निष्ठावान, कष्टाळू आणि विश्वास व आस्थानिष्ठ असा 'लाइफ विदाउट लिम्ब्ज'चा कर्मचारी वर्ग, तुम्हाला मी कसा विसरू शकेन? तुमचे सर्वांचे आभार! आपले उत्तम काम चालू ठेवा! टयेस, हो, तुलाही धन्यवाद! आमचे हाँगकाँग येथील 'लाइफ विदाउट लिम्ब्ज' सांभाळण्यासाठी मदत केलीस. नाजारेनचे एपोस्टोलीक क्रिश्चन चर्च, विशेष म्हणजे पासोडॉना तुमच्या पाठिंब्याबद्दल आभार! 'अॅटिट्यूड इज अल्टिट्यूड'चे कर्मचारी आणि त्यांची टीम, माझ्यावर विश्वास ठेवून माझ्यासाठी प्रार्थना केल्याबद्दल धन्यवाद! वेसस्मिथ आणि त्याच्या पत्नीनं मला पाठिंबा दिल्याबदल, मी त्यांचे विशेष आभार मानतो. वेसयापेक्षा चांगला साथीदार लेखक मला मिळाला नसता, मला अभिमान आहे. आपण दोन पुस्तकांचे लेखन केले.

माझ्या 'लिटररी एजेन्टस् डुपरी मिलर अँड असोसिएटस'च्या जॉन मिलर रिच आणि नॅनमॅडोनिया, मी तुम्हाला पुनःपुन्हा धन्यवाद देतो. ज्यांनी सुरुवातीपासूनच माझ्यावर व माझ्या प्रयोजनांवर विश्वास ठेवला. त्याबरोबरच माझे पब्लिशर वॉटर बुक मल्टनोमा (रॉडम हाउस डिव्हीजन) आणि त्यांच्या शानदार टीमचे सदस्य मिशेल पॅलगॉन, गेरी जेन्सन, स्टीव कॅब आणि ब्रुसनला मी मनापासून धन्यवाद देतो. ते माझे साहाय्यकच नव्हते तर उत्तम काम करण्यासाठी प्रोत्साहितही करत होते.

शेवटी मी त्या लोकांचेही आभार मानतो. ज्यांनी मी, माझी पत्नी व आम च्या मिनिस्ट्रीसाठी प्रार्थना केली आणि आर्थिक साहाय्य केले. आपल्या सर्वांचेच मनःपूर्वक आभार, आपण 'लाइफ विदाउट लिम्ब्ज'चा उद्देश पूर्ण करण्यासाठी सहकार्य केले.

या पुस्तकाच्या वाचकांवर ईश्वराची कृपा होवो! माझे शब्द, तुमची बुद्धी व तुमचे अंतःकरण प्रकाशमान होवो, अशी मी प्रार्थना करतो. तुम्हीही आपल्या विश्वास आणि आस्थांनुसार इतरांचे प्रेरणास्रोत व्हावे, यासाठी शुभेच्छा.

– निक वुईचिक

लेखक परिचय

निक वुईचिक एक प्रेरणादायी वक्ता, ख्रिश्चनधर्म प्रसारक, लेखक, 'लाइफ विदाउट लिम्ब्ज'चे निर्देशक आहेत. निक हे जगभरच्या लोकांसाठी प्रेरणादायी स्रोत आहेत. ते नियमितपणे लोकसमुदायाला प्रबोधित करत असतात. संकटांवर मात करून आपली स्वप्ने पूर्ण करण्याची प्रेरणा ते लोकांना देतात.

अनेक वर्षे ऑस्ट्रेलियात राहिलेले निक आता आपली पत्नी कानाएसह कॅलिफोर्नियात राहतात. खालील वेबसाइटवर त्यांच्याशी संपर्क करू शकता.

वेबसाइट : www.LifeWithoutLimbs.org,

www.AttitudeIsAltitude.com

हे पुस्तक वाचल्यानंतर आपला अभिप्राय कृपया या mail ID *वर अवश्य पाठवा.*

books.feedback@tejgyan.org

सरश्री - अल्प परिचय

स्वीकार मुद्रा

सरश्रींचा आध्यात्मिक शोधाचा प्रवास त्यांच्या बालपणापासूनच सुरू झाला होता. हा शोध सुरू असतानाच त्यांनी अनेक प्रकारच्या पुस्तकांचं अध्ययन केलं. त्याचबरोबर या शोधकाळात त्यांनी अनेक ध्यानपद्धतींचा अभ्यासही केला. त्यांच्यातील या जिज्ञासेने त्यांना अनेक वैचारिक आणि शैक्षणिक संस्थांमध्ये जाण्यासाठी प्रेरित केलं. जीवनाचं रहस्य समजण्यासाठी त्यांनी **प्रदीर्घ काळ मनन करून आपलं शोधकार्य सातत्याने सुरू ठेवलं. या शोधातूनच त्यांना 'आत्मबोध' प्राप्त झाला.** आत्मसाक्षात्कारानंतर त्यांना जाणवलं, की **अध्यात्माचा प्रत्येक मार्ग ज्या शृंखलेने जोडलेला आहे, तो म्हणजे 'समज' (Understanding).**

आत्मबोधप्राप्तीनंतर त्यांनी अध्यापनाचं कार्य थांबवलं आणि जवळ जवळ दोन दशकांहूनही अधिक काळ आपलं समस्त जीवन मानवजातीच्या कल्याणासाठी आणि आध्यात्मिक विकासासाठी अर्पण केलं.

सरश्री म्हणतात, ''सत्यप्राप्तीच्या सर्व मार्गांचा प्रारंभ जरी वेगवेगळ्या मार्गांनी होत असला, तरी सर्वांचा अंत मात्र एकच समज प्राप्त केल्याने होतो. ही **'समज'च सर्व काही असून ती स्वत:मध्ये परिपूर्ण आहे.** आध्यात्मिक ज्ञानप्राप्तीसाठी या 'समजे'चं श्रवणच पुरेसं आहे.'' ही समज प्रकाशमान करण्यासाठी आजपर्यंत त्यांनी आध्यात्मिक विषयांवर **चार हजारांहून अधिक प्रवचनं दिली आहेत.** या प्रवचनांद्वारे ते अध्यात्मातील अतिशय गहन संकल्पना सहज, सुलभ आणि व्यावहारिक भाषेत समजावून सांगतात. समाजातील प्रत्येक स्तरावरील मनुष्य सरश्रींद्वारे सांगितल्या जाणाऱ्या या समजेचा लाभ घेऊ शकतो. त्यासाठी कोणत्याही धर्म, जात, उपजात, वर्ण, पंथ वा लिंग यांचं बंधन नसतं. विश्वाच्या प्रत्येक कानाकोपऱ्यांतील लोक आज 'तेजज्ञान'च्या अनोख्या ज्ञानप्रणालीचा लाभ घेत आहेत. याच व्यवस्थेचा आणखी एक महत्त्वपूर्ण भाग म्हणजे, **दररोज सकाळी आणि रात्री ९ वाजून ९ मिनिटांनी लाखो लोक विश्वशांतीसाठी प्रार्थना करत आहेत.**

सरश्री – अल्प परिचय

सरश्री तेजज्ञान यूट्यूब चैनल

तेजज्ञान फाउंडेशन - परिचय

तेजज्ञान फाउंडेशन आत्मविकासातून आत्मसाक्षात्कार प्राप्त करण्याचा एक मार्ग आहे. यासाठी सरश्रींद्वारा एक अनोखी बोधप्रणाली (System for Wisdom) निर्माण झाली आहे. या प्रणालीला आंतरराष्ट्रीय प्रमाणपत्राद्वारे ISO 9001:2015च्या आवश्यकतेनुसार आणि निकष पडताळून सरळ, व्यावहारिक आणि प्रभावी बनवलं गेलं आहे. या संस्थेच्या प्रबोधनपद्धतीच्या भिन्न पैलूंना (शिक्षण, निरीक्षण आणि गुणवत्ता) स्वतंत्र गुणवत्ता परीक्षकांद्वारे (Quality Auditors) क्रमबद्ध पद्धतीने पडताळलं गेलं. त्यानंतर या पैलूंना ISO 9001:2015 साठी पात्र समजून या बोधपद्धतीला हे प्रमाणपत्र प्रदान करण्यात आलं. या फाउंडेशनचे लक्ष्य आहे नकारात्मक विचारांकडून सकारात्मक विचारांकडे वाटचाल.

तेजज्ञान फाउंडेशन
परिचय

हॅपी थॉट्स तेजज्ञान
यूट्यूब चैनल

महाआसमानी - अल्प परिचय

Self Delelopment to Self Realization Towords Self Stabilizaion

तुम्हाला सर्वोच्च आनंद हवाय? असा आनंद, जो कोणत्याही बाह्य कारणावर अवलंबून नाही... जो प्रत्येक क्षणी वृद्धिंगत होतो. या जीवनात तुम्हाला प्रेम, विश्वास, शांती, समृद्धी आणि परमसंतुष्टी हवी आहे का? शारीरिक, मानसिक, सामाजिक, आर्थिक आणि आध्यात्मिक अशा आयुष्याच्या सर्व स्तरांवर यशस्वी होण्याची तुमची इच्छा आहे का? 'मी कोण आहे' हे तुम्हाला अनुभवाने जाणावंसं वाटतं का? तुमच्या अंतर्यामी अशा सर्व प्रश्नांची उत्तरं जाणण्याची इच्छा आणि 'अंतिम सत्य' प्राप्त करण्याची तृष्णा असेल, तर तेजज्ञान फाउंडेशनतर्फे आयोजित 'महाआसमानी शिबिरा'त तुमचं स्वागत आहे. हे शिबिर सरश्रींच्या मार्गदर्शनावर आधारित आहे.

महाआसमानी
अल्प परिचय

हॅपी थॉट्स सरश्री
(इंग्लिश) यूट्यूब चैनल

नोट

www.ingramcontent.com/pod-product-compliance
Lightning Source LLC
LaVergne TN
LVHW060605051026
849519LV00002B/497